# க்

(ந



மாதவராஜ்

பாரதி
புத்தகாலயம்

**Click Novel** (in Tamil)

**Mathavaraj**

First Published: December, 2022

**Published by**

**BHARATHI PUTHAKALAYAM**

7, Elango Salai, Teynampet, Chennai - 600 018

Email: bharathiputhakalayam@gmail.com / www.thamizhbooks.com

**க்ளிக் நாவல்**

மாதவராஜ்

*முதல் பதிப்பு: டிசம்பர், 2022*

**வெளியீடு:**

பாரதி புத்தகாலயம்

*7, இளங்கோ சாலை, தேனாம்பேட்டை, சென்னை - 600 018.*

*தொலைபேசி : 044-24332424, 24330024 | விற்பனை: 24332924.*



*அச்சு : பிரிண்டெக், சென்னை - 600 005.*

என்னைப் பெற்ற அம்மா தெய்வஜோதிக்கு...

# முன்னுரை

ஆம்னி பஸ்ஸுக்காக ஊரில் காத்திருக்கும்போது அந்தப் பெண்ணைப் பார்த்தேன். இருபத்தைந்து வயதுக்குள் இருக்கும். வழியனுப்ப வந்த அம்மாவும் அப்பாவும் அவளிடம் பேசிக்கொண்டு இருந்தார்கள். அவளும் கையைக் கட்டிக்கொண்டு சரியென்பதாய் தலையைத் தலையை அசைத்துக் கொண்டிருந்தாள். சுற்றிலும் பொங்கல் முடிந்து சென்னைக்குச் செல்லும் பெரும் கூட்டம் நின்றிருந்தது.

நான் ஏறிய பஸ்ஸில்தான் அவளுக்கும் முன்பதிவு செய்திருக்க வேண்டும். முதுகில் பையை மாட்டிக்கொண்டு எனக்கு முன்னால் சென்று அப்பர் பெர்த்தில் ஏறினாள். அவளுக்கு நேர் கீழே என் பெர்த். ஜன்னலில் அவளது அப்பாவும், அம்மாவும் வந்து நின்று தங்கள் மகளிடம் பேசினார்கள். தொலைதூரத்தில், சென்னை போன்ற நகரத்தில் தங்கள் மகள் எப்படி சமாளிப்பாளோ என்ற கவலையும் அக்கறையும் அவர்கள் முகத்திலும் வார்த்தைகளிலும் இருந்தன.

காலை ஏழு மணிக்கு பெருங்குளத்தூரை நெருங்கும்போது பஸ் ஊர்ந்து ஊர்ந்து சென்றது. முன்னால் எட்டிப் பார்த்தபோது கடும் போக்குவரத்து நெரிசல் ஏற்பட்டிருந்தது. பத்து நிமிடங்கள் போலிருக்கும். மேலிருந்து அந்த பெண் கவனமாக கீழே இறங்கினாள். பையை முதுகில் மாட்டிக்கொண்டு முன்னால் சென்றாள். நான் அவளையேப் பார்த்துக் கொண்டிருந்தேன். டிரைவரிடம் ஏதோ பேசினாள். கதவு திறக்கவும் இறங்கிக் கொண்டாள்.

இந்த போக்குவரத்து நெரிசலுக்குள்ளிருந்து எப்படி வெளியேறப் போகிறாள், அவள் எங்கே போக வேண்டும் என ஜன்னல் கண்ணாடியில் பார்த்தேன். இறங்கியவள் வாகனங்களுக்கு இடையே நின்று அங்குமிங்கும் பார்த்தாள். பைக்கில் ஒரு இளைஞன் கிடைத்த இடைவெளியில் முன்னேறி வந்து

கொண்டிருந்தான். அவனை நெருங்கி நிறுத்துமாறு கைகாட்டினாள். நிறுத்தினான் அதிலிருந்த இளைஞனிடம் பேசினாள். ஹெல்மட்டைக் கழற்றி அவன் “ஏறிக்க” என்பது போல் தலையசைத்து ஹெல்மட் மாட்டிக் கொண்டான். பைக்கில் ஏறிக்கொண்டாள். பஸ்களும், கார்களும் போக முடியாமல் நின்று கொண்டிருக்க, அவள் அவனோடு பைக்கில் சட்டென அந்த நெருக்கடியிலிருந்து மறைந்து விட்டாள். நேற்றிரவு பார்த்த அவளின் பெற்றோரின் முகங்கள் நினைவுக்கு வந்தன. எல்லாம் மேஜிக் போல் இருந்தது.

இந்தக் காட்சியை அவ்வப்போது நினைத்து அதிலிருந்து விரிந்த சிந்தனைகளையும், மனிதர்களையும்தான் ‘க்ளிக்’ நாவலின் கதையாய் சொல்லி இருக்கிறேன்.

இந்தியாவில் வேலை பார்த்து சம்பாதிப்பவர்களில் மிகச் சிறிய பகுதியினரைக் கொண்டதுதான் ஐ.டி துறை. கடந்த இருபத்தைந்து வருடங்களில் அந்தத் துறை நம் சமூகத்தின் அரசியல், பொருளாதார, பண்பாட்டுத் தளத்தில் ஏற்படுத்தி இருக்கும் தாக்கங்களோடுதான் சமகால வாழ்வை பேச முடியும். சென்ற தலைமுறை என்னவென்று நிதானித்து கவனிப்பதற்குள், அவர்களின் குழந்தைகளை ஏற்றிக்கொண்டு அவர்களைக் கடந்து காலம் வேகமாக சென்று கொண்டிருக்கிறது.

சொர்க்கமாகவும் நரகமாகவும் ஒருசேர அறியப்படும் அந்த நவீன வெளி குறித்து பேசுவதற்கு எவ்வளவோ இருக்கின்றன. அவைகளில் ஆண் பெண் உறவுகளின்- மனித மனங்களின்- புதிர்களை ஒரு மேஜிக் ஷோ போல நிகழ்த்தி காட்டுகிறது இந்த நாவல்.

இணையத்தில் இதனை தொடர்கதையாக படித்து ஆர்வம் கொண்ட வாசகர்களும், நண்பர்களும் சுவாரசியமாக கவனித்த பாத்திரம் “கல்யாணி”.

காதலித்தவனின் கல்லறையில் இரவில் போய் படுத்துக் கொள்ளும் அந்த பித்து மனம் கொண்ட பெண்ணின் வாழ்வும், அதில் புதைந்திருக்கும் ரகசியங்களும் மனிதர்களைத் தொந்தரவு செய்கின்றன. அவசர யுகம் அவளை ஒரு பொருட்டாக கருதாமல்

கடந்து போகலாம். பார்த்து விட்ட மனிதர்களோ அவளைப் பற்றி அறிந்து கொள்ள துடிக்கிறார்கள்.

அப்படி அறிந்து கொள்ளும் ஒரு முயற்சிதான் இந்த நாவலும்.

ஒரு காலத்தில் காமிராவில் போட்டோ எடுப்பதோடு மட்டுமே 'க்ளிக்' என்னும் வார்த்தை சம்பந்தப்பட்டதாக அறியப்பட்டும், புழக்கத்திலும் இருந்தது. அப்போது ஒரு காட்சியை அசையாமல் பிடித்து வைக்கும் வார்த்தை அது.

கம்ப்யூட்டர்கள், குறிப்பாக லேப்டாப்கள் என காலம் விரிவடைந்த பிறகு 'கிளிக்' அதன் புழக்கத்திலும், அர்த்தத்திலும் அடுத்த பரிணாமம் பெற்றிருக்கிறது. 'ரைட் கிளிக்' என்பது ஒன்றின் ஆப்ஷன்களை பார்க்கவும், லெஃப்ட் க்ளிக் என்பது ஒரு தீர்மானமான முடிவோடு அடுத்தக் கட்டத்திற்கு நகர்வதாகவும் இருக்கிறது.

'க்ளிக் ஆகிவிட்டது', 'க்ளிக் ஆகவில்லை' என்பது முக்கிய வார்த்தைப் பிரயோகங்களாகி விட்டன. சம்பந்தப்பட்ட பிராஜக்ட், வேலை எல்லாம் தாண்டி, லௌகீக வாழ்வின் சிந்தனைகளுக்கும், செயல்களுக்கும் கூட 'க்ளிக்' அர்த்தம் தருவதாக இருக்கிறது. திருமணம் செய்வது, குழந்தை பெறுவதை எல்லாம் பிராஜக்டுகளாக பார்க்கத் துவங்கிய உலகத்தில் 'க்ளிக்'கின் அர்த்தங்களும் இப்படி பரிணாமம் பெறத்தான் செய்யும் போலும்.

எனது முதல் நாவலை வெளியிட முன்வந்த பாரதி புத்தகாலயத்திற்கு நன்றி.

தொடர்கதையாய் வந்த போது உற்சாகம் தந்து ஊக்கப்படுத்திய உள்ளங்களுக்கு நன்றி.

வாசகர்களாக தங்கள் கருத்தைப் பதிவு செய்திருக்கும் சுமதி, ராஜேஷ் ஆகியோருக்கு நன்றி.

அன்புடன்

**மாதவராஜ்**

jothi.mraj@gmail.com

# 1

# பிப்ரவரி 25, 2016 - வியாழன்

‘இப்படியா ஒரு பெண் இருப்பாள்!’ வாசல் திறந்த முன்னறையில் உட்கார்ந்திருந்த சித்ராவுக்கு தன் மகள் பூங்குழலி பற்றி கவலையாய் வந்தது.

இரவு பத்து மணியைத் தாண்டிய பின்னரும் தெருவில் அந்த வீடு முழுவதும் விளக்குகள் எரிய எங்கும் வெளிச்சமாயிருந்தது. வாசலுக்கு வெளியே தெருவில் போடப்பட்டிருந்த பந்தலிலும் டியூப் லைட் வெளிச்சம் பளீரென்றிருந்தது. சித்ராவின் அப்பா பூசைப்பழம், அம்மா பத்மாவதி, தம்பி முருகேசன், முன்னாள் பஞ்சாயத்துத் தலைவரும் சித்ராவின் பெரியப்பாவுமான ஞானப்பழம், மாரியம்மன் கோவில் தர்மகர்த்தா பாலகுரு எல்லாம் அங்கு சேர் போட்டு உட்கார்ந்திருந்தனர். ஜவுளிக்கடை பையன்கள் சிலர் தள்ளி நின்று கவனித்தனர். அடுத்தநாள் நடக்க இருக்கும் பூங்குழலியின் நிச்சயதார்த்த ஏற்பாடுகள் பற்றிய பேச்சாக இருந்தது. சென்னையிலிருந்தும் திருப்பூரிலிருந்தும் வந்திருந்த சித்ராவின் தங்கைகள் அமுதா, விமலா, அவர்களின் வீட்டுக்காரர்களும், மகள்களும் இவ்வளவு நேரமாய் கீழே பேசி சிரித்துக் கிடந்தார்கள். கொஞ்ச நேரத்துக்கு முன்பு மாடிக்கு படுக்கச் சென்றனர். அரட்டைச்சத்தம் மேலே இருந்து லேசாய் கசிந்து கொண்டிருந்தது.

சித்ரா மட்டும் எதிலும் ஒட்டிக் கொள்ள முடியாமல் இருந்தார். இந்த பிப்ரவரி ஏழாம் தேதி திருவேற்காடு கருமாரியம்மன் கோவிலில் பூங்குழலியையும் நரேனையும் பார்த்துப் பேச வைத்து இந்த நிச்சயதார்த்தத்துக்கு முடிவு செய்து பதினெட்டு நாளாகிறது ஒருநாளும் பூங்குழலி அவளாக போன் செய்து என்ன, ஏது என்று ஒரு வார்த்தை விசாரிக்கவில்லை. யாருக்கோ வந்தது போலிருக்கிறாள். வீட்டில் நடந்து கொண்டிருக்கும் ஏற்பாடுகள் குறித்தோ, நரேனின் வீட்டார் பற்றியோ சித்ரா ஆசையாய்

பேசினாலும் அவளிடம் ஆர்வம் இருக்கவில்லை. வேண்டா வெறுப்பாய் கேட்பது போலத் தெரிந்தது. போனை வைப்பதற்குத்தான் அவசரம் காட்டினாள். உள்ளுக்குள் எரிச்சலாய் இருந்தாலும் காட்டிக் கொள்வதில்லை. பூங்குழலியிடம் யோசித்துத்தான் பேச முடியும். அப்படி ஒரு பெண்ணாய் இருந்தாள்.

இன்றைக்கு காலையில் தாங்கள் எத்தனை பேர் வருவோம், எப்போது வருவோம் என்றெல்லாம் போனில் பேசிக்கொண்டிருந்த நரேனின் அம்மா சந்திரா, "நிச்சயதார்த்தம் முடிஞ்ச பிறகாவது பூங்குழலி எங்க கூட எல்லாம் பேசுவாளா?" சிரித்துக் கொண்டே கேட்டார். அவர்களோடோ, மாப்பிள்ளையோடோ இது வரைக்கும் பூங்குழலி பேசவே இல்லை என்பதைத்தான் அப்படிச் சொல்லியிருக்க வேண்டும்.

திருவேற்காடு கோவிலில் இருந்து புறப்படும்போது பூங்குழலியை பிடித்திருப்பதாய் சந்திராவும் மூர்த்தியும் சொன்னார்கள். "கலந்து பேசி சொல்கிறோம்" என்றுதான் பூசைப்பழத்தால் சொல்ல முடிந்தது. "உங்க எல்லோருக்கும் பிடிச்சிருந்தா, எனக்கும் பிடிக்கும்" என்று பூங்குழலி பிறகுதான் சொன்னாள். சென்னையிலிருந்து ஆறுமுகநேரிக்குத் திரும்பும்போது ரெயிலில் வைத்து பூசைப்பழமும், பத்மாவதியும் அது பற்றிக் குறைபட்டுக் கொண்டார்கள். சித்ரா அமைதியாய் வந்தார். தனக்காகத்தான் அவள் கல்யாணத்துக்கு சம்மதித்தாளோ, அவளுக்கு உண்மையில் விருப்பமில்லையோ, அதுதான் பட்டும் படாமல் இருக்கிறாளோ என்றெல்லாம் தவித்தார்.

"ஆமா... காலைல பாப்போம் .." பூசைப்பழத்தின் குரல் வெளியே கேட்டது. "சரிப்பா, நாங் கிளம்புறேன்" என்ற முருகேசன், உள்ளே எட்டிப் பார்த்து, "சித்ராக்கா, காலைல பஸ் ஸ்டாண்டு போயி பூங்கியை கூப்பிட்டுட்டு வந்துர்றேன்.." சொல்லி, செருப்பை போட்டுக் கிளம்பினார். இரண்டு தெரு தாண்டி அவரது வீடு இருந்தது. பூசைப்பழமும், பத்மாவதியும் உள்ளே வந்து "சித்ரா இன்னும் தூங்கலயா" கேட்டவாறு கதவைத் தாளிட்டார்கள்.

அவர்களோடு சித்ராவும் உள்ளே சென்று தனது அறையில் படுத்துக் கொண்டார். பந்தலின் வெளிச்சம் மங்கலாக உள்ளே படர்ந்திருந்தது. பைக் ஒன்றின் சத்தத்தோடு ஜன்னல் கம்பிகளின் நிழல் கோடுகள் சுவரில் ஓடி மறைந்தது. நிறைந்த அமைதியில் வேதக் கோவில் மணி பதினொரு முறை அடித்தது. நினைவு தெரிந்த நாளிலிருந்து கேட்டுப் பழகிய சத்தம் அவரது பால்ய காலத்தையெல்லாம் மீட்டுக் கொண்டிருந்தது. பள்ளியில் மணிச்சத்தம், தெருவில் சந்தியம்மன் கோவில் மணிச்சத்தம் என வளர்ந்த காலங்கள் அவை.

இன்றைக்கு குழந்தைகள் எல்லாவற்றையும் டிவியில். மொபைலில் பார்த்து பார்த்து வளர்கிறார்கள். அன்றைக்கு கேட்டுக் கேட்டு வளர்ந்தார்கள். வீட்டுத் திண்ணைகளில் பெண்களின் கதைகள் கேட்டன. பாடல்களும், ஒலிச்சித்திரங்களும், கிரிக்கெட் கமெண்ட்ரிகளும் ரேடியோவில் கேட்டன. கல்யாணம், சடங்கு, கோவில் திருவிழா என்றால் ஊர் முழுவதும் ஸ்பீக்கர் செட்களில் பாட்டுகள் கேட்டுக்கொண்டே இருந்தன. கேட்டுக்கோடி உறுமி மேளம் என ‘பட்டிக்காடா பட்டணமா’ வசனம் உயரத்திலிருந்து கேட்கும். பிடித்தமான மனிதர்களாய் மைக்செட்டுக்காரர்கள் இருந்தார்கள்.

விறகு அடுப்பில் புகையை ஊதி ஊதி பற்ற வைத்து சமைத்த சாதத்தையும் குழம்பையும் கலந்து ஒரு அவித்த முட்டையோடு டிபன் பாக்ஸில் வைத்து மூடி அம்மா தந்தார்கள். இரண்டு தோளில் மாட்டிக்கொண்டு செல்லும் பைகள் எல்லாம் அப்போது இல்லை. பெண்கள் வயர் பின்னிய பெரிய கூடைகளில் வைத்து தூக்கி வந்தார்கள். விக்னேஷ்வரியும், கலாவும் அலுமினியப் பெட்டிகள் கொண்டு வந்தார்கள். பையன்கள் எல்லாம் அகலமான பெரிய ஜோல்னாப் பைக்குள் வைத்து ஒரு தோளில் மாட்டி சாலைகளில் சென்றார்கள். சிலர் நெற்றியில் மாட்டி முதுகில் சுமந்தார்கள். அது ஒரு ஸ்டைல் அவர்களுக்கு. சமயங்களில் முன்னால் மாட்டு வண்டி சென்றால் அதில் பையை மாட்டி விட்டு பின்னால் ஜாலியாக நடந்தார்கள்.

‘ப்ளஸ் டூ’வுடன் எல்லாம் நின்று போனது. கல்லூரியில் படிக்க சித்ரா ஆசைப்பட்டார். “டாக்டருக்கே படிச்சாக் கூட

நம்ம பொண்ண வேல பாக்க அனுப்பப் போறதில்ல, பிறகு எதுக்கு படிப்பு?” பூசைப்பழம் சொல்லி விட்டார். வீட்டில் உட்கார்ந்து கிணற்றடியில் தண்ணீர் எடுக்கவும், துணி துவைக்கவும், சமையல் செய்யவும் சிலோன் ரேடியோவைக் கேட்டுக் கொண்டே பழகினார். வாசல் தெளிக்க, கோயிலுக்கு போக என வீட்டை விட்டு வெளியே காலடி எடுத்து வைத்தாலே பையன்கள் எங்கிருந்தாவது தோன்றி உற்றுப் பார்த்தார்கள். மைக்செட் வைத்திருந்த அழகேசன் பார்க்கும் போதெல்லாம் விழுங்க ஆரம்பித்தார். பயமாய் இருந்தாலும் பதிலுக்குப் பார்க்க ஆசையாகவும் இருந்தது. ‘வைகைக் கரை காற்றே நில்லு வஞ்சிதனைப் பார்த்தால் சொல்லு’, ‘மௌனமான நேரம் .... இள மனதில் என்ன பாரம்’, ‘காதலின் தீபம் ஒன்று ஏற்றினாளே என் நெஞ்சில்’ பாடல்கள் எல்லாம் தனக்காகவே கேட்பதாய்த் தோன்றின. ஜன்னலில் நின்று வெளியே பார்ப்பது சுகமாய் இருந்தது.

பத்மாவதியும், பூசைப்பழமும் சித்ராவுக்கு மாப்பிள்ளை பார்க்க ஆரம்பித்தார்கள். ஊர், குடும்பம், ஜாதகம் பார்த்து தட்டி தட்டிப் போய் ஒருநாள் ரவிச்சந்திரன் என்னும் பெயரில் வந்து நின்றது. பேங்க்கில் வேலை, நல்ல குடும்பம் என பேசிக்கொண்டார்கள். தனது பத்தொன்பதாவது வயதில் மணமேடையில் குனிந்த தலையோடு அமர்ந்தார் சித்ரா. பல வருடங்களுக்குப் பிறகு தங்கம் தியேட்டரில் ரவிச்சந்திரனோடு ‘அம்மன் கோவில் கிழக்காலே’ படம் பார்த்தார். அவ்வளவு சந்தோஷமாயிருந்தது.

ஆறுமுகநேரியில் மெட்ரிகுலேஷன் முடித்த பிறகு பூங்குழலியையும் கல்லூரிக்கு அனுப்ப பூசைப்பழத்துக்கும் பத்மாவதிக்கும் மனமில்லை. பெண்ணைத் தனியே வெளியூருக்கு அனுப்பி படிக்க வைக்க வேண்டாம் என்றார்கள். முருகேசனும் சேர்ந்து கொண்டார். எஞ்னீசியரிங் படிக்க, ஹாஸ்டலில் சேர்க்க எல்லாம் வருஷத்துக்கு இரண்டு லட்சம் ஆகும் என்பது அவரது கவலை. சித்ராவுக்கு என்ன செய்ய என்று தெரியவில்லை. ரவிச்சந்திரன் இறந்த பிறகு பிறந்த வீட்டுக்கு வந்து எல்லாவற்றுக்கும் அப்பாவையும், அம்மாவையும் எதிர்பார்க்கும் நிலைமையில் இருந்தார்.

கலைச்செல்வன் அப்போது மதுரை அருகே இந்தியன் ஓவர்சீஸ் வங்கியில் வேலை பார்த்தான். வாரா வாரம் வந்து போய்க் கொண்டிருந்தான். சித்ராவிடம், "அம்மா, பூங்குழலிக்கு ஹாஸ்டல் ஃபீஸை நா கட்டிர்றேன். படிக்கிறதுக்கு மட்டும் தாத்தாவ கட்டச் சொல்லுங்கம்மா." தங்கைக்காக யோசனை சொன்னான். சித்ராவின் பேச்சு முணுமுணுப்பாக மட்டுமே வெளிவந்தது. அம்பலத்தில் ஏறவில்லை. "அதெல்லாம் வேண்டாம்மா. சரிப்பட்டு வராது.." பூசைப்பழம் சாதாரணமாக மறுத்தார்.

பூங்குழலி ஆடித் தீர்த்துவிட்டாள். "எங்க அப்பாவோட கிராஜுவிட்டி, பி.எஃப், பென்ஷன் பணத்தைத் தாங்க. நானும் அம்மாவும் வீட்டை விட்டுப் போறோம்" என தெருவே கேட்கும்படி கத்தினாள்.

"அத வச்சித்தானே ஒன்னையும் ஒங்க நொண்ணனையும் நாங்க படிக்க வச்சோம், சாப்பாடு போட்டோம்" பத்மாவதியும் மூளை கெட்டு பாய்ந்து வந்து பதிலுக்குப் பேச, "அடச் சீ.... இப்படிச் சொல்ல வெக்கமாயில்ல... த்தூ.." காறித் துப்பினாள் பூங்குழலி.

பூசைப்பழமும், பத்மாவதியும் அதிர்ந்து போனார்கள். கலைச்செல்வன் சட்டென பூங்குழலியைப் பிடித்து ஒரு அறைக்குள் தள்ளி விட்டு, பாட்டியிடம் கையெடுத்துக் கும்பிட்டு, "மன்னிச்சிருங்க பாட்டி. ஏதோ கோபத்துல தெரியாமப் பேசிட்டா. நீங்கதா எங்கள படிக்க வச்சீங்க. ஆளாக்கினீங்க. வாழ்க்க முழுசும் மறக்க மாட்டோம். தப்பா நெனச்சுக்காதீங்க தாத்தா. பூங்குழலி காலேஜ் முடிச்சிரட்டும். நானும் என்னால முடிஞ்ச அளவுக்கு செலவ ஏத்துக்குறேன்." தாத்தாவின் கைகளைப் பிடித்தான்.

"எம்புள்ளா..." சித்ரா தன் மகனைக் கட்டிப்பிடித்து கதறினார். "ஏ....அய்யா! எங்கள இப்பிடி விட்டுட்டுப் போய்ட்டிங்களே.." நெஞ்சில் அடித்துக் கொண்டார்.

"என்னவும் செஞ்சுத் தொலைங்க. நானே செலவு பண்றேன். யாரும் உதவ வேண்டாம்" பூசைப்பழம் யாரையும் பார்க்க முடியாமல் அங்கிருந்து எழுந்து போனார். மருமகன் இறந்த

பிறகு மகளையும், அவள் குடும்பத்தையும் உள்ளங்கையில் வைத்து பூசைப்பழம் தாங்குகிறார், யாருக்கு இந்த காலத்தில் மனசு வரும் என்று ஊரே பூசைப்பழத்தைக் கொண்டாடியது. வீட்டில் ஒரு சின்னப் பிள்ளை தூக்கியெறிந்து பேசி விட்டாளே என துடித்தார்.

இரண்டு மூன்று நாட்கள் அந்த வீட்டில் யாரும் யாரோடும் பேச முடியாமல் போனது. காயங்களோடும் வடுக்களோடும் மெல்ல மெல்லத்தான் இயல்புக்கு வந்தார்கள். தான் அப்படி நடந்து கொண்டதற்காக பாட்டியிடமும், தாத்தாவிடமும் பூங்குழலி வருத்தம் தெரிவிக்கவில்லை. அப்புறம் ஒருநாள் பூசைப்பழம் ஜவுளிக்கடையை மூடிவிட்டு வீட்டுக்குத் திரும்பிய இரவில் “பூவு..” என அழைத்து “இந்தா நம்முர் மிட்டாய். உனக்குப் பிடிக்கும்ல..” ஒரு பொட்டலத்தைக் கொடுத்து அவள் முதுகில் தட்டிக் கொடுத்தார். “ஸாரி, தாத்தா...” அவரைக் கட்டிப் பிடித்துக் கொண்டாள் பூங்குழலி. அப்படி பேசுவதற்கும் “பூவு” என அழைப்பதற்கும் பத்மாவதிக்கு மேலும் சில நாட்களாயின.

அவ்வளவு சமாதானமாகப் பேசிய கலைச்செல்வனோடுதான் வீட்டில் பேச முடியாமல் போன நாளொன்று பிறகு வந்தது. இரண்டு வருடம் கழித்து வழக்கம் போல ஒரு வாரக் கடைசியில் வந்திருந்த போது பெரிய சண்டையாகி விட்டது. தன் கூட வேலை பார்க்கும் மெர்சியை காதலிப்பதாகவும், அவளைக் கல்யாணம் செய்யப் போவதாகவும் சொன்னான். வீடே ரணகளமானது. அன்றைக்கு வீட்டை விட்டுப் போனவன்தான் கலைச்செல்வன்.

சித்ராவிடமிருந்து பெருமூச்சு வெளிப்பட்டது. பருவம் அடைவதற்கு முன்பு வரை வாழ்க்கை தனக்கு அழகாகவும், மகிழ்ச்சியாகவும் இருந்தது என்று நினைத்துக் கொண்டார். வேதக் கோவிலில் ஒரே ஒரு மணிச்சத்தம் கேட்டது. மணி பதினொன்றரை.

நாளைக்கு இன்னேரம் பூங்குழலியின் நிச்சயதார்த்தம் எல்லாம் முடிந்திருக்கும் என நினைத்துக் கொண்டார். இப்போது பஸ்ஸில் அவள் தூங்கிக்கொண்டு இருப்பாள் என மகள் பற்றிய எண்ணங்கள் வந்தன. ஒன்றிலிருந்து ஒன்றாய் நீண்டு அந்த

மேஜிக் ஷோவைத் தொட்டது. பதிமூன்று ஆண்டுகளுக்கு முன்பு மாலையோடு அவள் வந்து நின்ற கோலத்தை மறக்க முடியவில்லை. அப்போது விருதுநகரில் பூங்குழலி ஏழாம் வகுப்பு படித்துக் கொண்டிருந்தாள். அவளுக்கு நான்கு வயது மூத்தவனான கலைச்செல்வன் ப்ளஸ் ஒன் படித்துக் கொண்டிருந்தான். ரவிச்சந்திரன் உயிரோடு இருந்தார்.

அரங்கம் முழுவதும் விளக்குகள் அணைக்கப்பட்டிருந்தது. வெளிச்சம் வட்டமாய் மேடையில் குவிந்திருந்தது. அந்தரத்திலிருந்து மேஜிஷியன் இறங்கி வந்து ஷோவை நடத்த ஆரம்பித்தார். வெறும் கைக்குட்டையைக் காட்டி சுருக்கி விரித்த போது பூக்கள் கொட்டின. வீசிய தொப்பியிலிருந்து புறாக்கள் பறந்தன. கைகளும், கால்களும் கட்டப்பட்ட பெண்ணை சின்னப் பெட்டிக்குள் மடக்கி உட்காரவைத்து பூட்டிவிட்டு திறந்தால் அவள் அங்கு இல்லை. கூட்டத்திலிருந்து மேடையேறினாள். ஆச்சரியத்திற்கு மேல் ஆச்சரியமாய் இருந்தன. கை தட்டி ஆரவாரித்துக் கொண்டிருந்தனர். "எப்பிடிப்பா..", "எப்பிடிப்பா.." ரவிச்சந்திரனைத் தொட்டுத் தொட்டு கேட்டுக்கொண்டிருந்தாள் பூங்குழலி. அருகே கலைச்செல்வனும், சித்ராவும் ரசித்துக் கொண்டிருந்தனர்.

அடுத்து திரை விலகிய போது கில்லட்டின் போன்ற வடிவில் ஒன்று மேடையில் இருந்தது. அதன் வளையத்திற்குள் பூசணிக்காயை வைத்தார்கள். மேலிருந்த லிவரை இழுக்கவும், பளபளத்த பெரிய பிளேடு ஒன்று சட்டென்று இறங்கி வெட்ட இரண்டு துண்டுகளாய் தரையில் உருண்டன. பார்க்கவே திக்கென்றிருந்தது.

"உங்களிலிருந்து ஒருவரை அழைக்கிறேன். ஒரு சின்னப் பையனோ, பெண்ணோ மேடைக்கு வாருங்கள். அவர்கள் தலையை இதற்குள் கொடுக்க வேண்டும். யார் வருகிறீர்கள்" கூட்டத்தைப் பார்த்து மேஜிஷியன் அழைத்தார். மொத்தக் கூட்டமும் அப்படியே உறைந்து போயிருந்தது.

ரவிச்சந்திரன் பூங்குழலியைப் பார்த்து "போறியா" கேட்டார். அவள் கொஞ்சம் யோசித்து எழுந்தாள். சட்டெனத் திரும்ப உட்கார்ந்து கொண்டாள்.

“ஒங்களுக்கு என்ன பைத்தியமா? சும்மா இருங்க.” சித்ரா பயந்தார்.

“ஒன்னும் ஆகாது. நீ போம்மா”

“அது தெரியும். ஆனாலும் எம்புள்ளய நா போக விட மாட்டேன். குலை நடுங்குது” சத்தமாய் சொல்லவும் பக்கத்திலிருந்தவர்கள் திரும்பிப் பார்த்தார்கள். ரவிச்சந்திரன் அமைதியானார்.

யாரும் முன் வரவில்லை. ஷோவிலிருந்த ஒரு பெண்ணையே அழைத்து அந்த வளையத்திற்குள் தலையை விடச் செய்தார் மேஜிஷியன். அப்பாவின் கைகளைப் பற்றிக்கொண்டு பூங்குழலி நிமிர்ந்து பார்த்துக் கொண்டிருந்தாள். மேஜிஷியன் லிவரை பிடித்து இழுக்கவும் அந்தப் பெண்ணின் கழுத்தில் பூமாலை விழுந்தது. அதிர்ச்சியிலிருந்து மீண்டு எல்லோரும் கை தட்டினார்கள்.

வீட்டுக்கு வந்து சாப்பிட்டுக் கொண்டு இருக்கும்போது, “அப்பா சொன்னதும் மொதல்ல எந்திச்சேல்ல நீ.” பூங்குழலியை அதட்டியவாறு பார்த்தார் சித்ரா.

ரவிச்சந்திரன் சிரித்துக்கொண்டே, “போயிருந்தா மாலையோட வந்துருப்பா” அருகிலிருந்த பூங்குழலியின் முதுகைத் தட்டிக் கொடுத்தார்.

இரண்டு நாள் கழித்து பள்ளிக்கூடத்திலிருந்து மேஜிக் ஷோவுக்கு மாணவர்களை அழைத்துச் சென்றார்கள். பூங்குழலி அன்றைக்கு மாலையோடு வந்தாள். முதலில் சித்ரா நம்பவில்லை. இரண்டு வீடு தள்ளி பூங்குழலியோடு கூடப் படித்த செவ்வந்தி, ”ஆமாங்க்கா” எனச் சொன்னதும் வெலவெலத்துப் போனார். அத்தனை பேருக்கு முன்னால் எப்படி தன் பெண் அந்த இருட்டில், நான் வருகிறேன் என எழுந்து மேடைக்குச் சென்றாள், அந்த வளையத்திற்குள் தலையை கொடுத்தாள் என நினைத்து கதிகலங்கினார். எதுவும் நடக்காதது போல அன்று பூங்குழலி அமைதியாக உட்கார்ந்து பாடம் எழுதினாள். சாப்பிட்டாள். படுத்து உறங்கினாள். சித்ரா மிரண்டு போயிருந்தார். இரவில் வீட்டுக்கு வந்த ரவிச்சந்திரன் கேள்விப்பட்டு “அப்படியா...

எம்புள்ளல்ல..'' என முதலில் சிரித்தாலும் பின்னர் நெற்றி சுருங்க அமைதியானதையும் சித்ரா கவனித்தார்.

மற்றவர்களிடம் பெரிய மனுஷி போல் நடந்து கொண்டாலும் பூங்குழலி அவள் அப்பாவிடம் மட்டும் சிரித்து, செல்லம் கொஞ்சுவதையும் சித்ரா அறிந்தே இருந்தார். அதுகுறித்து உள்ளூர சந்தோஷமும் இருந்தது. அடுத்த இரண்டு வருடங்களில் அதுவும் பறி போனது.

பூங்குழலிக்கு சடங்கு கழித்த அடுத்த ஞாயிற்றுக்கிழமை அவள் ஆசைப்பட்டாளென்று சந்திரமுகி படம் பார்க்க எல்லோரும் சென்றார்கள். சரியாக அதற்கு அடுத்த நாள் ரவிச்சந்திரன் வேலை பார்க்கும் வங்கிக்கு பைக்கில் சென்ற போது விபத்தில் இறந்து போனார். "ஏயென் ராசா" என சித்ரா படுக்கையில் விழுந்து போர்வையை இழுத்து வாசம் பிடித்து ஓலமிட்டார். பத்தொன்பது ஆண்டுகள் அவரோடு இரண்டறக் கலந்திருந்தவரின் சிதைந்த முகத்தையும் உடலையும் வெள்ளைத்துணியால் போர்த்தி ஒரு உருவமாகக் கட்டி விருதுநகர் ஆஸ்பத்திரியில் இருந்து கொண்டு வந்தார்கள். அப்பாவின் மீது விழுந்து பூங்குழலி கதறிக் கதறி அழுதாள். தாங்க முடியாத அதிர்ச்சியிலும் துயரத்திலும் வதங்கிப் போனார்கள்.

அடுத்து என்ன செய்வதென்று அறியாமல் திகைத்துக் கிடந்தவர்களை சித்ராவின் அப்பா பூசைப்பழம் தங்களோடு ஆறுமுகநேரிக்கு அழைத்துக் கொண்டார். மீண்டும் சித்ராவுக்கு பிறந்த வீடே வாழ்க்கையானது. கலைச்செல்வனும் பூங்குழலியும் இந்த வீட்டில்தான் படித்து வளர்ந்தார்கள்.

உணர்வுகளை சட்டென்று வெளிப்படுத்த மாட்டாள். லேசில் பிடி கொடுக்க மாட்டாள். தன் போக்கில்தான் போவாள். உள்ளுக்குள் என்ன இருக்கிறது என்பதை அறிய முடியாது. பத்மாவதி அவளை "நெஞ்சழுத்தக்காரி", "கல்லுளி மங்கி", "அப்பாவுக்கு புள்ள தப்பாமப் பொறந்திருக்கு" என கோபம் வந்தால் கரித்துக் கொட்டுவார்.

வெளியே நாய்கள் தொடர்ந்து குரைப்பதும், யாரோ ஏதோ பேசுவதும் கேட்டன. கூர்ந்து கவனித்த போது "நாந்தான்

தெரியலயா" என்று சொன்னது மட்டும் தெளிவாகக் கேட்டது. சித்ரா எழுந்து ஜன்னல் பக்கம் போய் போய்ப் பார்த்தார். காம்பவுண்டுக்கு வெளியே முடியெல்லாம் பஞ்சடைஞ்சு, அழுக்குச் சேலையோடு பைத்தியக்காரி போலிருந்த உருவத்தின் முதுகுப் பக்கம் தெரிந்தது. கல்யாணி போல சித்ராவுக்குத் தோன்றியது. இரண்டு நாய்கள் கொஞ்சம் தள்ளி நின்று குரைத்துக் கொண்டே இருந்தன.

"ராசா, நா வந்திருக்கேன்.." என வீட்டுப்பக்கம் முகம் திரும்பியது. கல்யாணியேதான். ஜன்னலிலிருந்து சித்ரா முகத்தை எடுத்துக் கொண்டார். பார்த்தால் எதாவது உளற ஆரம்பித்து விடுவார். பத்மாவதி எழுந்தால் அவ்வளவுதான். விளக்குமாற்றோடு கதவைத் திறந்து பாய்வார். ரவிச்சந்திரனுக்கு அந்த நேரத்திலும் வசவு விழும்.

கட்டிலில் வந்து அமைதியாக படுத்துக் கொண்டார். கொஞ்ச நேரம் கேட்ட நாய்கள் சத்தம் மெல்ல மெல்ல அடங்கியது. சித்ராவுக்கு நினைவுகள் அடங்கவில்லை. வேதக் கோயில் மணி பனிரெண்டு அடித்த பிறகு ஏதோ ஒரு கணத்தில் தூங்கிப் போனார்.

# 2

## 26 பிப்ரவரி, 2016 - வெள்ளி

கேண்டீனில் பூங்குழலியும் டீம் நண்பர்களும் உட்கார்ந்திருக்கிறார்கள். தட்டுகளையும், கிண்ணங்களையும் சுமந்தபடி சர்வர் வருகிறான். அவரவர் ஆர்டர் செய்தபடி எடுத்து வைக்கிறான். அவள் தனக்கு வைக்கப்பட்ட கிண்ணத்தின் மூடியைத் திறந்து பார்க்கிறாள். அவித்த முட்டையின் மஞ்சள் கருக்களாய் இருந்தன.

“என்ன இது!” அருவருப்படைந்து, “இதை நான் கேட்கலையே” என்கிறாள்.

சர்வர் அமைதியாக “இல்லை, மேடம், இதைத்தான் கேட்டீர்கள்.” என்கிறான்.

“நான் சாப்பிட மாட்டேன். பிடிக்காது. வ்வே..” குமட்டுவதாய் அங்கிருந்து எழுகிறாள். கண்டிப்பாய்ச் சாப்பிட வேண்டும் என்கிறார்கள். கிண்ணத்திலிருந்து ஒரு மஞ்சள் கருவை எடுத்து அவள் வாயருகில் நிஷாந்த் கொண்டு வருகிறான். எழுந்து ஓடுகிறாள். அவர்கள் துரத்துகிறார்கள். லிப்ட் அருகே செல்லவும் கதவு திறக்கவும் சரியாக இருக்கிறது. உள்ளே போய் மூடிக் கொள்கிறாள். அவளது டீம் ஹெட் அங்கே இருந்தான். அவன் கையிலும் மஞ்சள் கரு இருக்கிறது. முகத்தை மூடுகிறாள்.

“இதை மறுப்பது உன் கேரியருக்கு நல்லதல்ல.” அருகில் வருகிறான். கூச்சல் போட்டு பூங்குழலி விழித்துக்கொண்டாள். திரையால் மூடப்பட்டிருந்த சிங்கிள் பெர்த்தில் படுத்து பஸ்ஸில் போய்க்கொண்டு இருக்கிறோம் என்னும் பிரக்ஞை வந்தது. கனவுதான் என நிம்மதி அடைந்தாலும், சத்தம் ரொம்ப போட்டு விட்டோமோ என்றிருந்தது.

கனவினைத் திரும்ப ஒருமுறை யோசித்துப் பார்த்தாள். ஆபிஸ் கேண்டினாக தெரிந்தது இப்போது ஹாஸ்டல் டைனிங்

ரூம் போலத் தோன்றியது. மஞ்சள் கரு பிடிக்காது என்பது உண்மைதான். நிஷாந்த் என்று ஒருவன் டீமில் எப்போதும் இருந்ததில்லை. டீம் ஹெட் ஆக இருந்ததும் ஃபாஸ்டஸ் லியோ இல்லை. சந்தானம் போலத் தெரிந்தது. தூக்கத்தில் தெளிவாகத் தெரிந்தவை இப்போது மங்கலாகவும் கோர்வையற்றும் வந்தன. விழித்த கொஞ்ச நேரத்துக்கு மட்டும் இந்த கனவுகள் குறித்த யோசனைகள் இருக்கின்றன. பின் அவையும் மறைந்து விடுகின்றன. எவ்வளவோ கனவுகள் வந்து சென்றிருக்கின்றன. ஒன்றுகூட நினைவில் தங்கவில்லை. யாராவது துரத்துவதாகவும், தான் ஓடுவதாகவுமே கனவுகள் பெரும்பாலும் இருப்பதாக உணர்ந்தாள்.

வெளியே வெளிச்சம் பரவி இருந்தது. எழுந்து சாய்ந்து உட்கார்ந்து , கண்ணாடி ஜன்னல் வழியாக பார்க்க ஆரம்பித்தாள். பாலத்தின் கீழே தாமிரபரணி ஆற்றில் தண்ணீர் கொஞ்சமாய் ஓடிக்கொண்டு இருந்தது. தூக்கம் கலைந்து அசையாமல் அப்படி உட்கார்ந்து இருப்பதும், அலுங்காத அந்த ஏர்பஸ்ஸின் வேகமும் பிடித்திருந்தது. அருகில் இருப்பவைகள் சட்சட்டென தோன்றி மறைந்து கொண்டிருந்தன. தொலைவில் இருப்பவை மெல்ல தொடர்ந்து கொண்டிருந்தன.

தாமரை அடர்ந்த குளத்தின் நடுவில் இருந்த சின்னத் திரடும் அதிலிருந்த ஆலமரமும் நினைவு தெரிந்த நாளில் இருந்து ஆத்தூரைத் தாண்டியதும் கவனம் கொள்ளும் சித்திரமாக இருக்கிறது. இதனைத் தாண்டிச் செல்வதும், பின் வெளியேறுவதுமாய் ஊர் பயணங்கள் இருக்கின்றன. இருபத்து நான்கு வயதில் ஒருமுறை கூட அருகில் சென்று பார்த்ததில்லை. பார்க்க வேண்டும் என்று ஒவ்வொரு முறையும் நினைத்துக் கொள்வாள்.

பத்துப் பதினைந்து நிமிடங்களில் ஆறுமுகநேரி வந்துவிடும். இங்குதான் எப்போதும் வாழ்ந்து கொண்டிருப்பதாகப் பட்டது. சென்னையை இழுத்துப் பிடித்து நினைவுக்கு கொண்டு வரவேண்டும். இரைச்சலும், நெரிசலும் நிறைந்த, சோடியம் வெளிச்சச் சாலைகளில் ஆட்டோவில் தடதடத்து, இந்தப் பையை சுமந்து ஓடிவந்து பஸ்ஸைப் பிடித்து நிம்மதியுடன் தண்ணீர்

குடித்த நேற்றைய இரவின் கணங்கள் இப்போது ஒரு பொருட்டாகவேத் தெரியவில்லை. அடர்ந்த அமைதியும், ஏசியின் பதமும், கம்ப்யூட்டரின் வெளிச்சத் திரைகளுமான ஆபிஸ் எங்கோ போய்விட்டிருந்தது. அரட்டைகளும், படுக்கைகளுமான ஹாஸ்டல் அறைகள் விலகி விட்டன. நேற்றைய நாள் வரையிலான தினசரி வாழ்வு பின்னால் தொலைதூரம் சென்று விட்டிருந்தது. பழகிய ஊரின் வழியெல்லாம் நெருக்கமாகித் தெரிந்தன.

வீட்டில் எல்லோரையும் பார்க்கப் போகிறோம் என்னும் ஆவல் மேலோங்கியது. அண்ணன் கலைச்செல்வன் வருகிறான் என்பது முக்கியமாகப் பட்டது. அண்ணி மெர்சியையும், யாழினியையும் அழைத்து வருவதாகச் சொல்லியிருந்தான். நான்கு வருடங்களுக்குப் பிறகு அண்ணன் இந்த ஊருக்கு வரப் போகிறான். மற்றபடி இன்று இரவு நரேனுடன் நடக்க இருக்கும் நிச்சயதார்த்தம் குறித்து சந்தோஷமோ, படபடப்போ அவளிடம் இல்லை.

கீழ்தளத்தில் ஐந்தும், மேல் தளத்தில் ஐந்துமாக மொத்தம் பத்து அறைகள் கொண்ட பெண்கள் ஹாஸ்டலில் செய்தி தெரிந்து பரவிய கடந்த சில நாட்களில் பூங்குழலியின் அறைக்கு வந்து வாழ்த்தியவர்கள் என்றால் மகேஸ்வரியும், ஜான்ஸியும்தான். "அப்ப சீக்கிரம் ஹாஸ்டலை விட்டுப் போயிருவீங்க." சிரித்தார்கள். வராண்டாவிலோ, டைனிங் ரூமிலோ பார்த்து "கல்யாணமாமே.!", "அதற்குள்ளா?", "லவ்வா?" சின்னச் சின்ன வார்த்தைகளோடும், அர்த்தமுள்ள கண்சிமிட்டல்களோடும் சிலர் கடந்து சென்றார்கள். கல்யாணமாகி ஐந்து மாதத்திற்குள் விவாகரத்து வழக்கு நடந்து கொண்டிருக்கும் அபிநயா வெற்றுப் புன்னகையோடு "ம்.." என பூங்குழலியின் தோளைத் தட்டிச் சென்றாள். சப்பாத்தி கடினமாக இருப்பதைப் பற்றி, தோசை மாவு புளித்துப் போனது பற்றி, ரெஸ்ட் ரூம்களில் இருந்து நாப்கின்களை அகற்றுவது பற்றி, டேங்க்கில் தண்ணீர் இல்லாதது பற்றி கூடி நின்று தீவீரத்துடன் பேசவே நேரமில்லாமல் ஓடிக்கொண்டு இருந்தார்கள்.

இன்னும் இரண்டு மூன்று வருடங்கள் கல்யாணம் தள்ளிப் போகட்டும் என்றுதான் பூங்குழலி ஆசைப்பட்டாள். வேலைக்குச்

சேர்ந்த மூன்றாவது வருடம் இது. அசோஷியேட் ஆகி இருக்கிறாள். மாதம் முப்பத்தாறாயிரம் போலக் கிடைக்கிறது. ஹாஸ்டல், உணவு, போக்குவரத்து, டிரஸ் என செலவுகள் போக மாதம் பதினையாயிரம் சேமிப்பதே பெரும் பாடாய் இருக்கிறது. இன்னும் இரண்டு வருடத்தில் சீனியர் அசோஷியேட்டாகி விடலாம். மாதம் ஐம்பதாயிரத்தைத் தாண்டி சம்பளம் இருக்கும். அதெல்லாம் பற்றி வீடு யோசித்த மாதிரி இல்லை.

ரூம் மேட் ஸ்ரீஜாவுக்கு அவளைத் தெரியும். “ம்.. எவ்வளவு நாள்தான் உன்னாலும் தள்ளிப் போட முடியும்?” கேட்டு அருகில் வந்து “நரேனைப் புரிந்து கொள்ள முயற்சி பண்ணு பேபி” பூங்குழலியின் முடியைக் கோதி விட்டாள்.

“வாவ்...பூங்ஸ்!“ என்று ஆபிஸில் பூங்குழலியைக் கட்டிப் பிடித்து உற்சாகமானாள் சோஃபியா. “அப்ப கேமுக்குள்ள எண்டர் ஆகுற...” சுவாரசியம் காட்டினாள்.

“அப்ப கல்யாணம் பண்ணிக்கலாமா, குழந்தை பெத்துக்கலாமா?” கண்ணடித்தாள் பூங்குழலி.

அவள் என்ன சொல்ல வருகிறாள் என சோஃபியாவுக்கு புரிந்தது. சிரித்தாள். “ஆல் இன் த கேம்” சொல்லி விட்டு அவளது கண்களை சிறிது உற்றுப் பார்த்தாள். செல்லமாய் கன்னங்களை தட்டி விட்டு அங்கிருந்து அகன்றாள்.

இரண்டாவது குழந்தை பிறந்ததையொட்டி லீவில் இருந்த சோஃபியாவைப் பார்க்க வீட்டிற்கு ஒருநாள் சாயங்காலம் பூங்குழலி சென்றிருந்தாள். உற்சாகமாக வரவேற்றாலும் அந்த வீட்டில் ஒரு இறுக்கம் இருந்ததை, பேசிக்கொண்டிருந்த கொஞ்ச நேரத்தில் உணர முடிந்தது. அவளிடம் காட்டிய முகங்களுக்கும், சோஃபியாவும் விக்னேஷும் ஒருவருக்கொருவர் காட்டிக்கொண்ட முகங்களுக்கும் வித்தியாசம் அப்பட்டமாய்த் தெரிந்தது. அழுத சோபை கலையாமல் இருந்த மூத்த பையனைத் தூக்கி வைத்து முதுகில் தட்டிக் கொடுத்துக் கொண்டிருந்தான் விக்னேஷ். பிரபல எம்.என்.சியில் அவனுக்கு வேலை. இருவரும் அவ்வளவு பொருத்தமாய் தோன்றுவார்கள். வேளச்சேரியில் ஒரு வில்லா வாங்கி இருந்தார்கள்.

பெண் குழந்தை வேண்டும் என ஆசைப்பட்டிருந்தார்கள். இரண்டாவதும் ஆண் குழந்தைதான். படுக்கையில் கை கால்களை ஆட்டிக்கொண்டிருந்தது. “துருதுருன்னு இருக்கு” அருகில் சென்று சொல்லி முடிப்பதற்குள், “ஆமா ரொம்பத் துருதுருன்னுதான் இருக்கு” சோஃபியா அங்கலாய்த்துக் கொண்டு காபி கொண்டு வந்தாள்.

“குழந்தை அப்படி இருக்குறது நல்லதுதான்” சூழ்நிலையை இயல்பாக்க முயன்றாள் பூங்குழலி. பெரும் கேவலுடன் சோஃபியா சமையலறைக்குள் விரைந்தாள். அவள் போன திசையை கடுப்புடன் பார்த்துக்கொண்டிருந்தான் விக்னேஷ். என்ன பேசுவது என்று தெரியாமல் பூங்குழலி உட்கார்ந்திருந்தாள். சமையலறைப் பக்கம் செல்ல எழுந்தாள்.

விக்னேஷ் உடைந்து பேச ஆரம்பித்தான். “வேற ஒண்ணும் இல்ல, மூத்தவன் சஞ்சய் கொஞ்ச நேரமா அங்குமிங்கும் ஓடிக்கொண்டு இருந்திருக்கான். அவனோடு மல்லுக்கட்டியிருக்கா அவ. உள்ளே பெட்ல குழந்தை அழ ஆரம்பிச்சிருக்கு. சஞ்சய விட்டுட்டு குழந்தைக்கு பால் கொடுக்கப் போயிருக்கா. ஹாலில் விளையாடிக்கிட்டிருந்தவன் அதுக்குள்ள அந்த நாற்காலில ஏறிக் கீழே விழுந்து கூப்பாடு போட்டிருக்கான். அழுத கைக்குழந்தைய விட்டுட்டு கீழே விழுந்தவனத் தூக்கி சமாதானம் பண்ணியிருக்கா. கரெக்டா அப்பத்தான் நா ஆபிஸ்ல இருந்து வந்தேன். மொத்த எரிச்சலையும் ஏங்கிட்ட காட்டுறா”

“பாவம் அவ என்ன செய்வா. அப்படித்தாம் இருப்பாங்க. நீங்கதான் ஒத்தாசையா இருக்கணும்” என்றாள் பூங்குழலி.

“எம்மேல கோபப்படட்டும். பெறந்த குழந்தை என்ன செய்யும். சனியன் அது இதுன்னு வார்த்தைகளைக் கொட்டுறா.”

“அந்தச் சனியனுக்கு என்ன அர்த்தம் விக்னேஷ். குழந்த மேல வெறுப்புன்னா நினைக்கிறீங்க? அவங்க கஷ்டம், இயலாமையை காட்டுறாங்க. அதுக்குப் போய் அப்படியேவா அர்த்தம் பாப்பீங்க?”

சமையலறைக்குள்ளிருந்து பாய்ந்து வந்த சோஃபியா, “இதுக்குத்தான் நா முன்னமே சொன்னேன், இன்னொரு குழந்த

வேணாம்னு. கேட்டாரா. நாந்தான கஷ்டப்படுறேன்.” பொரிந்தவள் “இந்த ரெண்டையும் வளத்து ஆளாக்குறதுக்குள்ள என்ன பாடுல்லாம் படப்போறேனோ” அழ ஆரம்பித்தாள்.

“இவ மட்டுந்தா உலகத்துல குழந்தையப் பெத்து வளக்குறாளாக்கும். ஊர்ல நாட்டுல யாருமே பெத்துக்கலயா. எங்க அம்மாவுக்கு நாங்க நாலு பேரு. இப்படித்தான் அழுதாங்களா?” விக்னேஷ் இரைந்தான்.

“என்ன விக்னேஷ் இது?” வருத்தப்பட்டாள் பூங்குழலி. “ஒரு குழந்தைன்னா சும்மாயில்ல. அதக் கவனிக்குறதும் சாதாரணம் இல்ல. புரிஞ்சுக்குங்க” வேகமாகவேச் சொன்னாள். ஏதோ சொல்ல வந்தவனை நிறுத்தி, “அப்புறமா பேசலாம். மொதல்ல சோஃபியாவை சமாதானப்படுத்துங்க. தைரியம் கொடுங்க” என்றாள். அமைதியாக இருந்தான் அவன்.

அதற்கு மேல் இருக்க முடியாமல் விடைபெற்ற போது, “பூங்ஸ்! நீ கல்யாணமே பண்ணிக்காத. பண்ணிக்கிட்டாலும் குழந்தயேப் பெத்துக்காத” என்றாள் சோஃபியா.

இப்போது “ஆல் இன் த கேம்” என்கிறாள். அதைச் சொல்லும்போது சோஃபியா சிரித்த மாதிரியும் இருந்தது. எதையோ இழந்த மாதிரியும் தெரிந்தது.

அவளும் அலையரசனும்தான் ஆபிஸில் பூங்குழலியிடம் நல்ல நட்போடு இருந்தார்கள். அவர்கள் வேறு டீமில் இருந்தாலும் நம்பிக்கையோடு பேசுவது அவர்களிடம் மட்டும்தான். ஆபிஸில் மற்றவர்களிடம் திருமணம் குறித்து உடனடியாக எதுவும் சொல்ல வேண்டாம் என அறிவுறுத்தியிருந்தார்கள்.

“டீம்ல உன் மேல் நல்ல ஒபினியன் இருக்கு. போன வாரம் அனுப்பிய அப்ரைசலில் உன்னோட ஹெட் லியோ நல்லா எழுதியிருக்கான்னு சொன்னாங்க. கல்யாணம்னா வேற மாதிரி பாப்பான். கல்யாணத்துக்கு லீவு, அப்புறம் மெட்டர்னிட்டி லீவு எல்லாம் கொடுக்கணும்னு முகத்தைக் காட்டுவான். சீக்கிரமே வீட்டுக்குப் போகணும்னு நினைப்பு வரும்னு எரிச்சலடைவான்.” அலையரசன் அக்கறையோடு சொன்னான்.

“பயப்பட வேண்டாம். மெல்லச் சொல்லிக் கொள்ளலாம். அவங்களால இக்னோர் பண்ண முடியாத லேங்வேஜ் உன்னிடம் இருக்கிறது. இம்ப்ரஸ் செய்யும் ஒரு பர்சனாலிட்டியா இருக்கே. வீட்டிலயிருந்து பார்க்குற மாதிரி வொர்க்கை கேட்டுக்கலாம். இப்ப அனுமதிக்கிறாங்க.” நம்பிக்கை தந்தாள் சோஃபியா.

அலையரசனுக்கும் ஆறுமுகநேரிதான். ஹைஸ்கூலில் பூங்குழலிக்கு இரண்டு வருஷம் சீனியர். அப்போது எல்லாம் பெரிதாய் பழக்கமில்லை. தெரியும். அவ்வளவுதான். டிரெய்னியாக இங்கு சேர்ந்த புதிதில் கொடுக்கப்பட்ட பிராஸஸில் உதவி செய்ய வந்தான். அப்போதுதான் இங்கு வேலை பார்க்கிறான் என்பதே தெரிந்தது. ஊர், ஸ்கூல் குறித்து பேச ஆரம்பித்து நெருக்கமானார்கள். கிண்டல் செய்வான். உரிமையெடுத்து அவனாகவே முன்வந்து உதவிகள் செய்வான். லீவில் ஊருக்கு சேர்ந்தே சென்றிருக்கிறார்கள். வந்திருக்கிறார்கள்.

போன செப்டம்பர் மாதத்தில் வீட்டுக்குப் போயிருந்த போது, அவளுக்குப் பேன் பார்த்துக்கொண்டே, அலையரசனின் வீட்டில் இருந்து வந்து பெண் கேட்டதாகவும், விசாரித்துவிட்டு அவனோடு பிறந்தது நான்கு பேர், பெரிய குடும்பம், அதனால் வேண்டாம் என பாட்டி பத்மாவதி சொல்லிவிட்டதாகவும் சித்ரா சொன்னார். “அப்படியா, ஏங்கிட்ட அலை சொல்லவேயில்லயே.” மொபைலில் பாட்டு கேட்டுக் கொண்டிருந்தாள் பூங்குழலி. தலைமுடிக்குள் சிறிது நேரம் சித்ராவின் விரல்கள் அலையாமல் இருந்தன.

அந்தமுறை சென்னைக்குத் திரும்பிய போது அலையரசன் சகஜமாக பேசவில்லை. பூங்குழலி ஏதாவது சொல்வாள் என எதிர்பார்த்தது போலிருந்தது. அவள் எப்போதும் போல புன்னகையுடன் பழகினாள். எதையும் காட்டிக் கொள்ளவில்லை. தொடர்ந்து சில நாட்கள் அவஸ்தைக்குப் பிறகு அவனும் பழையபடி ஆனான்.

“மேடைல அவனோடு ஒன்னா நிக்கும்போது அர்த்தமில்லாம பேசுவீங்க. சம்பந்தமில்லாம சிரிப்பீங்க. கைக்குட்டைய அப்பப்ப எடுத்து முகத்த துடைப்பீங்க. செம காமெடியா இருக்கும். அது பாக்க முடியலேன்னு வருத்தமாயிருக்கு. இருங்க.

எல்லாத்தையும் சேத்து வச்சு கல்யாணத்துல தாளிக்கிறோம்." என்றான் நேற்று ஆபிஸ் விட்டுப் புறப்படும்போது அலையரசன்.

"போ, சுமார் மூஞ்சி குமாரு" கலாய்த்தாள். நரேனும் தானும் மேடையில் நிற்கும்போது அப்படி என்ன பேசிக்கொள்வோம் என நினைத்துப் பார்த்தாள். ஒன்றும் தோன்றவில்லை.

கல்லூரி முடித்து சென்னையில் ஐ.டி கம்பெனியில் வேலைக்குச் சேர்ந்த நாளிலிருந்து வீட்டில் எல்லோர் புத்தியிலும் அவளது கல்யாணம் அப்பிக் கொண்டது. பூசைப்பழம் ஜவுளிக்கடையில் உட்கார்ந்து ஊர் உலகத்தில் விசாரிக்க ஆரம்பித்தார். தாய் மாமன் முருகேசன் மட்டும் அவ்வளவாய் பட்டும் படாமல் இருந்தார்.

"டிரெய்னியாகத்தான் இருக்கிறேன். இன்னும் இரண்டு வருஷம் கழிச்சுப் பாக்கலாமே." பூங்குழலி சொன்னாள்.

"இப்பமே ஆரம்பிச்சாத்தான் சரியா இருக்கும்" என மாப்பிள்ளை பார்க்க ஆரம்பித்தார்கள். "பொண்ணு ஐ.டி கம்பெனியா?" நல்லா தெரிந்தவர்கள் கூட யோசித்தார்கள். வியாபாரம் செய்து கொண்டிருந்த நட்பு வட்டங்களில், "கல்யாணத்துக்கப்புறம் பொண்ணு வேலைக்கு போவக் கூடாது" என ஆரம்பத்திலேயே சொன்னார்கள். கல்யாணத்திற்கு பின்பும் கண்டிப்பாக வேலை பார்ப்பேன் என பூங்குழலி அழுத்தமாய்ச் சொல்லியிருந்தாள். வேலை பார்க்கும் பையனாக விசாரித்தார்கள். ஜாதகங்களின் நகல்களை கொடுத்துக்கொண்டும், வாங்கிக் கொண்டும், பொருத்தம் பார்த்துக்கொண்டும் இருந்தார்கள். அண்ணன், தம்பி, தங்கைகள் என நிறைந்திருக்கும் பெரிய குடும்பங்களை நிராகரித்து, 'அவள் குணத்துக்கு சரிப்பட்டு வராது. அனுசரித்துப் போக மாட்டாள், ஒருத்தர் ரெண்டு பேராய் இருக்கும் சின்னக் குடும்பம்தான் லாயக்கு' என கணக்குச் சொன்னார்கள். ரவிச்சந்திரன் உயிரோடு இருந்திருந்தால், தங்களுக்கு ஏன் இவ்வளவு சிரமம் என இடையிடையே புலம்பினார்கள். நமது குடும்பத்திற்கும் ஜாதிக்கும் சம்பந்தமில்லாமல் மெர்சியைக் கல்யாணம் செய்து கொண்டான் என கலைச்செல்வனை சபித்தார்கள். அப்படி இப்படி மூன்று வருடங்கள் ஓடிவிட்டன. கடைசியில் நரேன் அமைந்திருக்கிறான்.

பிளஸ் டூ வரை படித்த மெட்ரிகுலேஷன் பள்ளி வந்தது. ஆசையோடும், ஏக்கத்தோடும் பார்த்தாள். அப்பா இறந்த பிறகு, அம்மாவோடு ஊருக்கு வந்து ஒன்பதாம் வகுப்பிலிருந்து படித்த நான்கு வருடங்களும் இங்குதான். இளமையின் ஆரம்பத்து ரகசியங்கள் ஏற்படுத்திய குறுகுறுப்போடும், “உன் படிப்புத்தான் உனக்குத் துணை” என சதா நேரமும் ஒலிக்கும் அப்பாவின் குரலோடும் வாழ்ந்த நாட்கள். வரிசையாய் நின்ற அசோகா மரங்கள், கொஞ்சம் தள்ளி வேப்ப மரங்களுக்கும் சரக்கொன்றை மரங்களுக்கும் நடுவில் விரிந்திருந்த மைதானம், அதற்கு அப்பால் இருந்த கட்டிடம் எல்லாம் நினைவுகளால் நிறைந்திருந்தன. சைக்கிளை நிறுத்தும் இடம், ப்ளஸ் டூவில் அவள் படித்த வகுப்பறையின் ஜன்னல், உட்கார்ந்து சாப்பிடுகிற மரத்தடி, எப்போதும் உதிரப் போக்கு வாடையடிக்கும் கழிப்பறை எல்லாம் பின் சென்று கொண்டு இருந்தன. எந்த இடத்தைப் பார்த்தாலும் அதிலிருந்து காலம் ஊற்றெடுத்துக் கொண்டிருந்தது.

பள்ளியின் கடைசி நாளில் பிரகாஷ் தவிப்போடும், பதற்றத்தோடும் கம்பி வேலிக்கருகில் செல்லும் ஒற்றையடிப் பாதையில் வைத்து ‘ஐ லவ் யூ’ என பெரிதாக எழுதிய காகிதத்தைக் கொடுத்து வேகமாக சைக்கிளில் சென்றுவிட்டான். அவன் தந்த காகிதத்தை படபடப்போடும், ஆசையோடும் எத்தனை முறை வீட்டில் யாருக்கும் தெரியாமல் அவள் படித்திருப்பாள் என்று சொல்ல முடியாது. கண்ணாடியில் தன்னைப் பார்த்து பார்த்து சிலிர்த்துக்கொண்டாள். அதே நேரம் தன்னைக் காட்டிக்கொள்ளக் கூடாது என கவனமாக இருந்தாள். மார்க்ஷீட் வாங்குவதற்கு வந்தபோது அவனைப் பார்த்தாள். எதையோ இழந்தவனைப் போல அவளையேப் பார்த்துக்கொண்டு இருந்தான்.

அவன் கோயம்புத்தூரில் பி.இ படித்துக்கொண்டு இருக்கிறான் என கேள்விப்பட்டாள். நான்காமாண்டு படிக்கிறபோது ப்ளேஸ்மெண்ட் ஆகி, சென்னையில் அவள் வேலைக்குச் சேர்ந்த பிறகு ஒருநாள் ஃபேஸ்புக் மெஸேஜில் வந்து “மேடம் பி.ஜி, ஹவ் ஆர் யூ” கேட்டிருந்தான். சந்தோஷமாக இருந்தது. மீசை, டிரிம் செய்த லேசான தாடியோடு ஆளே மாறியிருந்தான். கண்கள் ஊடுருவிப் பார்த்தன.

அவ்வப்போது சாட் செய்து கொள்வார்கள். படித்து முடித்தும் அவனுக்கு இன்னும் வேலை கிடைக்கவில்லை, சென்னையில் தாம்பரம் அருகே வீடு எடுத்து நான்கைந்து நண்பர்களோடு தங்கியிருக்கிறான், தேவைப்படும் கோர்ஸ்களை படித்துக்கொண்டு வேலை தேடுகிறான் என்பதையெல்லாம் தெரிந்து கொண்டாள். ஒரு சனிக்கிழமை மாலையில் அவளும் ஸ்ரீஜாவும் டி.நகரில் ஷாப்பிங் முடித்து விட்டுத் திரும்பும்போது எதிரே பாதையில் பிரகாஷையும் அவனது இரண்டு நண்பர்களையும் பார்த்தார்கள். ஆச்சரியமடைந்து டீ குடிக்க அழைத்தான். உற்சாகம் பொங்க இருந்தான். அவனது நண்பர்களை கலாய்த்துக்கொண்டு, ஸ்ரீஜாவிடம் கவிதைகளை பரிமாறிக்கொண்டு, அவளிடம் பள்ளியின் ஞாபகங்களை வரவழைத்துக்கொண்டு இருந்தான். இன்னொரு டீ குடிக்க வைத்தான். இரண்டு மணி நேரம் போனது தெரியவில்லை.

விடை பெற்றுக் கிளம்பும் போது, “என்ன இருந்தாலும், படிக்கும்போது பி.ஜியிடம் இருந்த சார்மிங் இப்போ மிஸ்ஸிங். கன்னம் கொஞ்சம் ஒட்டிப் போச்சு” சொல்லி சிரித்தான். இரவில் சாட்டிங்கில் வந்தவன், அன்றைய மாலை மிகுந்த சந்தோஷமாக இருந்தது என்றான். அவளும் ஆமாம் என்றாள். தொடர்ந்து அரட்டையடித்தவன், “அந்தக் காகிதத்தை எப்போது கிழித்துப் போட்டாய்?” என்று கேட்டு இரண்டு ஸ்மைலி போட்டிருந்தான். பதில் சொல்லாமல் அவளும் இரண்டு ஸ்மைலியோடு நிறுத்தி கொண்டாள்.

பிரகாஷின் ஞாபகம் ஏன் இப்போது வருகிறது எனத் தோன்றியது பூங்குழலிக்கு.

# 3

# 26 பிப்ரவரி, 2016 - வெள்ளி

மொபைல் அழைக்கும் சத்தம் குறுக்கிட்டது. ஹேண்ட் பேக்கிலிருந்து எடுத்துப் பார்த்தாள். முருகேசன் மாமா. "எங்க வந்துட்டிருக்கே..." கேட்டார். சொன்னாள். பஸ் நிலையத்தில் காத்திருப்பதாகச் சொல்லி முடித்துக்கொண்டார். வளவளவென்று போனில் அவர் பேசுவதில்லை.

போனில் நுழைந்தாள். ஃபேஸ்புக்கில் சிரித்தபடி ஒரு செல்பியைப் போட்டு 'கிரேட் டே' என கொஞ்ச நேரத்துக்கு முன்பு நரேன் எழுதி இருந்தான். நேற்றிலிருந்து அவனும் பேஸ்புக்கில் அவளது நண்பனாகி இருந்தான். படிப்பு, வேலை தவிர அவனைப் பற்றி தெரிந்து கொள்ள விபரங்கள் எதுவுமில்லை. சென்ற மாதம் அவனுக்கு நான்கைந்து நண்பர்கள் பிறந்தநாள் வாழ்த்து சொல்லியிருந்தார்கள். எட்டு மாதங்களுக்கு முன்பு புது பைக் வாங்கியவுடன் அதில் உட்கார்ந்து ஒரு ஸ்டேட்டஸ் போட்டு இருந்தான். அவ்வளவுதான்.

நேரில் பார்த்ததை விட புரோபைலில் சுமாராகத்தான் இருந்தான். ஊரிலிருந்து தாத்தா, பாட்டி அம்மா எல்லோரும் சென்னை வந்து திருவேற்காடு கோவிலுக்கு அவளை அழைத்துச் சென்றபோது பார்த்திருந்தாள். நரேனும் அவனது அம்மா சந்திராவும் அப்பா மூர்த்தியும் வந்திருந்தார்கள். அவளை விட மூன்று வயது மூத்தவன். தனியாக பேச வேண்டும் என அழைத்து கோவிலில் அமைதியாக இருந்த ஒரு இடத்தில் போய் நின்றான். தமிழ்ச்சினிமா காட்சி போல இருந்தது. சிரிப்பு வந்தது. அடக்கிப் பார்த்தாள். கவனித்து விட்டான்.

"என்ன..?" என்றான்.

அவன் கண்களை உற்றுப் பார்த்து நெற்றியில் சிறு சுருக்கங்கள் விழ புன்னகைத்துக் கொண்டே ஒன்றுமில்லை என்பதாய்

தலையசைத்தாள். அவளது கண்களை அவனால் தொடர்ந்து பார்க்க முடியவில்லை. இலக்கு இல்லாமல் தூரத்தில் பார்த்துவிட்டு, மீண்டும் அவளை நோக்கினான். அதுவும் கூட சினிமா போலவே இருந்தது. என்ன கேட்கப் போகிறான் என்பது தெரிந்தது. அதைக் கேட்டு விடாமல் வேறெதாவது பேச மாட்டானா என்றிருந்தது.

அதையேத்தான் கேட்டான். "என்னைப் பிடிச்சிருக்கா?".

'ஐயோ!' என உள்ளுக்குள் அரற்றிக்கொண்டு பொதுவாய் புன்னகைத்தாள்.

விடவில்லை. "என்னைப் பிடிச்சிருக்கான்னு கேட்டேன்"

"இன்னைக்குத்தான் உங்களைப் பாக்குறேன். உடனேப் பிடிச்சிருக்குன்னு சொல்ல முடியுமா?. போக போகத்தான் பிடிக்குது, பிடிக்கலைன்னு சொல்ல முடியும்?" மனதில் பட்டதை சொன்னாள்.

அவன் எதிர்பார்த்திருக்கவில்லை. "ஆமாம், இல்ல...?" குளறினான். அசட்டுத்தனமாய் புன்னகைத்துக் கொண்டான். அமைதியானான். மார்பின் குறுக்கே கைகளை கட்டிக்கொண்டு அவளும் நின்று பார்த்தாள். அவன் வேறெதுவும் பேசுவதாய்த் தெரியவில்லை.

இயல்புக்கு கொண்டு வரத் தோன்றியது. "நரேன் நமக்குள் ஃபார்மாலிட்டிஸ் தேவையில்லைன்னு நினைக்கிறேன். அட்டேச்மெண்ட் வரணும். அதுக்கு ஒருத்தரை ஒருத்தர் புரிஞ்சுக்கிறது முக்கியம். ஒருத்தர ஒருத்தர் மதிக்கிறது ரொம்ப முக்கியம். நம்ம ரெண்டு பேராலும் முடியும்னு நம்புவோம். ஒ.கேவா?"

"நிச்சயமா..." என்றான். திரும்பவும் சிறிது நேரம் இருவரும் யோசித்துக்கொண்டு இருந்தார்கள். லேசாய் கனைத்துக்கொண்டு அவளைப் பார்த்து "எனக்கு உன்னைப் பிடிச்சிருக்கு" சிரித்தான். காமெடியாய்த்தான் இருந்தது. சிரித்தாள். அப்போது அவனது பார்வை சில கணங்கள் அவளது மார்பில் நிலைத்து நகன்றதை பார்த்தாள். கவனித்து விட்டாள் என்பதை அவனும் உணர்ந்தான்.

ஒரு மாதிரியிருந்திருக்க வேண்டும். "உன்னுடைய விரல்கள் அழகாய் இருக்கு" சம்பந்தமில்லாமல் சொன்னான்.

"அப்படியா! தாங்க்ஸ்.." அதற்கும் சிரித்து வைத்தாள்.

பார்த்துக் கொண்டது, பேசிக்கொண்டது அவ்வளவுதான். மற்றதையெல்லாம் அம்மா, பாட்டி, தாத்தா, நரேனின் அம்மா, அப்பா பேசினார்கள். நிச்சயதார்த்தத்துக்கு நாள் குறித்தார்கள். "என்னம்மா", "வாம்மா" என மூர்த்தி பூங்குழலியைக் கனிவோடு அழைத்துக்கொண்டு இருந்தார். சந்திராவோ அவளது கைகளை அடிக்கடி பற்றிக்கொண்டார். பத்மாவதிக்கும், பூசைப்பழத்துக்கும் அதில் சந்தோஷம். சித்ராவை மனநிறைவோடு பார்த்தார்கள். ஓட்டலில் சாப்பிட்டு விட்டு இரு குடும்பத்தாரும் அவரவர் கார்களில் புறப்பட்டார்கள்.

"மாப்பிள்ளையோட அப்பாவும் அம்மாவும் பெருந்தன்மையானவங்க" என்றார் பூசைப்பழம். கலைச்செல்வனைப் பற்றி தெரிந்திருந்தாலும் அதைப் பெரிதாக எடுத்துக்கொள்ளவில்லை என்றார். பணம் எதுவும் வேண்டாம், ஒங்க பொண்ணுக்கு எவ்வளவு நகை போட முடியுமோ அதை மட்டும் போடுங்கள், நாங்கள் ஒண்ணும் கேட்க மாட்டோம் என மூர்த்தி சொன்னதாகவும், நாங்களும் ஒரு குறையில்லாமச் செய்வோம் என்று பதிலுக்குச் சொன்னதாகவும் பேசிக்கொண்டு வந்தார். நரேன் அவர்களுக்கு ஒரே பையன் என்பதில் பூசைப்பழத்துக்கு பெரும் நிம்மதி. பூங்குழலி அமைதியாக இருந்தாள்.

"ஏண்டி பூவு, உனக்கு மாப்பிள்ளையப் பிடிச்சிருக்கா?" பத்மாவதி கேட்டார். அவள் வெளியே வேடிக்கை பார்த்துக்கொண்டு இருந்தாள்.

"வாயத் தெறந்து பேசவே மாட்டா. மனசுக்குள்ள என்ன இருக்குன்னே தெரியாது" எரிந்து விழுந்தார்.

பேத்தி அப்படி இருப்பது பிடிக்கவில்லையென்றாலும், "ஏம்மா! அவளச் சத்தம் போடுற. சின்னப் புள்ளை. வாயைத் தெறந்து இதையெல்லாம் சொல்லுவாளாக்கும்" பூசைப்பழம் சிரித்துக் கொண்டார்.

ஹாஸ்டலில் இறங்கிக்கொண்டதும், "யம்மா பூவு! ஒங்கப்பா இறந்த பிறகு நம்ம குடும்பத்துல நடக்குற மொத நல்ல காரியம் இது. சித்ராவுக்கு உன்னாலாவது சந்தோஷம் கிடைக்கணும். இப்படியொரு மாப்பிள்ளையும், சம்பந்தியும் கிடைக்க நாம கொடுத்து வச்சிருக்கணும்." என்றார் பூசைப்பழம்.

"தாத்தா! ஒங்க எல்லாருக்கும் பிடிச்சிருந்தா எனக்கும் பிடிக்கும். போதுமா?" சொல்லிக்கொண்டே அம்மாவின் கன்னத்தில் ஜன்னல் வழியே எட்டி முத்தம் கொடுத்தாள். "பாத்துப் போங்க." என்றாள்.

"மேடவாக்கத்திலிருந்து அமுதா சித்தி, சித்தப்பா எல்லோரும் புதன்கிழம புறப்பட்டு வியாழக்கிழமையே வர்றாங்களாம். ரெயிலில் புக் பண்ணிரலாம்னு சொன்னாங்க. நீயும் அவங்கக் கூட வாயேன்" பத்மாவதி சொன்னார்.

"இல்ல பாட்டி. முன்கூட்டி வர்றதுக்கு லீவு கெடைக்குமான்னு தெரியல. எப்படியும் நிச்சயதார்த்தம் அன்னைக்கு வெள்ளிக்கிழமை காலைல வந்துருவேன். சனி ஞாயிறும் அங்க இருப்பேன். ஒகேவா? பை!" கையசைத்தாள். அம்மாவின் கண்கள் தளும்புவதைப் பார்க்க முடியாமல் திரும்பி நடந்தாள்.

அன்று இரவு அம்மாவுக்கு போன் செய்து, "கலை அண்ணனும், மெர்சி அண்ணியும் கண்டிப்பா நிச்சயதார்த்தத்துக்கு வருவாங்க. அதை மட்டும் வேண்டாம்னு சொல்லிராதீங்க" கேட்டுகொண்டாள்.

"நாங்க யாரும் கூப்பிட மாட்டோம், நீ வேண்ணா உன் அண்ணங்கிட்ட சொல்லிக்க." சித்ரா சொன்னார். கலைச்செல்வனையும் அவன் குழந்தையையும் பார்க்க வேண்டும் என்று அம்மாவுக்கும் ஆசை இருப்பது தெரியும். மற்றவர்களிடம் பிடிவாதம் இன்னும் இருந்தது.

அன்றைக்கு நடந்ததையெல்லாம் இப்போதும் மறக்க முடியவில்லை. கலைச்செல்வனை பேசவே விடாமல் கண்டபடி திட்டித் தீர்த்தார்கள். அவனை அடித்து வீட்டை விட்டு வெளியேத் தள்ளினார் முருகேசன். தெருவே வேடிக்கை பார்க்க ஓடிப்போய் மிதித்தார். பத்மாவதி தெரு மண்ணை எடுத்து தூற்றினார். சித்ரா சுவற்றில் முட்டிக்கொண்டு அழுதார். பூங்குழலி மாடிக்குப் போய்

பல்லைக் கடித்துக் கொண்டு ஒரு மூலையில் உட்கார்ந்து கொண்டாள். மாறி மாறி சத்தம் கேட்டுக்கொண்டிருந்தது. எல்லாம் அடங்கி, முழுக்க இருட்டிய பிறகு கீழே வந்தாள். வெளிக்கதவு உள்ளே பூட்டியிருந்தது. கலைச்செல்வன் இல்லை. பூசைப்பழம் கட்டிலில் படுத்து மேலே பார்த்துக்கொண்டு இருந்தார்.

பத்மாவதி அருகில் வந்து, “உனக்கு இனும அண்ணனே கிடையாது.” முகத்துக்கு நேரே விரலை ஆட்டி எச்சரித்தார். சித்ரா சத்தம் போட்டு அழுதார். திரும்பிப் பார்த்து “உன்னை எந்த நேரத்துல பெத்தேனோ.” பாட்டி தன் வயிற்றில் ஓங்கி அடித்துக்கொண்டார். என்ன செய்வது என்று தெரியாமல் அம்மாவின் அருகில் உட்கார்ந்து அப்படியே மடியில் படுத்துக்கொண்டாள் பூங்குழலி.

சில மாதங்களில் மதுரையில் கலைச்செல்வனும் மெர்சியும் தங்கள் வங்கி நண்பர்கள், மெர்சியின் பெற்றொரையும் அருகில் வைத்து பதிவுத் திருமணம் செய்து கொண்டனர். பெரியப்பா உதயச்சந்திரனுக்கு அதன்பிறகுதான் விஷயம் தெரிந்தது. தண்டபெத்திலிருந்து ஆறுமுகநேரிக்குப் போய் சித்ராவைப் பார்த்து, “இவ்வளவு நடந்திருக்கு, எங்ககிட்ட மொதல்லயே சொல்லல. நாங்க தடுத்து நிறுத்தியிருப்போம்ல. ஜாதி கெட்ட பய” ஒரு மூச்சு சத்தம் போட்டிருக்கிறார். அவர்களும் முழுவதுமாய் ஒதுக்கி விட்டார்கள். கல்லூரிக்கு இரண்டு மூன்று தடவை வந்து கலைச்செல்வன் பூங்குழலியைப் பார்த்தான். இரண்டு வருடத்துக்கு முன்பு அவனுக்கு யாழினி பிறந்தபோது அண்ணன் வீட்டிற்கு முதல் தடவையாய் சென்று இரண்டு நாள் இருந்துவிட்டு வந்தாள். மொபைலில் அவ்வப்போது பேசிக்கொள்வார்கள்.

பஸ்ஸின் வேகம் சட்டென்று குறைந்தது. மூச்சு விட்டு நின்றது. எட்டிப் பார்த்தாள். ரெயில்வே கேட் அடைத்திருந்தது. முன்னால் மினரல் வாட்டர் வண்டி நின்றிருந்தது. கூடவே சில பைக்குகளில், சைக்கிள்களில் மனிதர்கள். கேட்டைத் தாண்டினால் ஊர் ஆரம்பித்துவிடும். பள்ளிக்கு செல்லும்போதும் வரும்போதும் எத்தனையோ முறை சைக்கிளில் இங்கு நின்றிருக்கிறாள்.

இடதுபக்கம் தூரத்தில் ஸ்டேஷன் தெரிந்தது. பரவத்தொடங்கிய வெளிச்சம் பட்டு தண்டவாளம் மின்னியபடி நீண்டிருந்தன. அதனை ஒட்டிச் சென்ற மண் பாதையில் மாடுகள் சில மெல்ல அசைந்து சென்று கொண்டிருந்தன. பின்னால் ஒருவர் போய்க்கொண்டு இருந்தார். காக்ரஸ் மரத்தில் மைனாக்களின் சத்தம். ஊர் அந்த இடத்தில் அப்படியே இருந்தது. ஓரத்தில் வரிசையாய் இருந்த கடைகளில் டீக்கடையும் சைக்கிள் கடையும் வாசல் தெளிக்கப்பட்டு திறந்திருந்தன. தங்கமணி அண்ணன் எம்பி எம்பி காற்று அடைத்துக்கொண்டு இருந்தார். பார்த்ததும் சிரிப்பை அடக்க முடியவில்லை.

ஹாஸ்டலில் தன் படுக்கையில் கவிழ்ந்து படுத்து லேப்டாப் பார்த்துக்கொண்டிருந்த ஸ்ரீஜா, “பேபி! தூங்கிட்டியா. இங்க வாயேன்... எவ்வளவு நேரமா இவன் காத்தடிச்சுக்கிட்டு இருக்கான் பாரு. எனக்கே மூச்சு முட்டுது” என்றது நினைவுக்கு வந்தது.

“ச்சீ! போடி. பேசாமப் படு” சிரித்தபடி போர்வையை மூடிக்கொண்டு திரும்பிப் படுத்தாள் அவள். ஸ்ரீஜா “குட்நைட்” சொன்னாள். ஃபேன் சத்தம் மட்டும் கேட்க அமைதியானது. சிகரெட் வாசம் வந்தது. திரும்பிப் பார்த்தாள். ஜன்னல் திரையை விலக்கி வைத்து வெளியே பார்த்தபடி நின்றிருந்தாள் ஸ்ரீஜா.

தட தடவென யாவும் அதிர குட்ஸ் வண்டி பெட்டி பெட்டியாய் எதிரே மறித்து ஓடியது. இரண்டு பக்கமும் இருந்த மரங்கள் தலைவிரி கோலமாய் வெட்டிக் குலுங்கின. கடைசிப் பெட்டியில் இருந்து தலை எட்டிப் பார்த்து அழுக்கான வெள்ளை உடையில் கார்டு ஒருவர் பச்சைக்கொடி காட்டிக்கொண்டு இருந்தார். சடக் சடக்கென்று மெல்ல மெல்ல அதிர்வு குறைய கார்டு சிறு புள்ளியாகிக்கொண்டு இருந்தார்.

மரங்கள் தத்தம் இயல்பு நிலைக்கு வர, பஸ் புறப்பட்டது. மீண்டும் ஸ்ரீஜா நினைவுக்கு வந்தாள். ஊரில் அவள் வீடு ரெயில்வே லைனுக்கு பக்கத்தில் இருக்கிறதாம். இரவில் இதுபோன்று குட்ஸ் வண்டி போகும்போது பார்த்திருக்கிறாளாம். கடைசி பெட்டியில் மங்கலான வெளிச்சத்தில் கார்டு தனியே

உட்கார்ந்திருப்பாராம். மனித சஞ்சாரமற்ற வெளிகளில், தனிமையில் அந்த கார்டின் பயணம் எப்படி இருக்கும் என கேட்டாள். தனியாகவோ அல்லது அதுபோன்ற மனிதரோடோ ஒரு இரவில் பயணம் செய்து பார்க்க வேண்டும் என்றாள்.

ஹாஸ்டலில் மற்ற ரூம்களில் தங்கி இருப்பவர்களுக்குள் 'தூங்க விடாம லைட் போட்டு டிஸ்டர்ப் செய்றா', 'பிரா அடிக்கடி காணாமப் போகுது', 'எம் பாடி ஸ்ப்ரேவ கேக்காம யூஸ் பண்றா', 'பாத்ரூமுக்குள்ள போனாலே குமட்டுது', 'எப்பவும் சத்தமா போன் பேசிட்டு இருக்கா' என ஆயிரம் புகார்கள் இருக்கும். பஞ்சாயத்துகளும் நடக்கும். பூங்குழலிக்கும், ஸ்ரீஜாவுக்கும் இடையே அப்படியெல்லாம் வந்ததில்லை.

ஸ்ரீஜா அபூர்வமான பெண். பி.பி.ஓ ஆபிஸொன்றில் பணிபுரிகிறாள். நிறைய புத்தகங்கள் படிப்பாள். கவிதை எழுதுவாள். புரிவதற்கே கஷ்டமாயிருக்கும். எப்போதும் கிண்டலும் கேலியும் அள்ளிக்கொண்டே இருக்கும். எளிதில் நெருங்க முடியாத கண்ணியமும் ஒரு கம்பீரமும் காட்டுவாள். ஒரு வேலையில் ஈடுபட்டுவிட்டால், எந்தக் கவனமும் சிதறாமல் பைத்தியம் போல மூழ்கி விடுவாள். ஆண்களின் சொல்லிலும் செயலிலும் வெளிப்படாத அர்த்தங்கள் அவளுக்கு பிடிபட்டுவிடும்.

அப்படிப்பட்டவள் மகேஷோடு எப்படி பழகுகிறாள் என்பதுதான் புரியாத விஷயம். குழந்தைத்தனமும், எப்போதும் முகத்தில் புன்னகையும் கொண்டவன் மகேஷ். அவளோடு வேலை பார்க்கிறான். புத்தகம் வாசிப்பதாய் தெரியவில்லை. கவிதை குறித்து எதுவும் தெரியாது. ஸ்ரீஜாவோடு ஒட்டிக்கொண்டே இருப்பான். அவர்களோடு சில சமயங்களில் பூங்குழலியும் வெளியே சென்றிருக்கிறாள். இவர்கள் இருவரும்தான் பேசிக்கொண்டிருப்பார்கள். அவன் அவ்வப்போது லேசாய் சிரித்துக் கொள்வான். பெரும்பாலும் அமைதியாகவே இருப்பான். இருவரும் தனியாக பேசிக்கொள்ள என்ன இருக்கிறது என்று தெரியவில்லை.

ஹாரன் சத்தம் தொடர்ந்து கேட்கவும் கலைந்து, பஸ் பஜாருக்குள் சென்று கொண்டிருப்பதை உணர்ந்தாள். தியேட்டர் இருக்கும் இடம் தெரியாமல் பழையதாகி இருந்தது. துணிக்கடை,

பேக்கரி, பழக்கடை என வரிசையாக வரவும் பையைத் தூக்கிக் கொண்டு முன்னால் வந்தாள். முருகேசன் நின்றிருப்பதை பார்த்தாள். பஸ் அவரைத் தாண்டி நிற்க, கூடவே நடந்து வந்து, அவள் இறங்கவும் "வாம்மா புதுப்பொண்ணு!" என சிரித்துக்கொண்டே பையை வாங்கினார்.

"எப்படியிருக்கீங்க மாமா?" செல்லம் கொஞ்சியவாறு கேட்டாள்.

"எனக்கென்ன... நல்லாயிருக்கேன்." சொல்லி வண்டியின் ஸ்டாண்டை எடுத்து, உட்கார்ந்து கொண்டு பையை முன்னால் வைத்து, " ஏறிக்க" என்றார்.

ஒவ்வொருமுறை வரும்போதும் பஜாரில் ஒன்றிரண்டு கடைகள் புதுசாய் மாறி விடுகின்றன. ஜெயராம் மெடிக்கல் ஷாப்பில், வயதான மனிதர் ஒருவர் தந்த மருந்துச் சீட்டை கடைக்குள்ளிருந்து சரோஜா வாங்கிக் கொண்டிருந்தாள். பாட்டி வீட்டில் வேலை பார்க்கும் பேச்சியக்காவின் மகள். போன வருடம் ப்ளஸ்டூ எழுதி இருந்தாள். அதையடுத்து ஜெராக்ஸோடு இருந்த எஸ்.டி.டி பூத்த ஸ்டேஷனரி கடையாகி இருந்தது. அதிலும் இரண்டு பெண்கள் இருந்தார்கள். மிஞ்சிப் போனால் அவர்களுக்கு சம்பளமாக அறுநூறோ எழுநூறோ இருக்கலாம்.

தெருக்கள் குறுகலாகவும், வீடுகள் சிறியதாகவும் தென்பட்டன. ஆடுகள் அவை பாட்டுக்கு தெரு நடுவே உட்கார்ந்திருந்தன. குடம் தூக்கி நடந்து கொண்டிருந்தனர் பெண்கள். வேதக்கோயில் திரும்பும்போது மைதானத்தில் இரண்டு மூன்று சிறுவர்கள் அந்த நேரத்திலும் பட்டம் விட்டுக்கொண்டு இருந்தனர்.

ஆவுடையம்மாள் பெட்டிக்கடை முன்னே கலைந்த வெள்ளை முடியோடு, நாள் பட்ட புடவையணிந்து பைத்தியக்காரி போல ஒருத்தி கீழே உட்கார்ந்திருந்தாள். அருகில் செல்லும்போது கல்யாணி போல தெரிந்தது. அவரும் பூங்குழலியை உற்றுப் பார்த்தார். கல்யாணிதான். ஊளையிட்ட மாதிரி முனகி எழுந்தார். அந்தத் தெரு திரும்பும் வரை அங்கேயே நின்று பார்த்துக்கொண்டு இருந்தார். பாவமாய் இருந்தது. இந்த ஊருக்கு எப்படி வந்தார் என ஆச்சரியமாய் இருந்தது.

வீட்டு வாசலில் சின்னதாய் பந்தல் தெரிந்தது. அருகே சென்று ஹாரன் அடித்து பைக் நிற்கவும், மாமாவின் மூத்த மகள் அபூர்வா, அத்தை, அமுதா சித்தி, பாட்டி, எல்லோரும் வாசலில் குவிந்து விட்டனர். “என் ராசாத்தி” என பத்மாவதி வந்து அணைத்து உச்சி முகர்ந்தார்.

மொபைலில் பேசிக் கொண்டிருந்த சித்ரா முகமெல்லாம் மலர்ந்தவாறே, “சரியா இப்பத்தான் உங்க மருமக வீட்டுக்குள்ள வர்றா..” என சிரித்தார். ”சரிங்க... சரிங்க....” என்று பேசியவாறே, “பூவு! நரேனோட அம்மா.... பேசணுமாம்..” என போனை அவளை நோக்கி நீட்டினார்.

“அம்மா இப்பத்தான் வந்திருக்கேன். அப்புறமா பேசிக்கலாம். மொதல்ல உன்னோட பொண்ண நீ கொஞ்சு...” என்று போனை வாங்கி தொடர்பை துண்டித்து, அம்மாவைக் கட்டிப் பிடித்து முத்தம் கொடுத்தாள் பூங்குழலி.

# 4

# 7 மார்ச், 2016 - திங்கள்

மூர்த்தி பள்ளிக்குச் சென்று விட்டார். வீடு அமைதியாய் இருந்தது. நேற்றிரவு அவர் கொண்டு வந்த நிச்சயதார்த்த ஆல்பத்தைத் திரும்பவும் பார்த்துக்கொண்டு இருந்தார் சந்திரா. "கொஞ்சிப் பேசிட வேணாம் உன் கண்ணே பேசுதடி" தன்னையுமறியாமல் லேசாய் முணுமுணுத்துக் கொண்டிருந்தார். மாநிறம் என்றாலும் நரேன் முகத்தில் தனிக்களை தெரிந்தது. அவனும் பூங்குழலியும் வெட வெடவென இருந்தார்கள். கொஞ்சம் பூசினாற்போல் இருந்தால் எடுப்பாக இருக்கும் எனத் தோன்றியது. கல்யாணத்துக்குப் பிறகு ஒரு சுற்று எப்படியும் பருத்து விடுவார்கள். தானும் கல்யாணத்தின்போது இதைவிட ஒல்லியாக இருந்தவள்தானே என நினைத்துக்கொண்டார்.

ஆரம்பத்தில் மூர்த்தி "ஒல்லிப் பாச்சான்", "ஒல்லிப் பாச்சான்" என்றுதான் சந்திராவை அழைத்துக் கொண்டிருந்தார். முதல் இரண்டு நாட்கள் அதைச் செல்லமென நினைத்து ரசித்தாலும், தொடர்ந்து எல்லோர் முன்னாலும் அப்படி சொல்ல ஆரம்பித்தது பிடிக்காமல் போனது. இது என்ன 'ஒல்லிப் பாச்சான்' என வெறுப்பு வந்தது. ஒருபோதும் மூர்த்தியிடம் சொன்னது இல்லை. முகத்தைக்கூட காட்டியதில்லை. அம்மாவிடம் வருத்தப்பட்ட போது, "அப்படித்தான் இருப்பாங்க. அமைதியா இரு" என தேற்றினார். வாழ்க்கை முழுவதும் பெரும் அமைதியாக இருந்தவர் அவர்.

பூங்குழலியோ நிச்சயதார்த்தம் அன்றைக்கு வாங்கிக்கொண்டு போன மோதிரத்தை பார்த்துவிட்டு, "ஓ.கேதான் ஆன்ட்டி. இன்னும் கொஞ்சம் வேற பேட்டர்ன்ல பாத்திருக்கலாம்" சட்டென பேசியது முகத்தில் அடித்தது போலிருந்தது. மூர்த்திக்கும் ஒருமாதிரியாகி விட்டது. பெரிதாய் எடுத்துக் கொள்ளவில்லை. கலகலவென அப்போது எல்லோரிடமும் சந்தோஷம் நிரம்பி இருந்தது. இந்த ஒரு வாரம் முழுக்க அதுவே நினைப்பானது..

எதிர்பார்த்ததை விட நிச்சயதார்த்தம் தடபுடலாக இருந்தது. மண்டபம் பிடித்து ஒரு கல்யாணம் போல பூங்குழலியின் தாத்தா பூசைப்பழம் ஏற்பாடு செய்திருந்தார். நரேனோடு இங்கிருந்து சந்திரா, மூர்த்தியின் நெருங்கிய உறவினர்களும், நண்பர்களும், பக்கத்து வீட்டுக்காரர்கள் என இரண்டு வேனில் மொத்தம் நாற்பது பேர் போல சென்றிருந்தார்கள். அங்கேயோ மொத்த ஊரையேக் கூட்டி வைத்திருந்தார்கள். அப்படி ஒரு மரியாதையோடு முருகேசன் கவனித்தார்.

பூங்குழலியின் அப்பாவுக்கு அப்பாவான சபாபதி தாம்பூலம் மாற்றும் போது மேடையேறி குடும்பத்தின் தலைவராக வீற்றிருந்தார். எல்லோரையும் சந்திராவுக்கும், மூர்த்திக்கும் பூசைப்பழம் அறிமுகம் செய்து வைத்தார். “எங்க பொண்ணு. நல்லா வச்சுக்குங்க” என்று மட்டும் சபாபதி சொன்னார். அவரது சாயல் அப்படியே பூங்குழலியிடம் இருந்தது.

பூங்குழலியின் அண்ணன் கலைச்செல்வன், அவன் மனைவி மெர்சி, மகள் யாழினியோடு நேரே மண்டபத்துக்கு வந்திருந்தான். நரேனோடு ஆசையாகப் பேசிக்கொண்டு இருந்தான். பூங்குழலியைத் தவிர சொந்தக்காரர்கள் யாருமே கலைச்செல்வனிடம் முகம் கொடுத்து பேசவில்லை என்பதையும் கவனித்தார்..

மயில் கழுத்து நிறத்தில் நிச்சயதார்த்தப் புடவை பிரமாதமாக இருந்தது. நரேன் கோட் சூட் போட்டிருந்தால் இன்னும் நல்லாயிருந்திருக்கும். ஏன் அது தோன்றாமல் போய்விட்டது என சந்திரா வருத்தப்பட்டாள். பூங்குழலியின் கைகளில் மோதிரம் அணியும் காட்சி ஜம்மென்று வந்திருந்தது. இருவரும் அழகாக சிரித்துக் கொண்டிருந்தார்கள். மொபைலில் அதைப் படம் பிடித்து வாட்ஸ் அப்பில் நரேனுக்கும், பூங்குழலிக்கும் ‘சூப்பர்’ என அனுப்பினாள்.

தலைவிரி கோலமாய் இருந்த கல்யாணி உள்ளே நுழைந்ததைத் தவிர எல்லாம் நன்றாக நடந்தது. வந்தவர்கள் மேடையேறி மணமக்களோடு நின்று போட்டோ எடுத்துக் கொண்டிருந்தனர். அப்படியொரு நிலையில் வந்தவரைக் கவனித்து, யாரிது என

யோசிப்பதற்குள் மேடையருகே நெருங்கிவிட்டிருந்தார். ஒரே சலசலப்பாகி விட்டது. முருகேசன் விறுவிறுவென சென்று கடுங்கோபத்துடனும் அருவருப்புடனும் "ச்சீ.... போ வெளியே" சத்தம் போட்டார். அந்தப் பெண் ஏதோ முனகிக்கொண்டு திரும்பவும் மேடை நோக்கியே வந்தார். கோபத்துடன் அவரைப் பிடித்து முருகேசன் இழுக்கவும் தடுமாறி கீழே விழுந்தார். "ஏ... யென் ராசா...!" தரையில் அடித்து கதறி அழ ஆரம்பித்தார். கலைச்செல்வன்தான் ஓடிப்போய், தூக்கி கைத்தாங்கலாக வெளியே அழைத்துச் சென்றான்.

பூசைப்பழம் முதற்கொண்டு அனைவரும் வெலவெலத்துப் போயிருந்தனர். கல்யாணி போன திசையில் வெறித்துப் பார்த்துக்கொண்டிருந்தார் சபாபதி. நின்று கொண்டிருந்த பூங்குழலி மேடையிலிருந்த நாற்காலியில் உட்கார்ந்து கொண்டாள். சித்ரா அந்த இடத்தை விட்டு அகன்று மணமகள் அறைக்குள் நுழைந்து கொண்டார். சந்திராவும் மூர்த்தியும் ஒன்றும் புரியாமல் விழித்துக் கொண்டிருந்தார்கள். முருகேசன் திரும்ப வந்து எல்லோரையும் பந்திக்கு சாப்பிட அழைத்து அந்த இடத்தின் மனநிலையை சரியாக்கினார்.

கொஞ்ச நேரம் கழித்து சித்ராவிடம் மெல்ல கேட்டபோது, "அது கெடக்கு பைத்தியம்." என்று மட்டும் சொல்லி நிறுத்திக் கொண்டார். பூங்குழலியோ, "எங்க அப்பாவைக் காதலிச்சிருக்காங்க. பேரு கல்யாணி. இன்னும் அவங்க நெனைப்பாகவே இருக்காங்க. கல்யாணமே பண்ணிக்கல." நரேனிடம் சொல்லியிருக்கிறாள்.

'டொக்...டொக்' வாட்ஸ்-அப்பில் மெசெஜ் வரும் சத்தம் கேட்டது. எடுத்துப் பார்த்தாள். "வித் ஆல் யுவர் பிளஸ்ஸிங்ஸ் அன்ட் விஷ்ஷஸ்" நரேன் அனுப்பியிருந்தான். சந்தோஷமாய் இருந்தது. அவன் எது செய்தாலும் அழகாக இருக்கும். சொந்த பந்தங்களில், நரேனுக்கு அவன் அம்மா மீது இருக்கும் அன்பு விசேஷமாகப் பேசப்படக்கூடியதாயிருந்தது.

அவனுக்கு ஒன்றரை வயது நடக்கும்போது ஒருநாள் சந்திரா தனது அக்காவின் மகனை ஆசையோடு தூக்கி வைத்திருந்தார்.

விளையாடிக்கொண்டிருந்த நரேன் அருகில் வந்து தேம்பித் தேம்பி அழுதான். முதலில் எதற்கு என்று தெரியவில்லை. அந்தப் பையனை இடுப்பில் இருந்து இறக்கிவிட்டு நரேனைத் தூக்கியதும் அழுகையை நிறுத்தினான். தன்னைத் தூக்குவதற்குத்தான் அழுதிருக்கிறான் என நினைத்துக் கொண்டார்கள். திரும்பவும் ஒருமுறை அது போல அக்காவின் மகனைத் தூக்கியதும், ஓடி அருகில் வந்து நரேன் அதேபோல் துடித்து அழுதான். தன்னைத் தவிர வேறு யாரையும் அம்மா தூக்கினால் பிடிக்காமல் அழுகிறான் என்பது அப்போதுதான் தெரிந்தது. மூர்த்தியின் அப்பா நடராஜன் அதை இப்போதும் ஒரு கதை போலச் சொல்வார்.

சரியாக அந்த சமயத்தில் சந்திரா திரும்பவும் உண்டாகியிருந்தார். இன்னொரு குழந்தை அப்போது வேண்டாம் என முடிவெடுத்தார். மூர்த்தி எவ்வளவோ சொல்லியும், “இல்லைங்க, நரேன் இன்னும் கொஞ்சம் வளரட்டும். பார்த்துக் கொள்வோம்” என மறுத்து கருவைக் கலைத்துக் கொண்டார். மொத்தக் குடும்பத்திற்கும் அதில் வருத்தம் இருந்தது. சந்திராவின் அம்மா ஆஸ்பத்திரி வந்து வாய்விட்டு அழுதார்.

பிறகு சந்திரா உண்டாகவேயில்லை. மூர்த்தி சில சமயங்களில் சொல்லிக் காட்டியிருக்கிறார். வேதனையில் உள்ளுக்குள் துடித்தாலும், “பரவாயில்ல. எல்லாம் நரேனுக்காகத்தானே. அவன் போதும் எனக்கு.” சமாளித்துக் கொள்வார். நரேனைப் பார்த்து எல்லாம் மறந்து முகம் மலர்வார். ஒருபோதும் அவன் ஏங்கிப் போய்விடக் கூடாது என பார்த்துப் பார்த்து கவனிப்பார். வெளியே சென்று விட்டால் வீடு திரும்பும் வரை அவன் நினைப்போடுதான் காத்திருப்பார்.

“ரொம்ப செல்லம் கொடுக்குற. கவலப்படுற. சரியில்ல. பாத்துக்க.” மூர்த்தி எச்சரித்திருக்கிறார். அது பற்றி எல்லாம் கவலைப்பட்ட மாதிரியேத் தெரியாது. அவன் பத்தாவது வகுப்பில் நல்ல மார்க் எடுத்து பாஸ் பண்ணிய போது மூர்த்தியிடம், “இவனுக்குன்னு ஒருத்தி பிறந்திருப்பாதானே. அவ இப்போ எந்த கிளாஸ் பாஸ் பண்ணியிருப்பா” கேட்டார் சந்திரா.

“உனக்கென்ன பைத்தியமா. உன் கற்பனைய உன்னோட வச்சுக்க” மூர்த்தி எரிந்து விழுந்தார். சந்திரா சிரித்துக் கொண்டார்.

ஏப்ரல் 11 அன்று கல்யாணம் என்று தேதி முடிவு செய்து கிளம்பும்போது பூங்குழலி அருகில் சென்று, “எம் பையனுக்கு ஒரு தேவதையை கற்பனை செஞ்சு வச்சிருந்தேன். அந்த தேவதைக்கு இன்னிக்கு நீ முகம் கொடுத்துட்ட..” கையைப் பிடித்து நெகிழ்ந்தார்.

ஆச்சரியத்துடன் கண்களை விரித்து, “ஸோ நைஸ் ஆன்ட்டி” சிரித்தாள் பூங்குழலி.

“எம்மருமகா எவ்வளவு அழகாச் சிரிக்கிறா” சந்தோஷமடைந்து, பூங்குழலியைக் கட்டிப்பிடித்து முத்தம் கொடுத்தார். அவளது மொபைல் நம்பரை வாங்கிக் கொண்டார்.

தான் அனுப்பிய படத்துக்கு வாட்ஸ்-அப்பில் எந்தப் பதிலும் அவளிடமிருந்து இன்னும் வரவில்லை என்றிருந்தது. ஆபிஸில் வேலை அதிகமோ என்னவோ என மொபைலை எடுத்துப் பார்த்தார். அந்தப் படம் பார்க்கப்பட்டு விட்டது என்பதை நீலக்கலரில் இரண்டு ‘டிக்’ காட்டியது. மரியாதைக்காவது ஒரு மெஸேஜ் அனுப்பியிருக்கலாமே எனத் தோன்றியது.

போன் நம்பரை வாங்கி வந்த பிறகு, அடுத்தநாள் அவர்தான் பூங்குழலியை அழைத்து நிச்சயதார்த்தம் குறித்து சந்தோஷமாக பகிர்ந்து கொண்டார். ஞாயிற்றுக்கிழமை போன் செய்து, “எப்போது சென்னை செல்கிறாய், எப்படிச் செல்கிறாய்” கேட்டுக் கொண்டார். மூர்த்தியிடமும், நரேனிடமும் மொபைலைக் கொடுத்து பேசச் சொன்னார். சென்னை சென்ற பிறகு போன் செய்து “பயணம் எப்படியிருந்தது” விசாரித்துக் கொண்டார். அன்றிரவு வாட்ஸ்-அப்பில் ‘குட்நைட்’ சொன்னார். பூங்குழலியும் பதிலுக்கு, ‘குட்நைட் ஆன்ட்டி’ சொல்லியிருந்தாள். ஒருதடவை கூட அவளாக அழைத்துப் பேசியதில்லை. நிச்சயதார்த்தம் அன்றைக்கு காலையிலும் அப்படித்தான். பூங்குழலி சென்னையிலிருந்து வந்துவிட்டதை அப்போது பேசிக்கொண்டிருந்த சித்ரா சொன்னதும், “அவக்கிட்ட கொடுங்க” என்று ஆசையோடு சொன்னார். போனை வாங்கி பூங்குழலி தொடர்பை துண்டித்து விட்டாள்.

கல்யாணம், தனக்கு வரப்போகிறவன், அவர்களது குடும்பம் பற்றியெல்லாம் எதாவது யோசிப்பாளா இந்தப் பெண் பூங்குழலி

என கவலைப்பட்டார். மூர்த்தியின் பாஸ்போர்ட் சைஸ் போட்டோவை பார்த்துக்கொண்டு சந்திரா எவ்வளவோ கனவுகள் கண்டிருந்தார். நடிகர் மோகன் போல மூர்த்தி இருப்பதாக நினைத்து உருகியிருக்கிறார். 'சாலையோரம் சோலையொன்று ஆடும், சங்கீதம் பாடும்' பாடல் எங்காவது கேட்டுவிட்டால் போதும். சிலிர்த்துப் போவார். தூங்கும்போது, குளிக்கும்போது, வீட்டுக்குப் பின்னால் மாமர நிழலில் நிற்கும் போது, அடுப்பு முன்னால் உட்கார்ந்திருக்கும் போது, அவித்த நெல்லின் வாசம் பிடித்தபடி அதை பனம்பாயில் போட்டு வெயிலில் காய வைக்கும் போது மூர்த்தியின் ஞாபகங்களே அசைந்தாடிக்கொண்டு இருக்கும். சொந்த பந்தங்களும், தெரிந்தவர்களும், தோழிகளும் ஊரில் சும்மாவா இருந்தார்கள். எங்கே போனாலும், நின்றாலும், "புதுப்பொண்ணு" என்று வாஞ்சையோடு அழைக்க, வெட்கம் அப்பிக்கொள்ள மயங்கித் திரிந்தார்.

"ஏ... சந்திரா! மாப்பிள்ளையோட அப்பா அவங்க வீட்ல அடித்த பத்திரிகையை கொண்டு வந்திருக்காங்க." அம்மா அழைத்ததும் தோட்டத்து கிணற்றடியில் உட்கார்ந்து புத்தகம் படித்துக் கொண்டிருந்தவள் அவசரமாய் எழுந்து ஓடிவந்து உரலில் இடித்துக் கொண்டார். முட்டியில் கடுமையாய் வலி எடுத்தாலும் காட்டிக் கொள்ளாமல் மெதுவாய் வாசலருகே வந்து, "வாங்க மாமா!" என சிரித்துக் கொண்டே கும்பிட்டார். மூர்த்தியோடு சம்பந்தப்பட்டவர்களை பார்ப்பதிலும், பழகுவதிலுமே பொங்கிப் போனாள். அந்த கல்யாணப் பத்திரிகையை எடுத்து வைத்துக்கொண்டு தன் பெயரையும், மூர்த்தியின் பேரையும் சேர்த்துப் பார்த்ததில், படித்ததில் எவ்வளவு சந்தோஷம் இருந்தது. அப்படிப்பட்ட உணர்வுகள் எதுவும் இல்லாமல் பூங்குழலி இருக்கிறாளே என்று தவித்தார்.

சித்ராவும், பத்மாவதி அம்மாளும் இந்த ஒரு வாரத்தில் அவர்களாகவே பல தடவை பேசிவிட்டார்கள். ஜவுளி எடுக்க சென்னைக்குப் போகலாம் என்றும், ஒரு சனிக்கிழமை புறப்பட்டு, ஞாயிற்றுக்கிழமை நரேனையும், பூங்குழலியையும் அழைத்துக் கொள்ளலாம் என்றும் சொன்னார்கள். நல்ல யோசனையாய் இருந்தது. இருவரும் சேர்ந்து வாழ சென்னையில் வீடு பார்க்க

வேண்டியிருந்தது. இந்த மாதத்தில் இருபத்து நான்கு, அடுத்த மாதத்தில் பத்து, ஆக மொத்தம் இன்னும் முப்பத்தைந்து நாட்கள்தான் கல்யாணத்துக்கு இருக்கின்றன. பத்திரிகை இன்னும் ஓரிரு நாட்களில் வந்தவிடும். கொடுக்க ஆரம்பிக்க வேண்டும். கல்யாணத்துக்கு பத்து நாட்கள் முன்பிருந்துதான் லீவு கிடைக்கும் என மூர்த்தி சொல்லிவிட்டார். அதற்கு முன்பு கொடுக்க வேண்டிய இடங்களுக்கு சந்திராதான் போக வேண்டும்.

ஹாலில் டிவி அலற ஆரம்பித்தது. மணி பதினொன்றரை. மூர்த்தியின் அப்பா நடராஜன் ஹாலில் வந்து உட்கார்ந்து வரிசையாக சீரியல்களை ஒன்றரை மணி வரைக்கும் பார்ப்பார். ஐந்து வருடங்களுக்கு முன்பு ஊரில் மூர்த்தியின் அம்மா இறந்த பிறகு தனியாய் இருந்தவரை தங்களோடு இந்த வீட்டிற்கு அழைத்துக் கொண்டார்கள். சர்க்கரை நோயாளியான நடராஜனுக்கு எல்லாம் காலம் தவறாமல் நடக்க வேண்டும். அவரோடு சேர்ந்து சந்திராவும் இடையிடையே சீரியல்களை பார்ப்பது வழக்கமாகிவிட்டது. தெருவுக்கே கேட்கும்படி சத்தம் வைத்து கேட்பதுதான் பிடிக்காது. மூர்த்தியிடம் எத்தனையோ தடவை சொல்லிப் பார்த்து விட்டார்.

“விடும்மா... வயசானவரு. என்ன செய்ய?” மூர்த்தி சமாளித்தார். ஹியரிங் எய்டு மாட்டி விடலாம் என ஒரு நல்ல செய்தியை சொல்லவும் செய்தார். இன்று வரை நிறைவேற்றவில்லை.

“தாத்தாவை ஒருதடவை சென்னைக்கு கூட்டிட்டு வாம்மா. செக் அப் செய்து ஹியரிங் எய்டு மாட்டிரலாம்” நிச்சயதார்த்தத்தின் போது வந்த நரேன் சொல்லியிருந்தான். பேரனுக்கு தன் மீது எவ்வளவு பாசம் என்று நடராஜன் பெருமை கொள்ள, சந்திராவோ தனக்காகத்தான் இதை மகன் யோசித்திருக்கிறான் என அதை ரசித்தார்.

டீச்சராயிருக்கும் மூர்த்தி ரிடையர் ஆவதற்கு மூன்று வருடங்கள் போல இருந்தன. பிறகு நரேனோடு சென்னையில் தங்குவதற்கு சந்திராவும், மூர்த்தியும் திட்டமிட்டு இருந்தனர். நடராஜனையும் அழைத்துச் செல்வது சரியாய் வராது. அவரும் சென்னையில்

வந்து தங்குவதற்கு சம்மதிக்க மாட்டார். அதை எப்படி சமாளிக்கலாம் என்பது வரை சந்திராவுக்கு யோசனைகள் இருந்தன.

“யம்மா, சந்திரா, சூடா ஒரு டீ போட்டுத் தர்றியாம்மா?” கேட்டார் நடராஜன்.

“இதோ வர்றேன் மாமா” படுக்கையறையிலிருந்து எழுந்து சென்றார். ஹாலைக் கடக்கும்போது, “என்ன மாமா, அந்த மாப்பிள்ளைப் பையன் காணாமப் போனானே, கண்டு பிடிச்சிட்டாங்களா?” சத்தமாய் கேட்டார்.

“இல்லம்மா, ஒரு வாரமா இழுத்துட்டு இருக்கான். இன்னைக்காவது கண்டுபிடிச்சிருவான்னு நினைக்கேன்” அலுத்துக்கொண்டார்.

“அப்புறம் ஏன் தாத்தா இந்த சீரியலை விழுந்து விழுந்து பாக்குறீங்க?” நரேன் இருந்தால் தாத்தாவை கிண்டலடித்து இருப்பான்.

“ஊர்லயிருந்தாலாவது தெரிஞ்சவங்களைப் பாத்துப் பேசிட்டு இருப்பேன். இங்க யாரைத் தெரியும். இந்த சீரியல்தாண்டா தாத்தாவுக்கு பொழுது போக்கு” சொல்லும்போது மாமாவைப் பார்த்தால் சந்திராவுக்கு பாவம் போல இருக்கும்.

டீ கொடுத்துவிட்டு சோபாவில் உட்கார்ந்து தானும் சீரியல் பார்க்க ஆரம்பித்தார். மொபைல் அழைத்தது. எடுத்துப் பார்த்தார். நரேன்.

“என்னக் கண்ணா, இந்த நேரம்?” என எழுந்து, கதவைத் திறந்து வெளியே சென்றார். காம்பவுண்டுக்குள்ளிருந்த வேப்ப மர நிழலில் நின்று கொண்டார்.

“என்ன நினைச்சுக்கிட்டு இருக்கா பூங்குழலி?” கோபமாக கேட்டான். ஆபிஸில் இருக்கும்போது போனில் பேசவே மாட்டான். அப்படியே பேசினாலும் அவன் குரல் காதுக்குள் ரகசியம் சொல்வது போலத்தான் இருக்கும். இப்படி அதிர்ந்து பேசியதில்லை.

“என்னப்பா, என்னாச்சு?”

“இதுவரை பார்க்காமல் மிஸ் பண்ணி இருந்த குயின் படத்த நேத்து பாத்தாளாம். அதைச் சொல்லிட்டு, குயின் இஸ் ரைட், கிங் இஸ் ராங்னு ஃபேஸ்புக்ல ஸ்டேட்டஸ் போட்டுருக்கா”

“அதுக்கு ஏண்டா நீ டென்ஷன் ஆகுற?”

“அம்மா, அது ஒரு இந்திப்படம். ரெண்டு பேருக்கு எங்கேஜ்மெண்ட் ஆகியிருக்கும். ஆனா கல்யாணமாகாது. பிரிஞ்சிருவாங்க. கதையை முழுசா அப்புறம் சொல்றேன். எங்க ரெண்டு பேருக்கும் நிச்சயம் ஆகி ஒரு வாரந்தான் ஆகியிருக்கு. அதுக்குள்ள அப்படி ஒரு ஸ்டேட்டஸ் ஏன் போடணும்? என்னோட ஃபிரண்ட்ஸ் என்னாச்சுன்னு கேக்குறாங்க.”

“சரிடா. அந்தப் படத்தைப் பத்தி சொல்லியிருக்கா. இதுல என்ன தப்பு. அவ கிட்டேயே அப்புறம் பேசிக்கலாம். விடு. இதெல்லாம் சின்ன விஷயம்.”

“உங்களுக்கு புரியல. மூனு வருசத்துக்கு முன்னால வந்த படத்தப் பத்தி எங்கேஜ்மெண்ட் ஆன நேரமாப் பாத்து ஏன் எழுதணும். ஏதோ ஹிண்ட் பண்ற மாதிரி இருக்கு” போனை வைத்துவிட்டான்.

# 5

# 7 மார்ச், 2016 - திங்கள்

வெயில் அடித்து நடமாட்டங்களற்றுக் கிடந்த பகல் நேரத்துத் தெருவை அப்படியே பார்த்துக் கொண்டிருந்தார் சந்திரா. நரேனுக்கு சமாதானம் சொல்லிவிட்டாலும் உள்ளுக்குள் சங்கடமாயிருந்தது. சின்ன விஷயத்துக்கும் நரேன் பதற்றப்படுவான் என்பது தெரியும். எதிலும் அவனுக்கு நிதானம் வேண்டும் என்று கவலைப்பட்டிருக்கிறார். சமயம் கிடைக்கும் போதெல்லாம் அவனிடம் சொல்லவும் செய்திருக்கிறார். நரேனிடம் இல்லாத நிதானம் பூங்குழலியிடம் இருப்பது நல்லது, அதுதான் பிரச்சினைகளைப் பெரிதாக்காமல் பார்த்துக் கொள்ளும் என்றெல்லாம் யோசித்திருந்தார்.

“கொஞ்சிப் பேசிட வேணாம் உன் கண்ணே பேசுதடி” என்று முணுமுணுத்தவர், பாட்டு அந்த நேரத்துக்கு சம்பந்தமில்லாமல் இருப்பதாக உணர்ந்து நிறுத்திக் கொண்டார். காலையிலிருந்து அந்தப் பாட்டு அவருக்குள் இறங்கி இருந்தது. மொபட்டில் பெரிய கேரியர் வைத்து கேஸ் சிலிண்டர்களை அடுக்கிக்கொண்டு அடர் பச்சை நிற உடையில் சென்றவன் வலப்பக்கம் தெரு திரும்பி மறைந்தான். வீடுகளில் தெரிந்த கொஞ்ச நஞ்ச மரங்களும், செடிகளும் சலனமற்று நின்றிருந்தன. பூங்குழலியின் மௌனமும் அப்படித்தான் தெரிந்தது. இது நிதானம் இல்லை. என்ன நடந்தாலும் கண்டு கொள்ளாத அலட்சியமாகப் பட்டது. எரிச்சலையும், புழுக்கத்தையுமே ஏற்படுத்தும். நல்லதுக்கு இல்லை என்று கவலைப்பட்டார்.

பூட்டிக்கிடந்த எதிர் வீட்டு காம்பவுண்டுக்குள் நின்றிருந்த காரின் அடியிலிருந்து அந்த கருப்பு வெள்ளைப் பூனை வெளியே வந்து சோம்பல் முறித்தது. அதற்கு கொஞ்சம் தள்ளி கொய்யா மர நிழலில் கும்மாளமடித்துக் கொண்டிருந்த நான்கைந்து தவுட்டுக் குருவிகள் சடசடவென பறந்தன. அடுத்த கணம் அந்த

வீடே களையிழந்து போனது. அந்த வீடெல்லாம் பவித்ரா எப்படி மலர்ந்து சிரித்து பறந்து திரிந்து கொண்டிருந்தாள்! மகள் தனியாக இருக்கிறாள் என அவளது அம்மா பார்வதி சென்னைக்கு சென்று மூன்று மாதங்களுக்கும் மேலாகி விட்டது. சுந்தரேசன் மட்டும் இங்கு இருந்தார். மின்சார வாரியத்தில் வேலை. இருட்டிய பிறகு வந்து கதவு திறந்து ஆளில்லாத வீட்டிற்குள் அவர் நுழையும் காட்சி பெரும் சோகமாய்த் தெரியும்.

பெருமூச்சோடு ஹாலுக்குள் திரும்பினார். நடராஜன் முன்பு டீ குடித்த டம்ளர் காலியாய் இருந்தது. எடுத்து வாஷ் பேசினில் போட்டு விட்டு, படுக்கையறைக்குச் சென்றார். நிச்சயதார்த்த ஆல்பத்தில் நரேனும், பூங்குழலியும் மட்டும் சேர்ந்து நின்றிருந்த இன்னொரு போட்டோவை மொபைலில் பிடித்தார். 'குயின் இஸ் ரைட், கிங் இஸ் ஆல்ஸோ ரைட்' என குறிப்பிட்டு நரேனுக்கும், பூங்குழலிக்கும் வாட்ஸப்பில் அனுப்பினார். மீண்டும் ஹாலுக்கு வந்து சோபாவில் உட்கார்ந்து கொண்டார். சீரியலில் கவனம் ஒட்டவில்லை.

"என்னம்மா ஒரு மாதிரி இருக்கே, யார் போன் பண்ணது?" நடராஜன் கேட்டார்.

"நரேன்தான் மாமா"

"எதும் பிரச்சினையா?" உற்றுப் பார்த்தார்.

"ஒன்னும் இல்ல மாமா..." சீரியலைப் பார்ப்பது போல் இருந்தார்.

மருமகளைக் கொஞ்ச நேரம் பார்த்துவிட்டு, "இல்ல இந்த நேரத்துல்லாம் போன் பண்ண மாட்டானேன்னு பாத்தேன்." முணுமுணுத்தபடி நடராஜனும் சீரியல் பக்கம் திரும்பிக் கொண்டார்.

நிச்சயதார்த்தம் அன்றைக்கு காலையில் நடந்தது திரும்பவும் சந்திராவுக்குள் ஓட ஆரம்பித்தது. ரொம்ப நாட்கள் கழித்து வீட்டிற்கு வரும் பெண்ணிடம், அவளது அம்மாவை விட்டு, தன்னிடம் போனில் பேச அழைத்தது தவறுதான் என்பது உடனே உறைத்து விட்டது. அது குறித்து வேறு யாரிடமும் பகிர்ந்து

கொள்ளவில்லை. இப்போது அதுவும் உறுத்தியது. அம்மாவோடுதானே அடுத்த இரண்டு மூன்று நாட்களும் இருக்கப் போகிறாள்? தான் பேச அழைத்தது பூங்குழலிக்கு கொஞ்சங்கூட சந்தோஷமாக இல்லையா? ஒரு பெண்ணுக்கு அம்மா விசேஷம்தான் என்றாலும், அந்த நேரத்தில் ஒரே ஒரு வார்த்தை, "ஆண்ட்டி நல்லாயிருக்கீங்களா?" என கேட்பதில் என்ன குறைந்து விடப் போகிறது? அது ஒப்புக்காகவே இருந்துவிட்டுப் போகட்டும். அதுதானே நாகரீகம்? அதுதானே நிதானம்? என்றெல்லாம் யோசித்தார்.

நரேனுக்கு பூங்குழலியைப் பேச ஆரம்பித்ததும் முதலில் அவளை ஃபேஸ்புக்கில்தான் தேடிப்பார்த்தார். கட்டித்தங்கம் டீச்சரின் நினைவுதான் முதலில் வந்தது. அந்த சின்ன ஊரில் தேவதை போலிருந்தவர் அவர். அழகில் கம்பீரமும், தெளிவும் சேர்ந்திருக்கும். அவரைப் போல டீச்சராக வேண்டும் என்ற கனவெல்லாம் இருந்தது.

ஃபேஸ்புக்கில் பூங்குழலி எழுதியிருந்தை படித்துப் பார்த்ததில் அவள் புத்தகங்கள் படிக்கிறவளாகவும், அவைகளைப் பற்றி எழுதுகிறவளாகவும் இருந்தாள். சின்ன வயதிலிருந்தே புத்தகம் படிக்கும் வழக்கம் கொண்டிருந்த சந்திராவுக்கு பூங்குழலி மேலும் நெருக்கமாய்த் தெரிந்தாள். 'சிகரெட் பிடிப்பதில்லை. சிகரெட் வாசனை பிடிக்கிறது. அப்பாவின் வாசனை.' என்று ரவிச்சந்திரனின் நினைவுநாளில் எழுதி இருந்தாள். உருகுவதும் புலம்புவதாகவும் இல்லாமல் பிரியத்தை வெளிப்படுத்துவதாக இருந்தது. அவள் இந்த வீட்டிற்கு மருமகளாக வேண்டும் என்று ஆசைப்பட ஆரம்பித்தார்.

'டொக்...டொக்'. மொபைல் தட்டியது. வாட்ஸ்-அப்பில் நரேன் "தாங்ஸ் மம்" என்றிருந்தான். சிறு சந்தோஷத்தைத் தந்தாலும் பூங்குழலி ஒன்றும் சொல்லவில்லையே என்றிருந்தது. எழுந்து படுக்கையறைக்கு சென்றார். அவர் செல்வதை பார்த்துக் கொண்டிருந்துவிட்டு, மீண்டும் சீரியலுக்குள் புகுந்து கொண்டார் நடராஜன்.

வாட்ஸ் அப்பை திறந்து வைத்து யோசித்துக் கொண்டு இருந்த போது, பவித்ராவின் ஸ்டேட்டஸ் கவனிக்க வைத்தது. "ஆம்.

பைத்தியமாக இருந்தேன். இப்போது தெளிந்து விட்டேன்!" சிரித்துக் கொண்டிருக்கும் போட்டோவை பகிர்ந்திருந்தாள். சந்தோஷமாக இருந்தாலும், அவளது அப்பா சுந்தரேசன் இருட்டிய பிறகு வீட்டிற்குள் நுழையும் காட்சி வந்து மறித்தது.

மூர்த்தியை கல்யாணம் செய்து தூத்துக்குடியில் இந்த வீட்டிற்கு வந்த போது, இடுப்பில் பவித்ராவோடு பார்வதி எதிர்த்த வீட்டிலிருந்தார். நரேனுக்கு மூன்று நான்கு வயது மூத்தவளாய் பவித்ரா இருக்க வேண்டும்.. சந்திராவிடம் பிரியமும், நெருக்கமும் கொண்டிருந்தாள். தனக்கு நரேன் மட்டும்தான் என்றான பிறகு, சந்திரா அந்த பெண் குழந்தையிடம் பாசத்தை அதிகமாகக் காட்டி இருந்தார். "ஆண்ட்டி....", "ஆண்ட்டி...." என பேரன்பு செலுத்தினாள் அவள்.

அண்ணா யூனிவர்சிட்டியில் முதல் மாணவியாய் தேர்வாகி, பெங்களூரில் முக்கியமான சாப்ட்வேர் கம்பெனி ஒன்றில் வேலை பார்த்துக் கொண்டிருந்தவளுக்கு, ஜாதகம் பார்த்து, விசாரித்துத்தான் பொருத்தம் கண்டார்கள். மாப்பிள்ளையும் பெங்களூரிலேயே வேலை பார்த்தான். பிடித்துப் போனது. திருநெல்வேலியில் வைத்து பிரமாதமாக கல்யாணம் நடந்தது.

இரண்டு மூன்று மாதங்கள் கூட ஆகியிருக்காது. பார்வதியையும் அவரது கணவரையும் பெங்களூருக்கு வரவழைத்து, "ஓங்க மகளுக்கு ஹிஸ்டிரியா, அவளை குணப்படுத்தி அனுப்பி வையுங்கள்" என சொல்லி விட்டார்கள். பவித்ரா அழுதாள். கடுமையான வாக்குவாதம் நடந்தது. "டாக்டர் உங்க பொண்ணுக்கு குடுத்த சர்டிபிகேட் இதோ..." மாப்பிள்ளையின் அப்பா எடுத்துக் காட்டவும் பார்வதி அதிர்ச்சியில் வாயடைத்துப் போனார்.

பவித்ரா சிரித்த முகத்துடன், எல்லோரிடமும் மரியாதையுடன் பழகுவாள். அப்படிப்பட்டவளை ஹிஸ்டிரியா எனச் சொல்லி விட்டார்களே என்று ஆத்திரம்தான் எல்லோருக்கும் வந்தது. ஆபிஸுக்கு லீவு போட்டு விட்டு கொஞ்ச நாட்கள் வீட்டில் இருந்தாள் பவித்ரா. சந்திராவும், மூர்த்தியும் அவ்வப்போது பார்த்து பேசி வந்தார்கள். அவளும் இங்கு வருவாள். அவள் சொன்ன விஷயங்கள் எல்லாம் தாங்க முடியாதவையாயிருந்தன.

"ஆண்ட்டி! நம்ம வீட்டுலல்லாம் எப்படி ஜாலியா, அரட்டையடிச்சிட்டு இருப்போம்! அவங்க வீட்டில நான், அவன், மாமனார், மாமியார் நாலு பேரும் ஹாலில் உட்கார்ந்திருப்போம். அவங்களுக்குள்ள குசுகுசுன்னு பேசிக்குவாங்க. மாமனார் தரப்பில் அவங்க அண்ணன் தம்பி அவரை ஏமாத்திட்டாங்களாம். மாமியார் தரப்பிலும் அவங்க அம்மா அப்பா எதுவும் செய்யலையாம். சின்ன வயசிலிருந்தே ரொம்ப கஷ்டப்பட்டு முன்னேறி இந்த நிலைமைக்கு மாமனார் வந்தாராம். இது மட்டுந்தான் மொத்தத்தில விளங்கியது எனக்கு. மத்தபடி அவங்க சொன்ன பேர்களும், விஷயங்களும் சத்தியமா புரியல. முகம் பாத்து எதுவும் சொல்ல மாட்டாங்க. முன்ன பின்ன விளங்காம தேமேன்னு உக்கார்ந்திருக்கணும். தெனமும் இதுதான் சாயங்காலம்னா எப்படி இருக்கும்?"

"அவங்களுக்குன்னு நெருங்கின சொந்தக்காரங்க, நண்பர்கள்னு யாருமே இல்ல. இவங்களும் யாரையும் நம்புறதுல்ல. எப்பவும் யாரையாவது குறை சொல்லி பேசிட்டே இருப்பாங்க.."

"அவனும் மூடியாவே இருப்பான். எதையும் ரசிக்க மாட்டான். ஷாப்பிங், டின்னர்னு போவோம்னு சொன்னா, எதுக்குன்னு கேப்பான்."

"இது தோதுப்படாதுன்னு நான் ஃபேஸ்புக், வாட்ஸ்-அப், இன்ஸ்டாவில ஃபிரண்ட்ஸ்கிட்ட நேரம் கழிக்க ஆரம்பிச்சேன். அதுலயும் வந்து மூக்க நுழைச்சான். என் ப்ரொஃபைல் படத்தைப் பாத்துட்டு, இப்படி போஸ் கொடுத்துட்டு நிக்கிறதாலத்தான் எனக்கு அதிகமா ஃபிரண்ட்ஸ் லிஸ்டாம். அதிகமா லைக் விழுதாம். எல்லாம் ஆண்களாம். கேவலமாப் பேசினான்."

"அவனுக்கு காம்ப்ளக்ஸ். என்னை ஒரு புத்திசாலிப் பொண்ணா அங்கீகரிக்கவே மாட்டான். என்னோட அழகால் காரியத்தை சாதிச்சு வந்திருப்பதாகவும், அந்த வித்தை தன்னிடம் பலிக்காதுன்னும் சொல்வான். மொக்கையா அவஞ் சொல்றதுக்கெல்லாம் தலையாட்டணும். சரி அதையும் செஞ்சு பாப்போம்னு ட்ரை பண்ணேன். முடியல. உலகத்துல கொடுமையானது முட்டாள் போல பாவனை செய்றது."

“சின்னச் சின்ன விஷயங்களா நிறைய இருக்கு...” என்றவள் நிறுத்தி, “அம்மா அப்பாக் கிட்டத்தான் சொல்ல முடியாது ஒங்கக் கிட்ட சொல்லலாம்” என மெல்லிய குரலில் ஆரம்பித்தாள். “பெட்ல எப்பவும் டென்ஷனாயிருப்பான் ஆரம்பத்துல ப்ளைண்டா இருந்தான். நாந்தான் ஹெல்ப் பண்ணேன். சீக்கிரமே விழுந்துருவான். எனக்குப் புரிஞ்சுது.. ரிலாக்ஸாய் இரு, நிதானமா இரு, நாம ஒண்ணும் தப்பான காரியம் செய்யலேன்னு எங்கரேஜ் பண்ணேன். ஒனக்கு ரொம்ப எக்ஸ்பீரியன்ஸோன்னு கேட்டான்.”

“பெட்ல சிரிச்சாலோ, சின்னதா சத்தம் வந்தாலோ சட்டுனு விலகிருவான். வெளியே அவனோட அப்பாவுக்கும், அம்மாவுக்கும் கேட்டுருமாம். அரையும்குறையா, தப்புந் தவறுமா அவன் வைத்துக்கொண்ட செக்ஸில் நல்ல வேளை நான் உண்டாகலை. தாங்க் காட்.”

அதற்கு மேல் பேச முடியாமல், சந்திராவின் முகத்தையும் பார்க்க முடியாமல் பவித்ரா கவிழ்ந்து கொண்டாள். அவள் கண்களில் நீர் கட்டிக் கொண்டிருந்தது. ஆறுதல் சொல்ல வேண்டும் போல இருந்தாலும், இப்படியெல்லாமா ஒரு பெண் படுக்கையில் பேசுவாள், நடந்து கொள்வாள் என்று ஆச்சரியமாகவும், அதிர்ச்சியாகவும் இருந்தது.

மூர்த்தியோடு திருமணமாகி இருபத்தொன்பது வருடங்கள் ஆகிவிட்டன. எல்லாம் இருட்டில் மௌனமாகவே நடந்து முடியும். மூர்த்தி எதாவது காதருகே கேட்டால், அதிகபட்சம் “ம்” தான். வேண்டும் என்பதும் வேண்டாம் என்பதும் சந்திராவின் விருப்பமாக ஒருநாளும் இருந்ததில்லை. சின்னச் சின்ன தொடுதல்கள் மூலம் மூர்த்தி புரிய வைப்பார். புரிந்துகொள்ள வேண்டும்.

சந்திராவுக்கு தொண்டை அடைத்துக்கொண்டு வர, சட்டென்று பவித்ராவை, “ஏங் கண்ணே” என இழுத்து அணைத்துக் கொண்டார். அவளின் முடியை கைகளால் அளைந்து கோதிவிட்டார். பவித்ராவின் உடல் அதிர்ந்து கொண்டிருந்தது. முதுகைத் தட்டிக் கொடுத்தார்.

“அழவேக் கூடாதுன்னு நினைச்சேன் ஆண்ட்டி! ஏனோ உங்கக் கிட்ட சொல்லும்போது அழுதுட்டேன்.” தேற்றியவாறு

கண்ணீரைத் துடைத்துக் கொண்டாள். "ஒரு மாசம் போல பாத்தேன். தனி வீடு போனா சரியாகும்னு தோணிச்சு. பேசினேன். அவன் , அவங்கம்மா, அப்பா மூணு பேரும் சேர்ந்து கத்துனாங்க. நானும் கத்தினேன். சாப்பாட்டுத் தட்டை தூக்கி எறிஞ்சேன். அவ்வளவுதான். தெரிஞ்ச எவனோ டாக்டர்ட்ட ஒரு சர்டிபிகேட் வாங்கி எனக்கு பைத்தியம்னு பட்டம் கொடுத்துட்டாங்க"

கர்ச்சீப்பால் முகம் துடைத்துக் கொண்டாள். "வீடா சித்தி அது? ஒருத்தர் கூட ஃபிரண்ட்லியா இல்ல." லேசாய் சிரித்துக்கொண்டு, "நல்லது. இத்தோடு போச்சு. பெங்களூரிலிருந்து சென்னைக்கு டிரான்ஸ்பர் கேட்டிருக்கேன். கிடைச்சிரும். டைவர்ஸுக்கு அப்ளை செய்ய வேண்டியதுதான்"

பவித்ராவைப் பற்றி மூர்த்தியிடம் சந்திரா சொன்னார். "நமக்கு வர்ற மருமகள நல்லா வச்சுக்கணுங்க. கொஞ்ச நாள் அவங்க ரெண்டு பேரும் தனியா இருக்கட்டும். குழந்தை பிறந்த பிறகு நாமப் போயி அவங்களுக்கு ஒத்தாசையா இருக்கலாம்." என்றார். "கடைசியில பவித்ராவைப் போயி பைத்தியம்னுட்டாங்களே!" என்று வருத்தப்பட்டார். மூர்த்தி எல்லாவற்றையும் கேட்டுக் கொண்டு அமைதியாக இருந்தார். அவர் என்ன நினைத்தார் என்பது தெரியவில்லை. சொல்லவுமில்லை. பெண்கள் எல்லாவற்றையும் பேசினாலும் புதிரானவள் என்கிறார்கள். ஆண்கள் எதையும் பேசவில்லை என்றாலும் வெளிப்படையானவர்கள் என்கிறார்கள்.

சந்திராவுக்கு நினைவு தெரிந்த நாளிலிருந்து அவரது அம்மாவும் அப்பாவும் பேசிக்கொண்டதே இல்லை. அப்பாவின் அசைவுகளிலிருந்தும், செருமல்களிலிருந்தும் தேவையறிந்து நடந்து கொள்வார் அம்மா. சாப்பாடு எடுத்து வைப்பார். தண்ணீர் கொண்டு வருவார். செலவுக்கு அவ்வப்போது பணத்தை சாமி படங்களின் முன்னால் இருக்கும் தட்டில் வைத்து விடுவார் அப்பா. ஒரே வீட்டில் வாழ்ந்தாலும் ஒரே இடத்தில் இரண்டு பேரும் இருக்க மாட்டார்கள். அப்பா இருந்தால் அம்மா சமையலறையை விட்டே வெளியே வர மாட்டார். வழக்கமானதாக இல்லாமல் எதாவது சொல்ல வேண்டியிருந்தால் சந்திரா மூலமாக நடக்கும். "ஏன் இரண்டு பேரும் பேச மாட்டேங்கிறீங்க?" என்று

குழந்தையாய் இருக்கும் வரை கேட்டுக்கொண்டிருந்தார் சந்திரா. அப்பா இறுகிப் போயும் அம்மா தலைகுனிந்தும் அந்த கேள்வியைக் கடந்தார்கள். வாழ்க்கையையே அப்படி கடந்துவிடும் சித்தம் கொண்டிருந்தார்கள். குற்றமும், விசாரணையும், தண்டனையும் அவர்களுக்குள் மௌனமாக நிலைத்திருந்தது. சந்திராவின் அம்மா எல்லாவற்றையும் ஏற்றுக் கொண்டவராய் அந்த வீட்டுக்குள் நடமாடிக்கொண்டிருந்தார். கண், காது, மூக்கு, வாய் எல்லாம் வைத்து வெளியே பேசினாலும் ஊராலும், சொந்தங்களாலும் அந்த அமைதியை உடைக்கவே முடியவில்லை. காலம் சந்திராவுக்கு புரிய வைத்தது. களங்கத்தை துடைப்பதாக அம்மா மீது தன் அன்பையும், பரிவையும் கொட்டினார். இரண்டு வருடத்துக்கு முன் சந்திராவின் அம்மா ஊரில் இறந்து போனார். கடைசி வரை எதுவும் பேசவே இல்லை அவர். அப்பாவும்தான். என்ன வாழ்க்கை?

பவித்ரா எல்லாவற்றையும் பேசுகிறாள். பைத்தியக்காரி என்று சொல்லி விட்டார்கள். நிச்சயதார்த்தம் அன்றைக்கு மேடைக்கு தலைவிரி கோலமாய் வந்த பெண் நினைவுக்கு வந்தாள். அவள் எதாவது பேசியிருப்பாளா? ஏன் இன்னும் பைத்தியத்தில் இருந்து மீளாமல் இருக்கிறார்?

பூங்குழலியும் அவளது அப்பாவைப் போல அன்பை வெளிக்காட்டாமல் உள்ளுக்குள் புதைத்துக் கொள்பவளாய் இருப்பாளோ? இதுவரைக்கும் யார் மீதும் ஆசைப்படாமலா, அன்பு செலுத்தாமலா இருந்திருப்பாள்? அப்படி இருந்தால் அதை அவள் அம்மாவிடம் சொல்லாமலா இருந்திருப்பாள்? ஒருவேளை தன் அண்ணனால் குடும்பத்திற்கு ஏற்பட்ட நெருக்கடி தன்னாலும் ஏற்பட வேண்டாம் என நினைத்து இருப்பாளோ? யோசிக்க யோசிக்க எழுந்த கேள்விகள் எல்லாம் தெளிவுக்குப் பதிலாக குழப்பங்களையேத் தந்தன.

வாட்ஸ்அப்பில், தான் அனுப்பிய படத்தைப் பூங்குழலி பார்த்து விட்டாளா என்று ஆராய்ந்தார். நீலக்கலரில் இரண்டு டிக் இருந்தது. ஆன்லைனில்தான் இருந்தாள். சரியாக அதே நேரத்தில் பூங்குழலியிடம் இருந்து மெஸேஜும் வந்தது."குயின் இஸ் ரைட், கிங் இஸ் லெஃப்ட்" என்று ஸ்மைலி போட்டிருந்தாள்.

போட்டோவில் வலது பக்கம் அவள் இருப்பதையும், இடது பக்கம் நரேன் இருப்பதையும் சொல்கிறாள். சந்திரா அனுப்பியது குறித்து எதுவும் சொல்லவில்லை. கிண்டல் செய்கிறாளா அல்லது அவள் தொனியே இதுதானா என்று புரியவில்லை. நரேனுக்கு போன் செய்து சொன்னார்.

“லெப்ட்டுன்னா போய்ட்டேன்னு அர்த்தம். உங்களுக்குப் புரியலையா. போங்கம்மா” மீண்டும் எரிச்சலானான்.

சரியில்லை எனத் தோன்றியது. மேலும் வளரவிடக் கூடாது என்று பூங்குழலிக்கு போன் செய்தார். முழு ரிங் டோன் போனது. எடுக்கவில்லை. திரும்பவும் அடித்தார். எடுக்கவில்லை. என்ன பெண் இவள் என்று எரிச்சல் வந்தது. போனை படுக்கையில் வீசிவிட்டு எழுந்து ஹாலுக்கு வந்தார்.

கொஞ்ச நேரம் கழித்து போன் அடித்தது. பூங்குழலிதான். வேகமாய் எடுத்தார்,

“சொல்லுங்க ஆண்ட்டி, ஆபிஸ்க்குள்ள வச்சு பேச முடியாது. அதான்...” எதுவும் நடக்காத மாதிரி மிக இயல்பாக மெல்லிய குரலில் கேட்டாள். ஃபேஸ்புக், குயின், ரைட், ராங், ரைட், லெஃப்ட் என ஒவ்வொன்றாய் சொல்லி, “நரேன் வருத்தப்படுறான்.” என்றார்.

சிரித்தாள். “ஆன்ட்டி, நீங்க அந்தப் படம் பாத்துட்டீங்களா?”

“இல்லம்மா..”

“ம்ம்...இதை நரேன் ஏங்கிட்டயே கேட்டிருக்கலாமே”

“எதுன்னாலும் அம்மாட்ட ஃப்ரியா பேசிருவான். கேர்ள்ஸ்ட்ட பேசணும்னா கொஞ்சம் கூச்சப்படுவான். அதுதான்” சிரித்தார்.

“ஏங்கிட்ட பேசுறதுக்கு என்ன கூச்சம் ஆண்ட்டி. மோதிரம் மாத்தியாச்சு. கல்யாணம் ஆகப்போது”

“அது ஒரு கதைம்மா. அவன் மூனாங் கிளாஸ் படிக்கும்போது ஸ்கூல்ல ஒரு நாள் அவசரத்துல கேர்ள்ஸ் டாய்லெட்டுக்குள்ள போய்ட்டான். அவன ஸ்கூல் முழுசும் கிண்டல் பண்ணி பாடாய் படுத்திட்டாங்க... அதுலயிருந்து கேர்ள்ஸ்ன்னாலே ஒரு மாதிரியாயிடுவான். நீதான் சரி பண்ணனும்” சிரித்தார்.

“ம்....” சிரித்தாள். “ஓ.கே ஆண்ட்டி, நரேன்ட்ட நைட்ல பேசுறேன். சொல்லிருங்க.”

“பேசிட்டு ஒரு வார்த்த ஸாரி சொல்லிரும்மா.”

“நா எதுக்கு ஸாரி சொல்லணும் ?”

“அவன் வருத்தப்படுறான்ல. ஸாரி கேட்டா சரியாயிருவான்”

“தப்பா அர்த்தம் பண்ணியது நான் இல்லைய. நியாயமா ஸாரி கேக்க வேண்டியது நரேன்தான். விடுங்க ஆன்ட்டி. நா பேசிக்கிறேன். ஒரு பிரச்சினையுமில்ல. ஓ.கேவா? பை!” வைத்துவிட்டாள்.

சந்திரா அப்படியே உட்கார்ந்திருந்தார். தான் என்ன பேசினோம், அவள் என்ன பேசினாள் என நினைத்துப் பார்த்து மேலும் குழம்பினார். கடைசி வரை அவள் எழுதியதற்கு அர்த்தம் சொல்லவில்லை.

பூங்குழலிக்கு வேறுவிதமான நினைப்பு எதுவும் இல்லை என்பதையும், மொத்தத்தையும் ஒரு சாதாரண விஷயமாக அவள் கருதியதையும் புரிந்து கொண்டார். அந்த வகையில் நிம்மதிதான். தனக்கும் நரேனுக்கும் இடையில் நீங்கள் யார் என கேட்காமல் கேட்டு விட்டாளே என்றிருந்தது. அவள் மீது அன்பாகவும் அவளை நன்றாக வைத்துக் கொள்ள வேண்டும் என்று ஆசையாகவும் இருக்கும் தன்னை ஏன் புரிந்து கொள்ள மாட்டேன்கிறாள் என்று வருத்தம் மேலோங்கியது. ஒரு வார்த்தை ஸாரி கேட்டால்தான் என்னவாம் என்று ஆதங்கப்பட்டார்.

மதியம் சாப்பாட்டுக்கு அரிசியை குக்கரில் வைக்க வேண்டியிருந்தது. எழுந்தார். மொபைல் அழைத்தது. எடுத்துப் பார்த்தார். பூங்குழலியின் அம்மா சித்ரா.

# 6

# 8 மார்ச், 2016 - செவ்வாய்

முன்பு போல் பூசைப்பழத்துக்கு அலைய முடியவில்லை. ஆறுமுகநேரி பஜாரில் ஜவுளிக்கடையில்தான் பெரும்பாலும் இருந்தார். முருகேசன்தான் விவசாயத்தையும், ரியல் எஸ்டேட் பரிமாற்றங்களையும் சேர்த்து பார்த்துக் கொள்கிறார். மதியம் வீட்டுக்கு சாப்பிட போகும் வழியில், “பந்தலுக்குச் சொல்லியாச்சு. மேளத்துக்கும் சொல்லியாச்சு. மொத நா ராத்திரி, அடுத்த நா காலைல, மத்தியானம் எல்லாம் பந்திக்கு என்னென்ன வைக்கணும்னு யோசிச்சு வைங்க. சமையலுக்குச் சொல்லணும். அப்பா உங்கக்கிட்ட கேக்கச் சொன்னாங்க” சொல்லிவிட்டுப் போனார்.

சரி, சரி என்ற பத்மாவதி அம்மாள் வேறு எதையும் பேசவில்லை. மாப்பிள்ளை வீட்டில் ரொக்கம் வேண்டாம், நகையும் நீங்கள் போடுவதுதான் எனச் சொல்லியதிலிருந்து தன் மகன் முருகேசன் கல்யாண ஏற்பாடுகளில் கடும் வேகமாக இருப்பதை பார்த்துக் கொண்டுதான் இருந்தார். நிச்சயதார்த்தத்தில் மாப்பிள்ளை வீட்டுக்காரர்களை விழுந்து விழுந்து உபசரித்தபோதே புரிந்து போனது. போதாக்குறைக்கு கல்யாணச் செலவுக்கு தங்கள் தரப்பில் மூன்று லட்சம் தருவதாக பூங்குழலியின் பெரியப்பா உதயச்சந்திரன் நிச்சயதார்த்தத்துக்கு வந்திருந்த போது சொல்லி இருந்தார்..

கலைச்செல்வனால் தங்கள் குடும்பத்துக்கு ஏற்பட்ட சங்கடத்திற்குப் பிறகு சித்ராவோடு பட்டும் படாமல் இருந்தார் முருகேசன். நான்கு வருஷமாய் இருந்த முறைப்பு விறைப்பு எல்லாவற்றையும் உதறிவிட்டிருந்தார். மாரியம்மன் அருளால் இப்படியொரு வரன் அமைந்ததாக நிச்சயதார்த்தம் முடிந்தவுடன் வாய்விட்டுச் சொன்னார். வரிசையாக மூன்று பெண் குழந்தைகளை வைத்திருக்கும் முருகேசன் ஒவ்வொரு காசுக்கும் எப்படி கணக்கு

பார்ப்பார் என்று பத்மாவதிக்குத் தெரியும். பேத்தி பூங்குழலியால் இப்போது ஆரம்பித்திருக்கும் பிரச்சினைகளைச் சொன்னால் அவ்வளவுதான். முருகேசனின் முகம் போகும் போக்கை பார்க்க முடியாது. எப்படி சரி செய்வது என பத்மாவதியும், சித்ராவும் யோசித்துக் கொண்டு இருந்தார்கள்.

திருமண அழைப்பிதழ் அச்சடிப்பது சம்பந்தமாய் நேற்று சந்திராவிடம் சித்ரா பேசியபோதுதான் விஷயம் தெரிந்தது. சாதாரண விஷயமாகத்தான் சந்திராவும் சொன்னார். உள்ளுக்குள் வருத்தம் தெரிந்தது. சித்ராவுக்கு ஏற்கனவே இருந்த பதற்றம் கூடியிருந்தது. வரப் போகும் மருமகள் மீது மாப்பிள்ளை வீட்டில் வைத்திருக்கும் ஆசை சித்ராவுக்கு புரிந்தது. பூங்குழலி நல்ல பெண்தான், ஆனால் பாசத்திற்கு உருகுபவள் இல்லை. பூங்குழலிக்கு உடனே போன் செய்தார். எடுக்கவில்லை. இரண்டு மூன்று தடவை தொடர்ந்து முயற்சி செய்தார்.

“ஊர்ல உலகத்துல இப்பலாம் கல்யாணம் நிச்சயம் ஆய்ட்டுன்னா பொண்ணும் மாப்பிள்ளையும் நேரம் காலம் தெரியாம ஆசை ஆசையா போன்லயே பேசிக்கிடறாவ கண்டிருக்கு. ஓம்பொண்ணும் அந்தப் பையனும் அப்படி எதுவும் பேசுறது இல்லையா?” கேட்டுக்கொண்டே சித்ராவைத் தாண்டிச் சென்று வாசல் கதவைச் சாத்தி வந்தார் சந்திரா. “அப்படி எதாவது பேசினா இப்படியெல்லாம் ஒன்னு கெடக்க ஒன்னு பேச்செல்லாம் வராதேன்னு கேட்டேன்” என்று அவரே பதில் சொல்லியபடி சமையலறை சென்றார். கலைச்செல்வனால் வெளியே தலைகாட்ட முடியாமல் போனது போல் இன்னொரு தடவை நடந்து விடக் கூடாது என்று பயந்தார்.

வாசலிலும் ஜன்னலிலும் நின்று பெண்கள் எட்டிப் பார்த்த காலம் எல்லாம் போய்விட்டது. ஆணும் பெண்ணுமாய் ஒரே இடத்தில் படிக்கவும், வேலை பார்க்கவுமான பிறகு என்ன வேண்டுமானாலும் நடக்கும் என்று பயமாக இருந்தது. கண் காணாத தூரத்தில் இருக்கும் தங்கள் பெண் குழந்தைகளை நினைத்து நாளும் பத்மாவதி வேண்டிக்கொண்டிருந்தார். பத்மாவதியின் இரண்டாவது பெண் அமுதாவுக்கு இரண்டு பெண் குழந்தைகள், கடைசிப் பெண் விமலாவுக்கு ஒரு ஆணும்,

பெண்ணும், மகன்காரன் முருகேசனுக்கு மூன்று பெண்குழந்தைகள் என வரிசையில் நிற்கிறார்கள். அந்த வீட்டில் ஒரு சுப காரியத்தை நடத்தி இழந்த கலகலப்பையும், சந்தோஷத்தையும் கொண்டு வந்து விடலாம் என நினைத்தார்கள். அந்த நினைப்பு இருந்தால் பூங்குழலி இப்படியெல்லாம் நடந்து கொள்வாளா என்றிருந்தது.

அமுதாவுக்கு பைல்ஸ் ஆபரேஷன் என்று நான்கைந்து மாதங்களுக்கு முன்பு சென்னை சென்று மேடவாக்கத்தில் ஒரு வாரம் போல இருந்த பத்மாவதி, திரும்பி வந்து சித்ராவிடம் நிறையவே குறைபட்டுக் கொண்டார். கல்லூரியில் படிக்கும் அமுதாவின் மூத்த பெண் சுபாஷினி சதா நேரமும் போனும் கையுமாகத்தான் இருந்தாளாம். இரவில் விளக்கை அணைத்து படுத்த பிறகும் போர்வையைத் தலை வரை இழுத்து மூடிக்கொண்டாளாம். போன் வெளிச்சம் உள்ளே துண்டாய்த் தெரிந்ததாம். “தூங்காம என்ன பண்றே” என்று பத்மாவதி பொறுக்க முடியாமல் கேட்டாராம். உடனே போன் விளக்கு அணைந்து விட்டதாம். அமுதாவிடம் அடுத்த நாள் சொன்னாராம். பூங்குழலியும் கல்லூரி படித்தாள், அப்படியெல்லாம் ஒருநாளும் வீட்டில் பார்த்ததில்லை என சுட்டிக்காட்டினாராம்.

சித்ராவின் மொபைல் அழைத்தது. பூங்குழலிதான் பேசினாள். “என்னம்மா, இந்த நேரம்? ஏழெட்டு தடவ பண்ணியிருக்கே. ஆபிஸ்ல நினைச்ச நேரம் பேச முடியாது. சொல்லும்மா”

“யம்மா பூவு, உன் விளையாட்டல்லாம் நிறுத்திக்கம்மா. மாப்பிள்ளையோட அப்பாவும் அம்மாவும் வருத்தப்படுறாங்க. மாப்பிள்ளைக்கிட்ட போன் பண்ணி ஒரு ஸாரி சொல்லிட்டா என்ன?”

“உன் கிட்ட பஞ்சாயத்த தூக்கிட்டு வந்துட்டாங்களா? அவங்களுக்கு வேற வேலையே இல்லையா? ஐய்யய்யே.... என்ன இது?”

“பஞ்சாயத்துல்லாம் இல்ல. சும்மா பேசிக்கிட்டிருந்தோம். வருத்தப்பட்ட மாரி தெரிஞ்சுது. அதான்...”

“ஆரம்பிச்சிட்டிங்களா... நிறுத்தும்மா. ஒரு சின்ன விஷயத்த எல்லோருமா சேர்ந்து பெருசாக்குறீங்க.”

“மாப்பிள்ளைக்கிட்ட ஒரு ஸாரி கேட்டாதான் என்னம்மா?”

“நா ஒரு தப்பும் பண்ணல. கேக்க முடியாது. நரேன் கிட்ட பேசிக்கிறேன்.”

“இதப் பாரு... உன் நல்லதுக்குச் சொல்றேன்.” சித்ரா சொல்லிக்கொண்டு இருக்கும் போதே பத்மாவதி அவளிடமிருந்து போனை வேகமாய் வாங்கி “ஏளா சின்ன நாயே! அப்புறம் என்ன மயித்துக்கு அப்படி எழுதினியாம்” ஆங்காரமாய் கத்தினார்.

பதில் இல்லை. காதில் கொஞ்ச நேரம் போனை வைத்திருந்து விட்டு, சித்ராவிடம் கொடுத்தார். “நாந்தான் பேசிக்கிட்டு இருக்கேன்ல. அதுக்குள்ள இப்படியாக் கத்துறது. வச்சிட்டா” என்று திரும்பவும் சித்ரா போன் செய்தாள். பூங்குழலி எடுக்கவில்லை. “கோபப்பட்டா காரியம் நடக்காது. அவ இன்னும் வீம்புதான் பண்ணுவா. அவளப் பத்தி எனக்குத் தெரியும்.”

“பிறகென்ன? அந்த சின்னக் கழுதக் கிட்ட கெஞ்சுறது. அவ பெரிய இவளோ. ஆனாலும் பொட்ட புள்ளைக்கு இவ்வளவு திமிரும் கொழுப்பும் ஆகாதுடி.” கத்தினார் பத்மாவதி.

சித்ரா ஒன்றும் சொல்லாமல் சமையலறைக் கதவைத் திறந்து பின்பக்கம் வளவில் இருந்த நார்க்கட்டிலில் உட்கார்ந்து கொண்டார். செல்போனை இரண்டு கைகளுக்குள்ளும் பொத்தியபடி எங்கோ வெறித்துக் கொண்டிருந்தார். ஜன்னல் வழியே மகளைப் பார்த்த பத்மாவதிக்கு அந்த கோலம் சங்கடத்தைத் தந்தது. சித்ராவுக்குத் துணையாக நாம்தானே இருந்து வருகிறோம், தன்னுடைய காலத்துக்குப் பிறகு யார் கவனித்துக் கொள்வார்கள், தனக்கும் எழுபது கிட்டே ஆகிறது என்றெல்லாம் நினைத்து வேதனையடைந்தார். கலைச்செல்வனின் குடும்பத்தோடு உறவு இல்லாமல் இருக்கிறது. பூங்குழலியின் நிச்சயதார்த்தம் நடந்த போது பேத்தி யாழினியை சித்ரா தூக்கி வைத்துக் கொள்ளக் கூட இல்லை.

யோசிக்கும் போதெல்லாம் ரவிச்சந்திரன் மீதும் அவரது குடும்பத்து மனிதர்கள் மீதும் வெறுப்பும் ஆத்திரமும் பத்மாவதிக்கு வந்தது. அந்த பைத்தியக்காரி கல்யாணிக்குப் பயந்து தனது மகள்

தலையில் கட்டி வைத்து வாழ்க்கையை நாசமாக்கி விட்டார்கள் என சபித்துக் கொள்வார். தண்டபெத்தில் ஒரே தெருவில் இருந்த கல்யாணிக்கும் ரவிச்சந்திரனுக்கும் சின்ன வயசில் இருந்தே பழக்கம் என்றும், வசதியில்லாத குடும்பத்தை சேர்ந்தவள் என்பதால் ரவிச்சந்திரனின் அப்பா சபாபதி மறுத்துவிட்டார் என்றும் அந்த ஊரைச் சேர்ந்த பழக்கடைக்காரர் ஒருவர் பூசைப்பழத்திடம் கதை கதையாய்ச் சொல்லியிருந்தார். ரவிச்சந்திரனின் பிறந்தநாளுக்கு கல்யாணி தன் வீட்டு வாசலில் கோலம் போடுவாராம். தெருவில் நின்று, “என் மன்னன் எங்கே, என் மன்னன் எங்கே” பாட்டுப் பாடுவாராம். ஒருதடவை அவன் வேலை பார்த்த ஊருக்கேப் போய் தங்கியிருந்த லாட்ஜின் அறையைத் தட்டி ரகளை ஆகிவிட்டதாம். இவையெல்லாம் காதில் விழுந்தும் ஆரம்பத்தில் பத்மாவதி அமைதியாய்த்தான் இருந்தார்.

கல்யாணமாகி நான்கைந்து வருஷங்களுக்குப் பிறகு ஒருமுறை ஆறுமுகநேரிக்கு வந்திருந்த போது சிவன் கோவிலில் வைத்து சித்ராவை அந்தக் கல்யாணி பார்த்திருக்கிறார். “அக்கா, ஒங்க வீட்டுல ஒரு வேலைக்காரியாவாது இருக்கிறேனே” கெஞ்சி அழுதிருக்கிறார். சித்ரா பயந்து வீட்டில் வந்து சொல்ல பத்மாவதி கொதித்துப் போனார்.

“மொதல்லயே தெரிஞ்சிருஞ்சா நாங்க கல்யாணத்துக்கே சம்மதிச்சிருக்க மாட்டோம்” என ரவிச்சந்திரனை வைத்துக்கொண்டே சொல்லிவிட்டார். அந்த வீட்டில் இனி காலடி எடுத்து வைக்க மாட்டேன் என்று அன்றைக்கு சித்ராவை அழைத்துக்கொண்டு ரவிச்சந்திரன் வெளியேறினார். பூசைப்பழம் வீடு தேடி வந்து மன்னிப்புக் கேட்டபிறகும் சமாதானமாகவில்லை. சித்ராவை மட்டும் அவ்வப்போது அனுப்பி வைப்பார்.

“அவர் மீது தப்பு இல்லையாம், அந்தப் பொண்ணுதான் உயிரா இருந்துச்சாம். அவங்கம்மா சொன்னாங்க” என தன் அம்மாவிடம் இன்னொருநாள் சொன்னார் சித்ரா.

“ஒம்புருஷன் எதுவுமே செய்யாம அவ அப்படியே மயங்கிட்டாளாக்கும். போடி, நீ ஒரு பைத்தியக்காரி!” ஏளனமாகச்

சொன்னார் பத்மாவதி. அத்தோடு நிறுத்தியிருக்கலாம். ஆறுமுகநேரியில் இருந்த ரவிச்சந்திரனின் சொந்தக்காரர்களிடமும் வாய்க்கு வந்தபடி பேசி விட்டார்.

அந்த பொங்கலுக்கு ஊருக்குச் சென்றிருந்த போது ரவிச்சந்திரனின் அம்மா, பேச்சோடு பேச்சாக சித்ராவிடம் "ஓங்கம்மா இப்படியெல்லாம் பேசினாளாமே. அவ யோக்கியம் எனக்குத் தெரியாதுன்னு நெனைச்சிக்கிட்டு இருக்காளா, ஓங்கப்பா பம்ப்செட்டுல அப்பப்ப குளிக்கப் போனவதான ஓங்கம்மா. வயலு, வரப்பு, கடை, சொத்துன்னு கணக்குப் போட்டு பம்புசெட்டு ரூமுக்குள்ள ஓங்கப்பங்கூட போயிருக்கா. ஓங்கம்மாவுடைய அண்ணங்காரன் கதவ வெளிய மூடி பஞ்சாயத்தக் கூட்டிட்டான். இப்படித்தான ஓங்கப்பாவுக்கும், ஓங்கம்மாவுக்கும் கல்யாணமே நடந்துச்சு. ஏதோ கெரகம் ஓங்க வீட்டுல சம்பந்தம் வச்சிக்கிட்டோம்" என்று பொரிந்துவிட்டார். முகத்தைப் பொத்திக்கொண்டு "ஏ.. யென் அம்மா... அம்மா" என சித்ரா சத்தம் போட்டு அழுதார்.

கேள்விப்பட்ட ரவிச்சந்திரன் தனது அம்மா என்றும் பாராமல் கடுமையாகப் பேசிவிட்டார். "அறிவிருக்கா, என்ன பேசுறோம்னு தெரிஞ்சுதான் பேசுனீங்களா. ஓங்க சங்காத்தமே வேண்டாம். வா.... சித்ரா" அழைத்துக்கொண்டு போய்விட்டார். அதற்குப் பிறகு அந்த வீட்டோடும் உறவு அற்றுப் போனது.

பூங்குழலி பிறந்த பிறகு ரவிச்சந்திரனின் அம்மா பார்க்க வந்தார். சித்ராவிடம் மன்னிப்பு கேட்டு, "ஊருக்கு வாம்மா. நம்ம கோவில்ல வச்சு பேத்திக்கு காது குத்தணும்." அழைத்தார். உறவுகள் அறுந்து போகாமல் பேருக்கு ஒட்டிக்கொண்டு நின்றன. கடைசி வரை ரவிச்சந்திரன் சித்ராவின் வீட்டுக்குப் போகவே இல்லை. அதுபோல ரவிச்சந்திரனின் அம்மா இறந்ததுக்கு பத்மாவதி போகவுமில்லை. துஷ்டி கேட்கவுமில்லை.

போன் சத்தம் கேட்டது. எடுத்து சித்ரா பேசினார். பத்மாவதி அருகில் போய் நின்று கொண்டார்.

"ம்.... ம்....ம்.." சொல்லிக் கேட்டுக் கொண்டிருந்தவர், "அவ ஏங்கிட்டயே எப்பமாவதுதான் பேசுவாப் பாத்துக்குங்க. நீங்க ஒன்னும் வருத்தப்படாதீங்க. நாங்க பேசுறோம்." என்றார்.

என்ன என்று சத்தம் வராமல் பத்மாவதி, வாயசைத்துக் கேட்டார். பொறுங்கள் என்று சைகை காட்டிவிட்டு, “சரிங்க” , “சரிங்க” என்றார். “ஆமாமா, கொஞ்சம் அப்படித்தான் இருப்பா. இனும அவ ஒங்க பொண்ணு. நீங்கதான் பாத்துக்கணும்” பேச்சை முடித்துக் கொண்டார்.

“யாரு, மாப்பிள்ள வீட்லயா?” மகளின் அருகே உட்கார்ந்து கொண்டார் பத்மாவதி.

“ஆமா, மாப்பிள்ளையோட அம்மாதான் பேசினாங்க. அவங்க, அவங்க வீட்டுக்காரரு. மாப்பிள்ளை மூனு பேருக்கும் ஒன்னு போல ஸாரின்னு ஒத்த வார்த்தைல பூவு மெஸேஜ் அனுப்பியிருக்காளாம். கோபத்துல வேண்டா வெறுப்பா பண்ண மாதிரி இருக்காம். வருத்தப்படுறாங்க”

பெருமூச்சு விட்டார் பத்மாவதி.

# 7

# 11 மார்ச், 2016 - வெள்ளி

அசோக்கை நேற்று சாயங்காலம் வேலையிலிருந்து அனுப்பி விட்டதாக காலையில் சோஃபியாவிடமிருந்து போன் வந்தது. முந்தின நாள் வேலை முடிந்து கீழே செல்வதற்கு லிஃப்டுக்கு காத்திருந்தபோது, அசோக் மேலே செல்வதற்கு நின்றிருந்தது நினைவுக்கு வந்தது. பார்த்ததும் சிரித்துக் கொண்டு "எங்க பிராஜக்டுக்கு எப்போ வர்றீங்க?" கேட்டாள். சிரித்துக்கொண்டே "க்ளிக் ஆகணும். பார்ப்போம். ஹெச்.ஆர்ல வரச் சொல்லி இருக்காங்க." என்றான். குரலில் ஒரு விரக்தி தெரிந்தது.

கடந்த ஒரு மாதமாகவே பெஞ்ச்சில்தான் இருந்தான் அசோக். பெஞ்ச் என்றால் பிராஜக்ட் கிடைக்காமல், அதனால் வேலையில்லாமல் இருக்கும் ஐ,டி ஊழியரின் நிலை. அந்த நேரத்தில் தங்கள் திறனையும், பயிற்சியையும் வளர்த்துக்கொண்டு காத்திருக்க வேண்டும். அடுத்த சில மாதங்களுக்குள் புதிதாக பிராஜக்ட் கிடைக்கவில்லையென்றால் ஒருநாள் சத்தமில்லாமல் கம்பெனி குட்பை சொல்லி வெளியே அனுப்பி விடும். பெரும்பாலும் பெஞ்ச்சில் இருக்கும் போதே அடுத்த கம்பெனியில் வேலை தேட ஆரம்பித்து விடுவார்கள்.

பூங்குழலியின் பேட்ச்தான் அசோக். ஆரம்பத்தில் சோஃபியா இருக்கும் பிராஜக்டில்தான் வேலை செய்து கொண்டிருந்தான். அந்த டீம் ஹெட்டுக்கு அவன் மீது நல்ல கருத்து இல்லை. ரெவ்யூ மீட்டிங்கில் வைத்து எதையும் சொல்லாமல் மீட்டிங் முடிந்த பிறகு அங்கு எடுக்கப்பட்ட முடிவுகளைப் பற்றி டீம் மெம்பர்களிடம் தனித்தனியாக குறைகள் சொல்வதாகவும் அவன் மீது புகார்கள் இருந்தன. பொதுவான இலக்குகளை குழப்புவதாகவும் ஒருங்கிணைப்பை சிதைப்பதாகவும் குற்றச்சாட்டு எழுந்தது. அது குறித்து டீம் ஹெட் தனியாக பேசியபோது எல்லாவற்றையும் மறுத்ததாகவும், மற்ற டீம்

மெம்பர்களைப் பற்றி தவறாக பேசியதாகவும் சொல்லிக் கொண்டார்கள். அந்த பிராஜக்ட் முடிந்து அடுத்த பிராஜக்ட் வந்தபோது, அதற்கு அவ்வளவு பேர் தேவையில்லை என பெஞ்ச்சில் அமர்த்தப்பட்டான். கடந்த வாரம் பூங்குழலி வேலை பார்த்த பிராஜக்டில் மேலும் ஒருவர் தேவைப்பட்டது. அசோக்கின் பெயர் அடிபட்டுக் கொண்டிருந்தது.

பூங்குழலிக்கு அதிர்ச்சியாய் இருந்தது. வருத்தம் கொண்டாள். படுத்துக் கொண்டே போனில் நேரம் பார்த்தவள் மேலும் பதறினாள். ஸ்ரீஜாவை விலக்கி எழுந்து, அவசரம் அவசரமாக புறப்பட்டாள். பிரட் டோஸ்ட்டும், டீயும் சாப்பிட்டு ஹாஸ்டலை விட்டு அரக்க பரக்க வெளியேறினாள்.

ஐ.டி கார்டு காண்பித்து கம்பெனிக்குள் நுழையும்போது லேட்டாகி இருந்தது. லிஃப்ட் ஆபரேட்டர் இஸ்மாயில் “வாங்கம்மா..” என புன்னகைத்ததும் கொஞ்சம் நிதானம் வந்தது. இஸ்மாயிலுக்கு நாற்பத்தைந்து வயது போலிருக்கும். வேலை நாட்களில் லிப்டில் பயணம் செய்யக் கிடைக்கும் சில வினாடிகள்தான் பேசிப் பேசி பழக்கம். அவரது குடும்பம் குறித்து அவளுக்கும், அவளைப் பற்றி அவருக்கும் பரிச்சயம் உண்டு. கம்பெனியின் உயர் மட்ட விஷயங்கள் கூட அவருக்குத் தெரிந்திருக்கும். பலரின் குடும்ப விஷயங்களையும் அறிவார். அவரை ஒரு பொருட்டாக மதிக்காமல் வார்த்தைகளை இறைத்தபடி மனிதர்கள் மேலேயும், கீழேயும் சென்று கொண்டிருந்தார்கள். அமைதியாய் ஒன்றுமறியாதவராய் அந்த சின்னப் பெட்டிக்குள் அடைந்து கிடப்பார்.

அவள் தனியாக செல்ல நேரும் போது, கேள்விப்பட்ட எதையாவது சொல்லி “அப்பிடியாம்மா” என்பார். அன்பானவர். சில நாட்களில் ஆபிஸ் விட்டுச் செல்ல நேரமாகிவிட்டால் லிப்டில் இருக்க மாட்டார். வேறொருவர் ஷிப்டு மாறியிருப்பார். அடுத்த நாள் பார்க்கும்போது, “பூங்குழலிம்மா, நேத்து லேட்டாயிட்டா? நா கிளம்புற வரைக்கும் வரல்லியேன்னு பாத்தேன்” கேட்பார். இன்று ஏதோ பேச அவர் முயலும்போது, லிஃப்ட் மூன்றாவது தளத்தை அடைந்து இருந்தது. அனேகமாக அசோக்கைப் பற்றித்தான் கேட்க வந்திருப்பார். “பார்ப்போம் இஸ்மாயில்.” என அவசரமாக பூங்குழலி வெளியேறி இருந்தாள்.

தனது இருக்கைக்கு சென்று சிஸ்டத்தை ஆன் செய்தாள். பக்கத்தில் சலனமில்லாமல் கம்ப்யூட்டரில் ஆழ்ந்திருந்த சந்தானம், அதற்கடுத்த கேபினில் அக்னேஸ் பிரின்சியா, சாந்தி, முரளி ஆகியோரின் பார்வைகள் கம்ப்யூட்டர் திரைகளில் நிலைகுத்தியிருந்தன. திரும்பி பார்க்காமலேயே "குட் மார்னிங்.." என்றனர். வந்திருந்த மெயில்களைப் பார்த்தாள். பார்க்க வேண்டிய வேலைகள், பிராஜக்ட் குறித்த விபரங்கள் என்றே பெரும்பாலும் இருக்கும். கம்பெனியில் வேலை பார்க்கும் அனைவருக்கும் இன்று முதல் ஒரு நாளைக்கு இரண்டு டீக்கள்தான் கேண்டீனில் கொடுக்கப்படும் என்றும், லஞ்ச்சில் அப்பளமும் வடையும் கிடையாது என்றும் வந்திருந்த மெயில் அவமானப்படுத்துவதாய் இருந்தது.

அருகருகே இருப்பதாய்த் தோன்றினாலும் ஒவ்வொருக்கொருவர் தொடர்பு எல்லைக்கு வெளியேத்தான் இருந்தார்கள். என்ன மனநிலையில் இருக்கிறார்கள் என்பதை அறிய முடியாது. சிசிடிவி காமிராக்கள் ஒவ்வொருவரின் செயல்களை கண்காணித்துக் கொண்டிருந்தன. சூரிய வெளிச்சமும், காற்றும் நுழையாமல் அடைக்கப்பட்டிருந்த அறைகள் முழுவதும் நிறைந்திருக்கும் ஏசியின் பதமான குளிரும், சக்தி வாய்ந்த விளக்குகளின் வெளிச்சமும், முணுமுணுப்பது போல பேசும் முறையும் மனிதர்களின் தன்னியல்புகளை அகற்றியிருந்தன

எல்லாமே கண்ணுக்குத் தெரியாமல்தான். உலகின் ஒரு மூலையில் கிளையண்ட் இருப்பான். அவனது பிராடக்ட் குறித்த விபரங்களை உலகமெங்கும் வசிக்கிற கஸ்டமர்களுக்கு கொண்டு செல்ல வேண்டும். விரல்நுனியில் தேவைப்படும் விபரங்கள் அவர்களுக்கு கிடைக்க வேண்டும். அதற்கான ஏற்பாட்டைச் செய்கிற வேலையை கம்பெனிக்கு ஒப்பந்த அடிப்படையில் கொடுப்பான். அதை பிராஜக்டுகளாக பிரித்து தனித்தனி டீம்களிடம் கொடுப்பார்கள். அவைகளுக்கான கம்ப்யூட்டர் மொழியில் உருவாக்கி வடிவமைக்க வேண்டும். "எங்க ஊர் தீப்பெட்டியாபீஸ் இது" என ஸ்ரீஜா வேடிக்கையாய்ச் சொல்வாள்.

"தீப்பெட்டி அட்டை ஒட்டுறது ஒரு பிராஸஸ். குச்சி அடுக்குறது ஒரு பிராஸஸ். அடுக்கிய குச்சிகளை தீ மருந்துக்குள்

முக்கி எடுக்குறது ஒரு பிராஸஸ். அந்த குச்சிகளை உலர்த்தி தீப்பெட்டிக்குள் அடுக்குறது ஒரு பிராஸஸ். தீப்பெட்டிக்கு ஆர்டர் கொடுத்து விலை நிர்ணயம் செய்றது குஜராத்திலயும், இராஜஸ்தானிலும் இருக்குற சேட்டுகள். அவங்களுக்கு தீப்பெட்டியாபிஸ் ஓனர்கள் பண்டல் பண்டலா தீப்பெட்டி செஞ்சு கொடுத்து, செலவு போக லாபம் பாப்பாங்க. சின்ன வயசுல எங்க ஊருக்கு விடிகாலைல தீப்பெட்டி ஆபிஸ்லயிருந்து வண்டி வரும். பத்து வயசுல இருந்து முப்பது வயசு வரை பொம்பளைங்கள ஏத்திக்கிட்டு போவும். ஆளுக்கேத்த மாதிரி வேலை கொடுப்பாங்க. சாயங்காலம் இருட்டுனதுக்கு அப்புறம்தான் அந்த வண்டி ஊருக்கு திரும்பக் கொண்டு வந்து விடும். போய்ட்டு வர்றவங்க கசங்கிப் போய் இருப்பாங்க. எங்க பாட்டி கூட அப்படி போனவங்கதான். அப்படித்தான் நீயும் நானும் இருக்கோம். வீ ஆர் ஆல் ஜஸ்ட் கோடிங் கூலிஸ். அவ்வளவுதான்"

வேலை முடித்து இரவில் ராட்சசக் கட்டிடத்திலிருந்து வெளியேறும்போது நெற்றி கிண்ணென்று இருக்கும். சோடியம் மஞ்சள் பூத்த சாலைகளில் அமைதியை கிழித்துக் கொண்டு மனிதர்கள் சுற்றிலும் தலை தெறிக்கச் செல்ல, எதையோ இழந்து தனித்து அலைவது போல துயரம் வாட்டும். போனில் நண்பர்களுடன் பேசிக்கொண்டு, பிடித்தமான பாட்டுகளைக் கேட்டுக்கொண்டு தப்பிக்கலாம். ஃபேஸ்புக்கில், வாட்ஸ்-அப்பில் போய் ஒளிந்து கொள்ளலாம். கல்லூரி நண்பர்களோடு சேட் செய்யலாம், கூட பணிபுரிகிறவர்களோடு காபி ஷாப்பிலோ, ஓட்டலில் பீட்சாவுக்கு ஆர்டர் கொடுத்தோ உளைச்சல்களை ஆற்றலாம். எதுவும் முடியாது போனால் அப்படியே படுக்கையில் விழுந்து தூங்கிப் போகலாம்.

எதையும் காட்டிக் கொள்ளாமல், புன்சிரிப்பும் உற்சாகமுமாய் அடுத்த நாள் இதே அடுக்குமாடி கட்டிடத்தை அண்ணாந்து பார்த்து நுழைய வேண்டும். எவ்வளவு தூரம் ஓட வேண்டும் என்பது தெரியாது. ஓடிக்கொண்டே இருக்க வேண்டும். எதாவது ஒரு தருணத்தில் விசில் அடித்து வெளியேற்றப்படலாம். அசோக்கிற்கான விசில் அடிக்கப்பட்டு விட்டது. நமக்கான விசில்

சத்தம் கேட்டுவிடக் கூடாது எனும் பயத்தோடு வெறி கொண்டு ஓட வேண்டும். பூங்குழலியும் ஓடிக்கொண்டு இருந்தாள்.

அனுபவமுள்ளவர்களுக்கு அதிகச் சம்பளம் கொடுக்க வேண்டுமே என்று கம்பெனி அவர்களை வெளியேற்றிவிட்டு புதியவர்களை குறைந்த சம்பளத்தில் அமர்த்திக் கொள்ள துடிக்கும். கிளையண்ட்டுகளுக்கு டீம் லீடரும், அனுபவமுள்ளவர்களும்தான் வேண்டும். கத்துக்குட்டிகளை வைத்து தங்கள் பிராஜக்டுகளை முடிக்க அவர்கள் தயங்குவார்கள். கம்பெனி இவ்விஷயத்தில் அடம் பிடிக்காது. பிராஜக்ட்களை இழக்க விரும்பாது.

டீம் டிஸ்கஷனில் பூங்குழலியின் வியூகங்களும், விவாதங்களும் முக்கியமானவையாக கருதப்பட்டன. பிடித்துக் கொண்டு மேலே செல்ல வேண்டும். அம்மாவுக்கு இந்த நாட்களும் உலகமும் தெரியாது. தன் மகள் படித்தாள், படித்தவுடன் வேலை கிடைத்து விட்டது என்று சந்தோஷம் கொண்டிருக்கிறார்கள்.

கலைச்செல்வனுக்கு ஓரளவுக்கு ஐ.டி வேலை பற்றி தெரிந்திருந்தது. போன வருசம் அவன் வீட்டுக்குப் போயிருந்த போது அவளது வேலை, பிராஜக்ட் பற்றியெல்லாம் கேட்டுத் தெரிந்து கொண்டான். 2008ல் கலைசெல்வன் படித்து முடிக்கவும் கேம்பஸில் அவனுக்கு ஐ.டி வேலை கிடைக்கத்தான் செய்தது. அவனோ வங்கித்தேர்வு எழுதி பாஸாகி விட்டான். இல்லையென்றால் இப்படி எதாவது கம்பெனியில் கோடிங் புலியாகி இருப்பான். வங்கிக் கிளையில் உட்கார்ந்து கஸ்டமர்களை தினமும் நேரடியாக முகம் பார்த்துப் பேசிடும் வாய்ப்பு கிடைத்திருக்காது. “அப்பாவும் இப்படித்தான ஒரு பேங்க்கில் உக்காந்து வேல பாத்திருப்பாங்கன்னு நெனைப்பு வரும்!” சொல்லியபோது அவன் குரல் ஏக்கம் கொண்டிருந்தது. இழந்து போனவளாய் அண்ணனையே பார்த்துக் கொண்டிருந்தாள் பூங்குழலி.

“ஒங்கப்பாக்கிட்ட தலையிலத் தலையில அடிச்சுக்கிட்டேன். வியாபாரம் பண்ணுற பையனாப் பாத்து கல்யாணம் செய்வோம்னு. கேட்டாங்களா. இன்னிக்கு பாரு. ஒத்த கடையோடிருந்த

ஒந்தங்கச்சி விமலா புருஷனுக்கு திருப்பூர்ல வரிசையாக் கடை வச்சு நல்ல சம்பாத்தியம். அமுதா புருஷனோ மேடவாக்கத்துல ஹார்டுவேர் கடை வச்சு எத்தன பேருக்கு வேல கொடுத்து ராஜாவாட்டம் இருக்காங்க. ஒங்களுக்கு என்ன இருக்கு. வீடு இருக்கா, வாசல் இருக்கா.'' பத்மாவதி சித்ராவைப் பார்த்து அடிக்கடி புலம்புவார்.

பாட்டியின் பேச்சு எப்போதுமே பூங்குழலிக்கு பிடிக்காது அம்மாவின் குரலும் நச்சரிப்பாய்த் தெரிந்தது. நரேனின் அம்மா சந்திராவும் அவர்களைப் போலவே இருந்தார். சாதாரணமாகவும், இயல்பாகவும் பேசும் வார்த்தைகளுக்கு வேறு அர்த்தம் பண்ணிக் கொள்கிறார்கள். அவளிடம் சொல்வதற்கு அவர்களுக்கு நிறைய இருக்கிறது. பூங்குழலிக்கு அப்படி எதுவும் இருப்பதாகத் தெரியவில்லை. எல்லாவற்றுக்கும் “ம்” போட்டுக் கொண்டு இருக்கவும் முடியவில்லை.

நரேனும் அப்படித்தான் இருந்தான். நிச்சயதார்த்தம் முடிந்து சென்னைக்கு வந்த இரண்டாம் நாள் இரவில் போன் செய்தான். ‘ஹாய்’ என்றான்.

அவளும் ‘ஹாய்’ என்றாள்.

அப்புறம் ஒரு அமைதி.

சிரிப்பாய் இருந்தது அந்த விளையாட்டு. “சொல்லுங்க நரேன்” என்றாள் அவள்.

“அப்புறம்...” என்றான்.

“என்ன அப்புறம்... சொல்லுங்க.”

“பிஸியா “

“இல்ல வெட்டியாத்தான் இருக்கேன். சொல்லுங்க “

திரும்பவும் அமைதி.

“சொல்லுங்க நரேன்....”

“இல்ல சும்மாத்தான் போன் செய்தேன். அப்புறமா பேசுறேன்” வைத்து விட்டான். பூங்குழலிக்கு சிரிப்பாய் வந்தது. அந்த

பயம், தயக்கம் எல்லாவற்றையும் ரசிக்கவே செய்தாள். அதற்குப் பிறகு அவளிடம் பேசவேயில்லை. எல்லாவற்றையும் அவன் அம்மாவிடம் ஒப்பிப்பதும், பேசுவதும்தான் எரிச்சலைத் தந்தது. அதிலும் அந்த ‘குயின்’ ஸ்டேடஸைத் தொடர்ந்து அவன் நடந்து கொண்டது சுத்தமாய் பிடிக்கவில்லை.

டேபிளில் டீ வைக்கப்பட்டதும், அன்றைய முதல் டீ என்று ஒரு ஸ்க்ரோல் அரூபமாய் ஓட ஆரம்பித்தது. சம்மதம் இல்லையென்றாலும் உடன்பட வேண்டி இருக்கிறது. பூங்குழலி. டீயை எடுத்துக்கொண்டு ஏசி அறையை விட்டு வெளியே வந்தாள்.

மூன்றாவது தளத்தின் வெளித் தாழ்வாரத்தில் நின்று கொண்டு கண்ணாடி வழியாக பார்க்கும்போது கீழே ஆழத்தில் பஸ்களும், கார்களும் ஸ்கூட்டர்களும் சின்னச் சின்னதாய் தெரிந்தன. சில அங்கங்கு நகர்ந்து கொண்டிருந்தன. பரந்து கிடந்த வெளிக்கு அப்பால் தொலைவில் ஞாயிற்றுக்கிழமை ஆங்கில ஹிந்து பத்திரிகையின் விளம்பரப் பக்கங்களைப் போல விரிந்து கிடந்தது நகரம். எத்தனை குடும்பங்கள், கதைகளை இந்தப் பெருவெளி கொண்டிருக்கிறது. அதற்குள் ஒரு வீட்டில்தான் நரேனுடன் வாழப் போகிறோம் என்று நின்றிருந்தாள். இந்த வெளியுலகம் எதுவும் புலப்படாத சுவர்களாலான கிச்சன், ஹால், பெட்ரூம், பாத்ரூம், பிரிட்ஜ், வாசிங் மெஷின், ஏசி, குக்கர், டிவி, லேப்டாப்களோடு உள்ளிருப்போம். அவன் பின்னால் பைக்கில் உட்கார்ந்துகொண்டு, எண்ணற்ற சிறு பூச்சிகளில் ஒன்றாய் சாலைகளில் பயணிப்போம்.

சாயங்காலம் நரேனுடன் முதன்முறையாக பைக்கில் செல்லப் போகிறாள். நான்கு மணிக்கு இந்தக் கட்டிடத்தின் கீழே வந்து காத்திருப்பதாகச் சொல்லியிருக்கிறான்.

செவ்வாய்க் கிழமை மதியத்தில் இருந்து பூங்குழலி சித்ராவின் நம்பரை பிளாக் செய்து இருந்தாள். மயிர் என்று பாட்டி பேசியது பிடிக்கவில்லை. புதன் சாயங்காலம்தான் பிளாக் பண்ணியதை எடுத்து விட்டாள். இரவில் அம்மாவின் அழைப்பு கெஞ்சியது. பேசினாள்.

"ம், சொல்லும்மா..."

"பூவு, கோபமா....?".

"அத விடும்மா, என்ன விஷயம்?"

"கல்யாணப் பத்திரிக்கை அடிச்சு வந்தாச்சு. வர்ற வெள்ளிக்கிழம கோயில்ல வச்சுக் கும்பிட்டுட்டு கொடுக்கப் போறோம். அதே நாள் நீயும் மாப்பிள்ளையும் அடையாறுல அஷ்ட லஷ்மி கோயிலுக்கு போய்ட்டு வந்துருங்களேன்."

"எதுக்கும்மா இதெல்லாம். வெள்ளிக்கிழம எனக்கு ஆபிஸ் முடியவே ஏழு மணிக்கிட்ட ஆகும். அதுக்கப்புறம் எப்படி போக முடியும்?"

"ஒரு நா கொஞ்சம் சீக்கிரம் போக முடியாதா? கேட்டுப் பாரேன். இல்லன்னா ஒரு நா லீவு போடேன்."

"லீவுல்லாம் அடிக்கடி போட முடியாது. பெர்மிஷன் கேட்டுப் பாக்குறேன்."

"ஏந்தங்கம். கண்டிப்பா போய்ட்டு வந்துரும்மா..."

"ம். வச்சிரவா?"

"யம்மா, பாட்டி ஒங்கூடப் பேசணுமாம்... கொஞ்சம் இரு."

"ம்..."

"பூவு, ஏஞ்செல்லம், நல்லாயிருக்கியாம்மா?"

"இருக்கேன் பாட்டி."

"யம்மா, பாட்டி மேல கோபம் இல்லியே...ஏதோ வயசானவ சொல்லிட்டான்னு மறந்துரும்மா."

"அதுல்லாம் ஒண்ணுமில்ல பாட்டி. ஒங்களப் பத்தி தெரியாதா?"

"என் ராசாத்தி! இப்பிடியே எப்பவும் சிரிச்சுக்கிட்டு இருக்கணும்."

" சரி பாட்டி, வச்சிரவா?"

"ரெண்டு வார்த்தை இப்பிடிப் பேசுனாப் போதும்மா எங்களுக்கு"

“சரி பாட்டி.”

“அப்புறம்........ மாப்பிள்ளப் பையன் மனம் கோணாம நடந்துக்கம்மா.”

சட்டென எரிச்சல் வந்தது. “வச்சிர்றேன் பாட்டி!”. அழைப்பை துண்டித்து பெருமுச்சு விட்டாள்.

அடுத்து சிறிது நேரத்தில் சந்திரா போன் செய்து, “வெள்ளிக்கிழம நல்ல நாள். தம்பியோட அஷ்டலஷ்மி கோவிலுக்கு போய்ட்டு வாம்மா, நரேனுக்கும் சொல்லிட்டேன்.” என்றார். சரியென்றாள் பூங்குழலி. நேற்று ஆபிஸிலும் பெர்மிஷனுக்குச் சொல்லி விட்டாள்.

டீயை குடித்து விட்டு திரும்பி வரும்போது வலது பக்கம் டாய்லெட் அருகே இருக்கும் சின்ன வளைவில் பிராஜக்ட் எஞ்சீனியர் சாகிதராமன் சில வாரங்களுக்கு முன்பு வேலைக்குச் சேர்ந்திருந்த அந்தப் பெண்ணிடம் ஏதோ சொல்லி சிரித்துக் கொண்டிருந்தான். அவள் பாவம் போல் நின்றிருந்தாள். அந்த இடம் சிசிடிவி காமிராவின் பார்வைக்குள் விழாது. கதவைத் திறக்கவும் சில்லென்றிருந்தது. அனைவரும் அசைவற்று உட்கார்ந்திருந்தனர். கம்ப்யூட்டர் திரையின் வெளிச்சம் அவர்களின் கண்களில் மின்னியது.

சாந்தியைக் கடக்கும்போது “ஆமாங்க, இப்பத்தான் அந்தம்மா வரமுடியலன்னு சொல்லுது. ஜென்னிக்கு பனிரெண்டரை மணிக்கு ஸ்கூல் முடிஞ்சிரும். என்ன பண்ணன்னு தெரியல.” அடங்கிய குரலில் பதறிக்கொண்டு இருந்தாள்.

சென்ற டாஸ்க்கில் இருந்த தவறுகளை, அதை சரி செய்வதற்கான வழிமுறைகளை இன்றைய டீமில் டிஸ்கஸ் செய்ய வேண்டும். அதற்கான குறிப்புகளை யோசித்து ஒரு நோட் தயார் செய்து கொடுக்க வேண்டும். தன் இருக்கையில் அமர்ந்து, போனைத் தொட்டு விழிக்கச் செய்தாள். மிஸ்டு காலில் கலைச்செல்வன் என்றிருந்தது. அழைப்பு விடுத்து காத்திருந்தாள்.

எடுத்தவுடன் “பூம்மா...எப்படியிருக்கே?” அண்ணனின் குரலில் பாசம் இழைந்து வந்தது. “நல்லாயிருக்கேண்ணா. கூப்பிட்டிருந்தியா?”

“ஆமா. ஊருக்கு வந்திருக்கேன். இன்னிக்கு அப்பா இறந்த நாள்ல்ல..”

“மறந்தே போய்ட்டேன். பக்கத்துல யார் சத்தம். யாழினி போல இருக்கு.”

“ஆமா யாழினிதான். உன் நிச்சயதார்த்தத்துக்கு வந்தப்ப சபாபதி தாத்தா என் நம்பரை வாங்கியிருந்தாங்க. ரெண்டு நாளைக்கு முன்னால போன் செஞ்சு, நாளை மறு நா வெள்ளிக்கிழம அப்பாவோட நினைவு நாள். குடும்பத்தோட வாய்யான்னு சொன்னாங்க” கலைச்செல்வன் தழுதழுத்தான்.

“ரொம்ப சந்தோஷமா இருக்குண்ணா....” சொல்லும்போது அவளுக்கும் தொண்டை அடைத்தது. அடக்கிக் கொண்டாள்.

“நேத்து நைட்லயே வந்துட்டோம். மெர்சிக்கு லீவு கிடைக்கல. வரல்ல. வேறு யார் முகமும் தெரியாதுனால யாழினி முழிக்கிறா. தூக்கி வச்சுக்கன்னு தொந்தரவு செய்றா. அப்பா கல்றைலதான் இப்ப நின்னிட்டுருக்கோம்”

“சரிண்ணா...” அதற்கு மேல் எதுவும் பேச இயலவில்லை.

கலைச்செல்வன் புரிந்திருக்க வேண்டும். “பூம்மா...” ஆறுதலாய் அழைத்தான்.

“ஒன்னுமில்ல அண்ணா, அப்பா கல்றைய போட்டோ எடுத்து வாட்ஸ்-அப்பில அனுப்பி வைக்கிறியா?”

“அனுப்புறேன்”

“ம்... தாத்தாவக் கேட்டதாச் சொல்லுண்ணா, அடுத்த வருஷம் கண்டிப்பா நானும் வரணும்ண்ணா. ஏங்கிட்ட முன் கூட்டியேச் சொல்லிரு”

“சரிம்மா, இங்கயும் கல்யாணி வந்திருக்காங்க. தாத்தா விரட்டிட்டாரு. தூரத்துல நிக்கிறாங்க. கல்றைல கீழ போட்டுருக்கிற சிமெண்ட் தளத்துல கரிய வச்சு, ‘என் ராசா, உன் மகளுக்குக் கல்யாணம்’னு எழுதியிருக்கு. அதையும் எடுத்து அனுப்பி வைக்கிறேன்.”

பூங்குழலிக்கு கண்களில் நீர்த்திரையிட சிஸ்டத்தின் திரை மங்கலாய்த் தெரிந்தது.

# 8

# 2016 மார்ச் 11, வெள்ளி

வீட்டில் கலைச்செல்வன் மீது இருந்த வெறுப்பு இந்த அஞ்சு வருஷத்தில் பெரிதாக ஒன்றும் குறைந்த மாதிரி இல்லை. நிச்சயதார்த்தத்துக்கு கலைச்செல்வன் வரக் கூடாது என்றால் எங்கே பூங்குழலி தனக்கு கல்யாணமே வேண்டாம் என்று சொல்லி விடுவாளோ என அனைவரும் அமைதி காத்தனர். சபாபதி தாத்தாவைத் தவிர ஒருவரும் அன்று கலைச்செல்வனோடு பேசவில்லை. கூடவே இருக்கும் சொந்த பந்தங்களையும் ஊரையும் தன் மகனுக்காக பகைத்துக் கொள்ள சித்ராவும் துணியவில்லை.

நினைவுகளோடு இருந்த பூங்குழலி அருகில் ஃபாஸ்டஸ் லியோ வந்து நின்றான். டீம் ஹெட் அவன். பூங்குழலி டைப் அடித்துக் கொண்டிருந்தாள். "மதியம் லஞ்ச்சுக்குப் பிறகு நம்ம டீமோட டிஸ்கஷன். நாலு மணிக்கு முடிஞ்சிரும். நீ கிளம்பலாம். ஓ.கேவா?" என்றான்.

"ஓ.கே " நிமிர்ந்து பார்த்தாள்.

"எதும் பிராப்ளமா?"

"நத்திங்" என்றாள் அவசரமாக.

"உன் பட்டி எதும் சொன்னாளா?"

பட்டி என்று அவன் குறிப்பிட்டது சோஃபியாவை. கம்பெனி முழுக்க சோஃபியாவுக்கு அவளும், அவளுக்கு சோஃபியாவும் பட்டி. ஹாஸ்டலில் ஸ்ரீஜாவுக்கு அவளும், அவளுக்கு ஸ்ரீஜாவும் பட்டி. இப்படி எவ்வளவு வார்த்தைகள். ப்ரோ, ட்யூட், கைஸ், கேள்ஸ், வான்னா, கோன்னா எல்லாவற்றையும் இங்கு வந்துதான் தெரிந்து கொண்டாள். அப்படியெல்லாம் பழக பூங்குழலிக்கு இன்னும் கூச்சம் இருந்தது. லியோ சொன்னது புரியாதது போல் அவள் முகம் இருந்தது.

“ம்... நார்மலா இல்ல நீ” என்றான்.

அமைதியாக கம்ப்யூட்டர் திரையைப் பார்த்து வேலையைத் தொடர்ந்தாள். கீ போர்டில் விரல்கள் இயங்கின.

அவளது கம்ப்யூட்டர் திரையைப் பார்த்துக் கொண்டே லியோ பேசினான். “ஒரு வேலையை எடுத்துக் கிட்டம்னா நாம அதுக்கு ஹண்ட்ரண்ட் பர்சண்ட் எஃபர்ட் கொடுக்கணும். நேச்சுரலாவே நீ ரொம்ப ஸ்மார்ட். டேலண்டட். மெச்சூர்ட். ஈஸியா புரிஞ்சுக்கிற. கவனம் மட்டும் சிதறாம இருந்துச்சுன்னா உன்னை அடிச்சுக்க இங்க ஆளே இல்ல.”

எதுவும் சொல்லத் தோன்றாமல் அவனைப் பார்த்து புன்னகைத்து தலையாட்டினாள்.

அவள் முகம் பார்த்து “முன்னமே சொல்லியிருக்கேன். இங்க ஒவ்வொரு நாளும் புதுசு. லேர்ன் பண்ண பண்ண ஒவ்வொண்ணுமே புதுசு. நீயும் புதுசு. ஜாய்ன் பண்றப்ப உன்னோட ப்ரொஃபைல்ல விண்டோஸ் டிரபுள்ஷூட்டிங்ல எக்ஸ்பர்ட், அப்புறம் இன்னும் ஏதோ சொல்லியிருந்தே. இந்த மூனு வருஷத்துல எவ்வளவு லேர்ன் பண்ணியிருக்கே. புரோகிராமிங்ல, டேட்டா அனலிசஸ்ல, டாகுமெண்டேஷன்ல, டெலிவரிலன்னு சொல்லிக்கிட்டே போகலாம். உன் ப்ரொஃபைல் இப்போ வேற. அசோக் என்ன லேர்ன் பண்ணான்? இன்னொரு கம்பெனிக்கு என்ன ரெஸ்யூம் கொடுப்பான்? உன்னோட சர்வீஸுக்கு கஸ்டமர்க்கிட்டயிருந்து ஃபோர் ப்ளஸ் ரெவ்யூ கிடைச்சிருக்கு. அவனுக்கு என்ன தெரிமா? அவன மாதிரி வெளியே நிறைய பேர் இருக்காங்க. கோடிக்கணக்குல காத்துக்கிட்டு இருக்காங்க. உள்ளே உன்னைப் போல நிறைய பேர் இல்ல.” பேசிக்கொண்டிருந்தான்.

சிஸ்டத்தில் இயங்குவதை நிறுத்தி பூங்குழலி லியோவை அமைதியாகப் பார்த்தாள்.

‘ம்’மென்று யோசித்து “டோண்ட் ஸ்பாயில் யுவர் மூட். டோண்ட் லெட் யு டவுண். கீழே விழுந்தா தூக்கி விட இங்க யாரும் இல்ல. எல்லோரும் ஓடிட்டே இருக்காங்க. திரும்பிக் கூட பாக்க நேரம் கிடையாது. நாமதான் எந்திக்கணும். ஓடணும். சொல்லணும்னு தோணிச்சு. ஓ.கே. யூ கேரி ஆன்” அந்த இடத்தைவிட்டு சென்றான்.

லியோவைப் பற்றி பல கதைகள் உண்டு. எல்லாம் லியோவுக்குப் பின்னால் பேசப்படுபவை. கல்யாணமான இரண்டு நாளில் அவனது மனைவி வேறு யாருடோ போய்விட்டாள், லியோ இப்போது இன்னொரு பெண்ணுடன் கல்யாணம் செய்து கொள்ளாமல் ஒரே வீட்டில் வசித்து வருகிறான். அது ஒரு கதை. லியோவுக்கு பெண்களை விட பையன்கள் என்றால் ஆசை. பெண்களிடம் நெருங்கிப் பேச மாட்டான். அப்படி ஒரு கதை. இரவில் நிறைய குடிப்பான், பார்ன் பார்ப்பான் என்று ஒரு கதை. பலரையும் பற்றி கதைகள் இருக்கவேச் செய்தன.

அந்தக் கதைகளைத் தாண்டி பலரும் லியோவை கெட்டிக்காரன் என்று சொன்னார்கள். பங்குச்சந்தை முதலீட்டில் அவன் புலியாய் இருந்தான். அவனிடம் ஆலோசனை பெறுவார்கள்.

பூங்குழலிக்கு லியோவிடம் மரியாதை உண்டு. லேசில் புன்னகைக்க மாட்டான். தேவையில்லாமல் பேச மாட்டான். கம்பெனியில் வேலைக்குச் சேர்ந்து மூன்றாவது வருடம் அவளுக்கு ஓரளவு சம்பளம் கூடியிருந்தது. அன்றைக்கு அவளை அழைத்து, “உனக்கு இங்க நல்ல கேரியர் இருக்கு. இன்னும் ஏழெட்டு வருசம் நிச்சயம் இருப்ப. மாசம் ஒன் லேக்கைத் தாண்டி சம்பாதிப்ப. பிளான் பண்ணிக்க. அனாவசியமா செலவு செய்யாத. உன்னோட சம்பளத்தைப் போல குறைஞ்ச பட்சம் பத்து மடங்கு உன்னோட பேங் பேலன்ஸ் எப்பவும் இருக்கணும். ஒவ்வொரு செலவையும் யோசி. சிம்ப்ளாவே இரு. இங்க எதுவும் நிலையானது இல்ல. ஓ.கே. லவ் யுவர் ஜாப். கங்கிராட்ஸ்” வாழ்த்தினான். ஒவ்வொரு வார்த்தையும் அக்கறையோடு இருந்தன. இன்றைக்கு லியோ வந்ததும் பேசியதும் கூட ‘பயப்படாதே’ என்று தட்டிக்கொடுப்பதற்காக என்று புரிந்து கொண்டாள்.

வாட்ஸ் அப் தட்டியது. கலைச்செல்வன் போட்டோ அனுப்பியிருந்தான். அப்பாவின் உடல் புதைத்த இடம் இதுதான் என்னும் நினைவே கலங்கடித்தது. யாருமற்ற எத்தனை இரவுகளையும், பகல்களையும் அப்பாவின் உடல் இங்கே கழித்திருக்கிறது “பூம்மா..” வென அழைக்கும் அந்தக் குரல்

உயிரைத் தொடும். தன்னம்பிக்கையை ஒவ்வொரு சொல்லிலும் செயலிலும் தந்தவர்.

வேலையில் இருக்கும்போது இது போன்ற நினைப்புகள் வந்து தொந்தரவு செய்வது சரியில்லை என மொபைலை சுவிட்ச் ஆப் செய்தாள். நினைவுகளை சுவிட்ச் ஆப் செய்வது எப்படி? ‘கீழே விழுந்தால் நம்மை யாரும் திரும்பிக் கூட பார்க்க மாட்டார்கள்’ என்று லியோ சொன்னது ஒலித்தது.

ஆறாம் வகுப்பு படிக்கும்போது பள்ளி ஆண்டுவிழாவில் பங்கரா டான்ஸ் ஆடுவதற்கு சேர்ந்திருந்தாள். சதா நேரமும் அந்தப் பாட்டோடு இருந்தாள். அதற்கான டிரெஸ் வாங்க ரவிச்சந்திரனை நச்சரித்தாள். ரவிச்சந்திரனும் சித்ராவும் அவளை வீட்டில் ஆடிக்காட்டச் சொன்னார்கள். பிளேயரில் பாட்டு போடச் சொல்லிவிட்டு அடுத்த அறைக்குச் சென்றாள்.

“எங்க போற? யார் ஆடுவாங்க?” சிரித்தார் ரவிச்சந்திரன்.

“பாட்டைப் போடுங்கப்பா..” கத்தினாள். மியூசிக் ஆரம்பித்ததும் அடுத்த அறையிலிருந்து ஓடி வந்து உயரே எம்பி குதித்து ஆட ஆரம்பித்தாள். ஆசையாய் பார்த்தார்கள். முடித்ததும், கைதட்டி அவளைத் தூக்கிக் கொஞ்சினார் ரவிச்சந்திரன்.

அப்பாவும், அம்மாவும் ஆண்டுவிழாவிற்கு கண்டிப்பாக வரவேண்டும் என அழைத்திருந்தாள். சென்று அவள் எப்போது ஆடுவாள் என காத்திருந்தார்கள். பேர் சொல்லி அறிமுகம் செய்ததும் கூட்டத்தில் தலை எட்டிப் பார்த்தார்கள். பாடலுக்கான இசை ஆரம்பித்தது. திரைக்குப் பின்னால் இருந்து ஓடி வந்து குதித்தவள், மேடையில் விரித்திருந்த தார்ப்பாய் சுருங்கியிருக்க, தடுமாறி கீழே விழுந்துவிட்டாள். ரவிச்சந்திரன் கலங்கிப் போனார். “ஐயோ எம்புள்ளா” என்றார் சித்ரா. முன்னால் இருந்து சத்தமும், சிரிப்பும் எழுந்தது. பூங்குழலி சுதாரித்து சட்டென எழுந்து ஆட ஆரம்பித்தாள். வீட்டில் இருந்த உற்சாகத் துள்ளல் இல்லையென்பது தெரிந்தது. பாட்டும் நடனமும் முடிந்ததும் சிலர் கைதட்டினார்கள். ரவிச்சந்திரன் வேகமாக முன்னால் சென்றார். மேடையில் இருந்து இறங்கியவள் முன் சென்று நின்றார். அவரைப் பார்த்ததும், “அப்பா நா விழுந்திட்டேம்ப்பா...”

என அவமானத்தால் கைகளால் முகத்தைப் பொத்திக்கொண்டு அழ ஆரம்பித்தாள்.

"விழுந்தாலும் அப்படியே கிடக்காம சட்டுனு எந்திரிச்சு ஆடினியே.... அதுதாம்மா சூப்பர்!" என எல்லோருக்கும் கேட்கும்படி சத்தம் போட்டுச் சொல்லி, அவளை முத்தம் கொடுத்து தோளில் தூக்கி வைத்துக்கொண்டார். முதுகில் தட்டிக் கொடுத்தார். மெல்ல தலையை தூக்கிப் பார்க்கத் தொடங்கினாள். அன்று தூங்கும் வரை ரவிச்சந்திரனின் கைகளை பூங்குழலி விடவேயில்லை.

எழுந்தால் கொண்டாடவும் விழுந்தால் ஆதரவாய் தூக்கிக் கொள்ளவும் யாரும் இல்லாத ஒரு இடத்தில் நாம் விடப்பட்டிருக்கிறோம் என்னும் தனிமை அப்பா இறந்ததிலிருந்து அவளோடு கூடவே வந்து கொண்டிருக்கிறது. நினைக்கும் போதெல்லாம் எதையோ இழந்த வெறுமை சூழ்ந்து விடுகிறது. அப்பா மீது பத்மாவதி காட்டும் வெறுப்பு அவளுக்கு எரிச்சலாய் இருக்கும். அப்பாவை ஒதுக்கி விட்டு தன்னைக் கொஞ்சுவதை சகிக்க முடியாது.

ரவிச்சந்திரன் இறந்த முதல் வருஷம் பூங்குழலியும் கல்லறைக்குப் போயிருந்தாள். 'என் மன்னன் இங்கே, என் மன்னன் இங்கே' என எழுதியிருந்தது. கண்ணீர்த்துளிகள் வரையப்பட்டிருந்தன. கல்யாணிதான் என்று சொன்னார்கள். சபாபதி தாத்தாவின் வீட்டில் வேலை செய்யும் அமாவாசை, "சில நாள் ராத்திரி இங்க வந்து படுத்துக்குறா.." என்று சொன்னார். நம்ப முடியவில்லை. அப்பாவுக்கும் கல்யாணிக்கும் அப்படி என்ன பழக்கம் என்று யாரும் சொல்லவில்லை. கேட்டுத் தெரிந்து கொள்ளவும் யாரும் இல்லை. அப்பாவுக்கு கல்யாணியைப் பிடித்ததா, பிடிக்கவில்லையா?, பிடிக்கவில்லையென்றால் கல்யாணிக்கு தன்னை புரிய வைக்க அப்பா என்ன செய்தார்?, பிடித்திருந்தால், அப்பா ஏன் கல்யாணியை ஏற்றுக் கொள்ளவில்லை? என எவ்வளவோ புதிர்கள் கடந்த காலத்திற்குள் நிறைந்திருந்தன. அவை தெரியாமலே போகலாம். கல்யாணியைப் பார்த்தால் மரியாதை வருகிறது. நிச்சயதார்த்தத்தில் பார்த்தவுடன் அதிர்ச்சியாய் இருந்தாலும், மேடைக்கு வந்து வாழ்த்தட்டும்

என்றுதான் தோன்றியது. என்றாவது ஒருநாள் கல்யாணியிடம் உட்கார்ந்து பேச வேண்டும் போலவும் இருந்தது.

கம்ப்யூட்டர் திரையில் அவள் டைப் அடித்துக் கொண்டிருக்க, நினைவுகளோ மாறி மாறி வந்து போய்க்கொண்டு இருந்தன. ஒரு வேலை நன்றாக பழக்கமாகி சரளமானால் கைகள் தனியாகவும், மூளை தனியாகவும் இயங்க ஆரம்பித்து விடுகிறது.

சித்ராவுக்கு பதிலாக கல்யாணியை ரவிச்சந்திரன் திருமணம் செய்திருந்தால் வாழ்வின் போக்கே மாறியிருக்கும். சாத்தியங்கள் வேறாகவும் இருந்திருக்கும். முதலில் பூங்குழலியே பிறந்திருக்க மாட்டாள். ரவிச்சந்திரன் உயிரோடு இருந்திருக்கலாம். கல்யாணியோடு தனியாக ஒரு வாழ்க்கையை ரவிச்சந்திரன் வைத்திருந்தால் பெரும் கொதிப்புகள் ஏற்பட்டிருக்கும். சித்ராவும் பத்மாவதியோடு சேர்ந்து சதா நேரமும் அப்பாவைப் பழித்துக் கொண்டிருப்பாள். கலைச்செல்வனும் அவளும் கூட அதே அப்பாவை வெறுத்திருக்கலாம். ஒருவரை முழுமையாக அறிந்து கொள்ளாமல், அந்த ஒருவரோடு அவரவர்க்கான பார்வைகளிலும் உறவுகளிலும் இருந்தே மனிதர்கள் மேலோட்டமாக புரிந்து கொள்கிறார்கள். விருப்பு வெறுப்பு கொள்கிறார்கள். அதிலிருந்தே தங்கள் நியாயம் பேசுகிறார்கள்.

குயின் படம் குறித்து அவள் ஃபேஸ்புக்கில் எழுதியதை நரேனும், நரேன் வீட்டிலும் அப்படித்தான் புரிந்து கொண்டிருக்க வேண்டும். ஸ்ரீஜாவுக்கும் அவளுக்கும் நடந்த உரையாடல் அவர்களுக்குத் தெரியாது. படம் பூங்குழலிக்குப் பிடித்திருந்தது. ஸ்ரீஜா அவ்வளவாக ரசிக்கவில்லை.

“ஓ.கே நிச்சயம் பண்ண கல்யாணம் நின்னு போனாலும் ஹனிமூன் டிக்கெட்டை கேன்சல் பண்ணாம தனியா அவ மட்டும் பாரிசுக்குப் போறது ஒரு ஃபேண்டஸியாக வைத்துக் கொள்வோம். அவளுக்கு நடந்தவை எல்லாம் நல்லதாகவே நடந்தன. ஒருவேளை மோசமான அனுபவங்கள் ஏற்பட்டிருந்தால்...?” நக்கலாக கேட்டாள் ஸ்ரீஜா.

“ஆசைப்பட்ட மாதிரி அவனையே கல்யாணம் பண்ணி அவங்கூட வொய்ஃபா போயிருந்தாக்கூட மோசமான

அனுபவங்கள சந்திச்சிருக்கலாமே.” என்றாள் பூங்குழலி. தொடர்ந்து, “அதுல்ல மேட்டர். கிராமத்துல பிறந்து வளந்தவ. ஃபாரின்ல வந்து ஒன்னும் தெரியாம நிப்பா. தனக்கு ஜோடியா இருக்க மாட்டான்னு அவன் நினைச்சான். அதை தப்புன்னு காட்டுறா அவ.” பேசினாள்.

“ஓ.கே. அதைத்தான் அவன் புரிஞ்சுக்கிறானே. அப்புறம் ஏன் அவன ஏத்துக்கல?”

“ஃப்ரண்ட்லியா இருக்குற வரைக்கும் ஒரு பெண்ணுக்கும் ஆணுக்குமான உறவு சரியா இருக்கு. சமமா இருக்கு. உண்மையிலயே ஒரு குயினா பெண் இருக்கா. குயின் பக்கத்தில் ஆண் வந்து கிங்கா நிக்கும்போதுதான் தப்பாகுது. அதுதான் மெஸேஜ்” என்றாள்.

அதைத்தான் ஃபேஸ்புக்கில், ‘குயின் இஸ் ரைட், கிங் இஸ் ராங்’ என்று பூங்குழலி குறிப்பிட்டு இருந்தாள்.

சாயங்காலம் நேரில் சந்திக்கும்போது, நரேனிடம் இதுபற்றி பேச வேண்டி இருக்குமோ என நினைப்பு வந்தது. பூங்குழலிக்கு அலுப்பாக இருந்தது. ‘ஏன் தனக்கு சுவாரசியமானவனாக நரேன் இல்லை?’ இரண்டு மூன்று நாட்களாய் கேட்டுக்கொண்டிருக்கிறாள். வெறுப்பென்று சொல்ல முடியவில்லை. அவன் பேரைக் கேட்டதும் மனம் துள்ளிக் குதிக்கவில்லை. எந்த சிலிர்ப்பும் இல்லை. யாரோவாகவே இருக்கிறான். அதுதான் நிச்சயதார்த்த போட்டோக்களை அவனது அம்மா சந்திரா அனுப்பியதும் பதில் சொல்லாமல் இருந்தாள். சம்பிரதாயமாகச் சொல்லவும் பிடிக்கவில்லை.

லஞ்ச்சுக்கு சந்தானம் எழுந்தான். மீட்டிங்கில் பேச வேண்டிய குறிப்புகளை அவளும் கிட்டத்தட்ட முடித்திருந்தாள். சிஸ்டத்தில் லாக் அவுட் செய்து வெளியே வந்தாள். கதவின் ஓரமாய் நின்றிருந்த சாந்தி போனில் பேசி முடித்து அவளைப் பார்த்தாள். “என்னாச்சு, சாந்தி! ஸ்கூல்லயிருந்து குழந்தையக் கூட்டிட்டு வர ஏற்பாடு பண்ணிட்டியா” கேட்டாள்.

“என்னோட சித்தப்பா பையன் படிச்சு முடிச்சுட்டு சும்மாத்தான் இருக்கான். அவன ஏற்பாடு செஞ்சிருக்கு. சாயங்காலம் ஆபிஸ்

விட்டு நானோ அவரோ போற வரைக்கும் குழந்தைங்கள பாக்கச் சொல்லியிருக்கோம்.” பெருமுச்சு விட்டு, “டென்ஷனாய்ட்டு கொஞ்ச நேரம்.” புன்னகைத்தாள்.

“உன்னோட அம்மா அப்பாவோ, உன் ஹஸ்பெண்டோட அம்மா அப்பாவோ யாராவது கூட இருந்தா ஒத்தாசையா இருக்குமே.”

“அவரோட அம்மா வந்து இருந்தாங்க. கொஞ்சம் பிடிக்காமப் போச்சு.” இழுத்தாள். “இப்பிடி பிரச்சின வரும் போதெல்லாம் பகீர்னு இருக்கும். கொஞ்சம் அட்ஜஸ்ட் பண்ணிட்டு இருந்திருந்தா கஷ்டப்பட வேண்டியதில்லன்னு குத்திக் காட்டுவார். என்ன செய்ய..”

பேசிக்கொண்டே கேண்டின் வந்தார்கள். எதிரே சின்னதாய் அந்த பிளாஸ்டிக் மரம் இலைகளோடு நின்றிருந்தது. மூனு வருஷத்துக்கும் மேலாச்சு. தினமும் பார்க்கிறாள். அப்படியே இருக்கிறது. வெயில், மழை எதுவும் அதற்கு கிடையாது. காற்று அடித்தாலும் மரம் அசையாது.

வழக்கமான மேஜையில் அமர்ந்து அலையரசனும், சோஃபியாவும் பேசிக்கொண்டு இருந்தார்கள். “மைக்ரேஷன் ரொம்ப தலைவலி. சர்வர கான்ஃபிகர் பண்றதுக்குள்ள மூளை உருகி மூக்கு வழியா வந்துரும்” தனது வேலை பற்றி சொல்லிக் கொண்டு இருந்த அலையரசன் அவளைப் பார்த்ததும் “ஹாய்” என்றான். அவளும் “ஹாய்” சொல்லிக்கொண்டே அருகில் உட்கார்ந்தாள்.

“மீல்ஸ்தான. உனக்கும் சேத்துச் சொல்லிட்டோம்” என்றாள் சோஃபியா.

“குட்” என்றவாறே பூங்குழலி தன் மொபைலை ஆன் செய்தாள். ஃபேஸ்புக்கில் பிரகாஷ், ‘மை ஜர்னி ஸ்டார்ட்ஸ்” என்று கைகளை விரித்து நின்றிருந்தான். உற்சாகமானாள். என்ன ஜர்னி என்று கவனித்த போது பெங்களூரில் ஒரு எம்.என்.சியில் அவன் சென்ற வாரம் ஜாய்ன் பண்ணியிருப்பதை ஃபேஸ் புக் காட்டியது. புன்னகைத்துக் கொண்டே, “கங்கிராட்ஸ். சொல்லவேயில்ல” வாட்ஸ் அப்பில் மெஸேஜ் அனுப்பினாள்.

அவளைப் பார்த்துக் கொண்டிருந்த சோஃபியா, என்ன என்பதாய் கண்களால் கேட்டாள். சிரித்துக் கொண்டே, "யூ ஆர் மை பட்டி" பூங்குழலி சிரித்தாள்.

"ஹேய்... கிரேஸி! என்ன ஆச்சு உனக்கு?" என்றாள் சோஃபியா.

"ஒன்னுமில்ல. லியோ பக்கத்துல வந்து உன் பட்டி எதும் சொன்னாளான்னு கேட்டான்."

"ஓ.. அசோக்கைப் பத்தியா?

ஆமாம் என்பதாய் தலையாட்டவும் மொபைல் அழைத்தது. எடுத்து "சொல்லுங்க ஆன்ட்டி" என்றாள்.

"அப்பமேயிருந்து போன் பண்ணிட்டிருந்தேன். என்னம்மா, சாப்பிட்டாச்சா?"

"இல்ல ஆன்ட்டி. இப்பத்தான் சாப்பிட கேண்டீன் வந்திருக்கேன்."

"அப்பிடியாம்மா, நா எங்க ஊருக்கு பத்திரிகை கொடுக்க வந்திருக்கேன். நரேனுக்கு பத்திரிகை அனுப்பியிருக்கோம். காட்டுவான். நரேன் அவங்க பிரண்ட்ஸுக்கு கொடுக்க தனியா பத்திரிகை அடிக்கணும்னு சொல்லிட்டிருந்தான். நீயும் தனியா அடிக்கிறியாம்மா"

"அது பத்தி இன்னும் யோசிக்கல."

"என்னம்மா, ஒரு மாசந்தான இன்னும் இருக்கு."

"ஒன்னும் பிரச்சினையில்ல. நா பாத்துக்குறேன் ஆன்ட்டி."

"அப்புறம் லீவு எப்பயிருந்து எடுக்கப் போற? எத்தன நாள் எடுக்கப் போற?"

"ப்ளான் பண்ணல. கேக்கணும்."

"எல்லாத்தயும் சாதாரணமாச் சொல்ற. கடைசி நேரத்துல டென்ஷனாயிரப்போது"

"அப்படியெல்லாம் ஒன்னும் ஆகாது. நீங்க எல்லாத்தையும் ரொம்ப சீரியஸாவே எடுத்துக்குறீங்க.." சிரித்தாள்.

“சரிம்மா, பாத்துக்க. நரேன் எப்ப வர்றேன்னு சொன்னான்.”

“நாலு மணிக்கு..”

“பாத்துப் போய்ட்டு வாங்க. அப்புறமா பேசுறேன்.”

சந்திரா போனை வைத்ததும் அப்பாடா என்றிருந்தது. சோஃபியாவும் அலையரசனும் பேசுவதை நிறுத்திவிட்டு, அவளைப் பார்த்துக் கொண்டிருந்தார்கள்.

“கொசுத்தொல்லையா.” என்றாள் சோஃபியா.

“பல்ல உடைச்சிருவேன். மரியாதையாப் பேசணும். மாமியாராக்கும்” என்றாள்.

மூவரும் சிரித்தார்கள்.

வாட்ஸ் அப் சத்தம். எடுத்துப் பார்த்தாள். பிரகாஷ் அனுப்பி இருந்தான்.

“உனக்கு கல்யாணமாமே? சொல்லவேயில்ல.”

# 9
# 11 மார்ச் 2016 - வெள்ளி

பிரகாஷிற்கு வாட்ஸப்பில் என்ன பதில் சொல்ல என்று தெரியவில்லை. பிறகு பார்த்துக் கொள்வோம் என அமைதியாக சாப்பிட ஆரம்பித்தாள் பூங்குழலி.

“சர்வீஸ் பேஸ்ல இருக்குற கம்பெனியை விட, ப்ராடக்ட் பேஸ்ல இருக்குற கம்பெனி பெட்டர். இவ்வளவு டென்ஷன் இருக்காது. ஜாப் செக்யூரிட்டியும் இருக்கும்.” என்றான் அலையரசன்.

“என்ன வந்ததுலயிருந்து வேலையப் பத்தியே பேசிக்கிட்டு இருக்குற மாரி இருக்கு” கேட்டாள் பூங்குழலி.

“ஆமா இரண்டு மூனு நாளா. ரெஸ்டே இல்லை. கொல்றாங்க. முதுகு வலி, தலை வலி. சரியாத் தூங்கல.” என்றான்.

நிச்சயதார்த்தம் அன்றைக்கு பேசிக்கொண்டு இருக்கும்போது நரேனும் இதைச் சொல்லியிருந்தான். அவனுக்கு ப்ராட்க்ட் பேஸ்ல இருக்குற கம்பெனிதானாம். அவளையும் வேற கம்பெனி யோசிக்கச் சொல்லியிருந்தான்.

“அசோக் பத்தி எதாவது தெரியுமா.” பூங்குழலி கேட்டாள்.

“இல்ல” என்று நிறுத்திய சோஃபியா ஏதோ சொல்ல வந்தது போலிருந்தது. தண்ணீர் குடித்தாள். எங்கோ பார்த்தாள்.

“என்ன சோஃபி...”

குனிந்து சாப்பிட்டுக் கொண்டே, “ஒரு மாசமா விக்னேஷும் பெஞ்ச்சிலத்தான் இருக்கான். நைட்ல ஓவராத் தண்ணியடிக்கான். நாலு நாளைக்கு முன்னால விடிஞ்சு பாக்கும்போது சோபாவுல அப்படியேக் கிடந்தான். க்ளாஸ்ல ஊத்தி வச்ச டிரிங்க்ஸ் பாதி அப்படியே டிபாய்ல இருந்துச்சு. பசங்க ரெண்டு பேரும் பாக்க வேண்டாம்னு எல்லாத்தயும் அவசரமா சுத்தம் செஞ்சேன். என்ன பேசினாலும் கோபப்படுறான்.” சொல்லும்போதே குரல் கம்மியது.

சோஃபியாவின் கைகளை இறுகப் பற்றினாள் பூங்குழலி.

“விடு. விடு. யாராச்சும் பாத்தா நல்லாயிருக்காது.” சட்டென்று எழுந்து கை கழுவப் போனாள்.

அலையரசனும், பூங்குழலியும் அவள் போவதை பார்த்துக் கொண்டிருந்தார்கள். என்ன பேசுவதென்று தெரியாமல் அமைதியாக சாப்பிட்டார்கள். சில கணங்கள் முன்பு வரைக்கும் சகஜமாகவும் சிரித்துக்கொண்டும் இருந்தவள் சட்டென்று உடைந்து போய் விட்டாளே என்று இருந்தது. எந்த சமயத்திலும் உருகவும், உறைந்து போகவுமான பிரத்யேகமான இடங்களை ஒவ்வொருவருக்குள்ளும் வாழ்க்கை வைத்து இருக்கிறது. மறைத்துக்கொண்டுதான் எல்லோரும் வெளியே நடமாடிக்கொண்டு இருப்பதாகத் தோன்றியது.

கை கழுவி விட்டு வந்த சோஃபியா, “நாளைக்கு சாயங்காலம் முடிஞ்சா ரெண்டு பேரும் வீட்டுக்கு வர்றீங்களா?” என்றாள். அவள் அழுதது கண்களில் தெரிந்தது. முகம் கசங்கி இருந்தது. கைக்குட்டையால் முகத்தை திரும்பத் திரும்ப துடைத்துக் கொண்டாள்.

“வர்றோம்” என்றான் அலையரசன்.

“ஓ.கே . பை. நாளைக்கு பாப்போம்.” சென்றவள் திரும்பி வந்து, “நரேனை கேட்டதாச் சொல்லு. ஹெவ் அ நைஸ் டைம்.” முகத்தில் சிரிப்பை வரவழைத்துப் பேசினாள். பாவமாய் இருந்தது.

சாப்பிட்டு முடித்து, அலையரசனிடம் விடைபெற்று, டீமின் டிஸ்கஸனில் உட்காரும் வரை சோஃபியாவின் நினைவாகவே இருந்தது. நான்கு மணிக்குள்ளாகவே எல்லாம் முடிந்தது. கிளம்பும்போது லியோ அவளைத் தன் கேபினுக்கு அழைத்தான். சென்றாள். மீட்டிங்கில் அவளது யோசனைகளும், ஈடுபாட்டையும் பாராட்டி விட்டு, “உனக்கு டீமில் யார் கூடவும் ஈகோ இஷ்யூஸ் இல்லையே?” கேட்டான். புரியாமல் நின்றாள். “நான் ஸ்பெஸிஃபிக்கா கேக்கல. ஜெனரலாத்தான் கேட்டேன். அப்படி யார்க்கிட்டயாவது, எதுலயாவது இருந்தா, சரி பண்ணக்கணும். டீம்தான் முக்கியம். ஓ.கேவா?”

யோசித்துக்கொண்டே தலையசைத்தாள். “ம்... போய்ட்டு ஃப்ரெஷ்ஷா திங்கட் கிழமை வா.” என்றான்.

டீமில் மற்றவர்களிடம் விடைபெறும்போது சந்தானம் மட்டும் வழக்கமான இயல்பற்று இருப்பதை உணர்ந்தாள். மீட்டிங்கில் அவள் தனது நோட்ஸ்களை விவரித்தபோது, சந்தானம் இடைமறித்து “எல்லாத்தையும் உன்னோட வியூவ்லயும் ஸ்பீட்லயும் இருந்து பாத்த மாதிரி இருக்கு. டீம்ல இருக்குற மத்தவங்கள கன்சிடர் பண்ணல” என்றான். சட்டென்று, “அப்ப நீ வந்து நோட்ஸை ப்ரெசண்ட் பண்ணு” சொல்லி அதை வேகமாக கடந்திருந்தாள். லியோவின் பேச்சு, சந்தானத்தின் மௌனம் எல்லாவற்றுக்கும் அர்த்தம் புரிந்தது.

சந்தானத்தின் அருகில் உட்கார்ந்தாள். “ஸாரி சந்தானம். சீக்கிரம் போகணும்கிற அவசரத்துல இருந்தேன். அதனால நீ பேசும்போது டென்ஷன் ஆய்ட்டேன். புரிஞ்சுக்க. இதே நினைப்போட பெர்மிஷன்ல ஃபிரண்டைப் பாக்க வெளியேப் போய் நிம்மதியா இருக்க முடியாது. உறுத்திட்டே இருக்கும். ப்ளீஸ், ஒரு ஸ்மைலோட என்னை அனுப்பு” அவன் கை பிடித்தாள். சட்டென்று நெகிழ்ந்து, “ஹேய், என்ன இதெல்லாம். அது ஒரு மொமண்ட். அவ்வளவுதான். உன்னைப் பத்தி எனக்குத் தெரியாதா? போ...போ... ஹெவ் யுவர் ஃபன் டியர்!” சிரித்தான். விடைபெறவும் நரேன் மொபைலில் அழைக்கவும் சரியாக இருந்தது. “இதோ வந்துட்டேயிருக்கேன்” கிளம்பினாள்.

லிஃப்ட்டில் இஸ்மாயில், “வாங்க பூங்குழலிம்மா?.” வரவேற்றார். தரைத் தளத்துக்கு பட்டனை அழுத்தி விட்டு, “என்ன உங்களுக்கு கல்யாணமாம்மா?” என்றார்.

பூங்குழலிக்கு ஆச்சரியத்தை விட அதிர்ச்சியே வந்தது. அலையரசனுக்கும், சோஃபியாவுக்கும் மட்டும்தான் தெரியும். இஸ்மாயிலைப் பற்றி யோசிக்காமல் அவர்கள் இரண்டு பேரும் லிஃப்ட்டில் இது பற்றி பேசியிருக்க வேண்டும் என புரிந்து கொண்டாள். ‘சரியான லூஸுங்க’ நினைத்துக் கொண்டாள்.

“ஆமாம் இஸ்மாயில்.” சிரித்தாள்.

“நல்லதும்மா. சந்தோஷம்..” என்றார். லிஃப்ட் நிற்கவும் பூங்குழலி வெளிவந்தாள்.

நரேன் பைக்கில் வந்திருந்தான். கொஞ்ச நேரத்துக்கு முன்புதான் மேக் அப் செய்துகொண்டவனாக, சட்டை பேண்ட் கசங்காமல், தலைமுடி கலையாமல், கூலிங்கிளாஸ் போட்டு தெளிவாய் தோற்றம் கொண்டிருந்தான். லீவு போட்டிருக்க வேண்டும். அருகில் சென்றதும் புன்னகைத்தான். பூங்குழலியும் புன்னகைத்தாள். அவளது விரலில் அவன் போட்டுவிட்ட நிச்சயதார்த்த மோதிரத்தின் மீது அவன் பார்வை சென்று திரும்பியதைப் பார்த்தாள்.

“போவமா” என்றான். தலையாட்டிவிட்டு, ஜீன்ஸ் போட்டிருந்ததால் இரண்டு பக்கமும் கால் போட்டு பின்னால் உட்கார்ந்தாள். நரேனிடமிருந்து அடர்த்தியாய் பாடி ஸ்ப்ரே வீசிக் கொண்டிருந்தது. ஹெல்மட் அணிந்து வண்டியை ஸ்டார்ட் செய்தான். பஸ்ஸில், ஆட்டோவில் செல்வதை விட, பைக்கில் செல்வது வேறாக இருந்தது. காற்றோடும், வெளியோடும் கலந்து முடியெல்லாம் படபடக்க பயணிப்பது சுகம்தான். இரைச்சல்களும், புகையும் இல்லாவிட்டால் முழுசாக அனுபவிக்கலாம்.

குட்டிக்கரா பவுடர், சிகரெட், வேர்வை கலந்த வாசம் பிடித்து அப்பாவுடன் பைக்கில் செல்ல அவ்வளவு பிடிக்கும். அன்பையெல்லாம் காட்டுவதற்கான நேரம் போல இருக்கும். முதுகோடு கட்டிப்பிடித்துக் கொள்வாள். முருகேசன் மாமாவோடு பைக்கில் சென்றிருக்கிறாள். எந்த வாசமும் அவரிடம் இருக்காது. உரிமையோடு தோளில் கை வைத்துக்கொள்வாள். அலையரசனோடு ஒன்றிரண்டு சமயம் சென்றிருக்கிறாள். பிரேக் போடும் போது, வேகமாய் போகும்போது ஒரு கையை அவன் தோளில் வைத்துவிட்டு எடுத்துக் கொள்வாள். நரேனின் தோளில் கைவைத்துக் கொள்ள யோசனையாய் இருந்தது. பின்னால் கம்பியைப் பிடித்துக் கொண்டாள். அவனோடுதான் கல்யாணம் நிச்சயமாகி இருக்கிறது, அவனோடுதான் வாழ்க்கை முழுவதும் பயணிக்கப் போகிறோம் என்பது இன்னும் ஒட்டவில்லை. செய்தியாகவே இருந்தது..

பஸ் ஸ்டாப்பில் காத்திருந்தவர்களில், ஷாப்பிங் போகும் போது கடைகளில் “வாங்க மேடம்” என பொறுமையோடு கவனித்தவர்களில், நடந்து செல்லும்போது எதிரே வந்தவர்களில்,

ஓட்டலில் சாப்பிட உட்கார்ந்திருந்தவர்களில், ஒரே ரெயில் பெட்டியில் பயணம் செய்தவர்களில் என எத்தனையோ ஆண்களின் பார்வையில் சிலிர்த்திருக்கிறாள். சில வார்த்தைகள் பேசியதிலோ, அமைதியாக உடனிருந்ததிலோ பரவசம் கொண்டிருக்கிறாள். அந்த கணங்கள் அப்படியே முடிவில்லாமல் நீண்டு செல்லாதா என ஏக்கம் வந்ததுண்டு. அழகான பூக்களை ரசித்துவிட்டு, அவைகளை பறிக்க முடியாமல் அங்கேயே விட்டுச் செல்கிற அந்த நேரத்து சிறு வலி அது. கல்லூரி முடிக்கும் வரை அந்த வலி சமயங்களில் பெரும் துக்கமாக வதைத்தும் இருக்கிறது. துடித்துக்கொண்டு அலைபாய வைத்திருக்கிறது. திரும்பவும் அந்தப் பூவை ரசிக்க மெனக்கெட்டிருக்கிறாள். அப்படியெல்லாம் இப்போது இல்லை. நிதானம் வந்திருக்கிறது. செடியிலேயே பூ இருக்கட்டும் என கடக்க முடிகிறது. ஒரு முகத்துக்கு மேல் இன்னொரு முகமாக பூத்து பூத்து ஒவ்வொன்றாய் மறைந்து விடுகின்றன. பள்ளி வரை கூட படித்த பிரகாஷ், கல்லூரியில் கெஸ்ட் லெக்சர் கொடுக்க வந்த சாலமன், கல்கத்தாவுக்கு ஆபிஸ் விஷயமாக ஒரு வாரம் டிரெயினிங் சென்றபோது அதில் கலந்துகொண்ட பெங்காலி இளைஞன் ரதிந்திரா என ஒன்றிரண்டு பேர்கள்தான் வாடிப்போகாமல் இருந்தார்கள்.

நரேனுக்கு மிக அருகில் உட்கார்ந்திருக்கும் இந்த நேரத்திலும் எந்த வித ஈர்ப்பும் ஏற்படவில்லை. கால்மணி நேரத்துக்கும் மேலாக வாகனங்களின் இரைச்சலோடு பெரிய மாராத்தானில் எல்லோரும் ஒன்று போல் சென்று கொண்டு இருப்பதாக பட்டது. ஒரு வார்த்தையும் பேசிக்கொள்ளவில்லை. என்ன பேசுவது என யோசிப்பதும், அப்போது நிலவும் மௌனமும் ஒரு அவஸ்தை. சிக்னலில் நின்றபோது, லேசாய் தொண்டையை கனைத்துக்கொண்டு, “அப்புறம் பூங்குழலி....” என்றான்.

“ம்....சொல்லுங்க.” என்றாள். ‘ங்க’ ஏதோ போலிருந்தது. நிச்சயதார்த்தம் முடிந்த அடுத்த நாள் வீட்டில் பேசிக்கொண்டு இருக்கும்போது, நரேனைப் பற்றி குறிப்பிட்டு அவன், இவன் என்று பூங்குழலி பேசினாள். பத்மாவதி சத்தம் போட்டார். ‘வாங்க’, ‘போங்க’ன்னுதான் சொல்ல வேண்டும் என பாடம் நடத்தியிருந்தார்.

“உன்னோடு பைக்ல போறது ஏதோ றெக்கை கட்டி பறக்குற மாதிரி இருக்கு” என்றான்.

தமிழ்ச் சினிமாவின் வசனமாய்ப் பேசுகிறானே என நினைத்துக் கொண்டாள். சிரிப்பு வந்தது. திரும்பிப் பார்த்து உற்சாகமடைந்து, “ஹவ் டூ யூ ஃபில் இட்?” கேட்டான்.

இது வேறா என்று அலுத்துக் கொண்டாள். பைக்கில் செல்வது குறித்து நிறைய யோசித்து திட்டமிட்டு இருப்பான் போலிருந்தது. ஏதாவது சொல்லி வருத்தப்படப் போகிறான் என தவிர்த்து, “பவித்ராங்கிறது யாரு?” கேட்டாள்.

“எங்க எதுத்த வீட்டு அக்கா. ரொம்ப பாசமா இருப்பாங்க.”

“ஃபேஸ்புக்ல ரிக்வஸ்ட் கொடுத்திருந்தாங்க. ரிலேஷன்ஷிப்ல நீங்க பிரதர்னு காட்டிச்சு. அதாங் கேட்டேன்.

“அப்படியா. என்னோட ரூம் மேட்ஸ், பிரண்ட்ஸ் கூட ரிக்வஸ்ட் கொடுத்திருப்பாங்களே!” சிரித்தான்.

“கவனிக்கல.”

“இன்னிக்கு ஃபிரண்ட்ஸ்ங்க சில பேர் வர்றதாச் சொல்லியிருந்தாங்க. உன்னைப் பார்க்கணும்னு ஆசைப்பட்டாங்க.”

“ஏன்... கூட்டிட்டு வந்திருக்கலாமே”

“அம்மாக்கிட்ட கேட்டேன். அதெல்லாம் வேண்டாம்னு சொல்லிட்டாங்க. இன்னொரு நா சாயங்காலம் எதாவது ஒரு ஒட்டல்ல மீட் பண்ணுவோம்”

“ம்....பவித்ரா சென்னையிலத்தான் இருக்காங்களா, கல்யாணமாய்ட்டா?”

“நம்மப் பத்தி பேசுவோமே” என்றான். சிக்னல் விழுந்ததும் வாகனங்கள் உறுமிக்கொண்டு புறப்பட்டன. தொடர்ந்தார்கள்.

“வண்டியில ஜோடி ஜோடியா போறதப் பார்க்கும்போது நானும் ஒரு நா இப்படில்லாம் போவேன்னு நினைப்பேன்.” இரைச்சலில் கொஞ்சம் கத்திப் பேசினான். “ஆமா, எப்படி ஃபீல் பண்றேன்னு கேட்டேனே, பதிலே சொல்லல?” முருங்கை மரத்தில் ஏறிக்கொண்டான்.

“ம்..ம்.. கொஞ்சம் எக்ஸைட்டடாத்தான் இருக்கு.” சொல்லி வைத்தாள்.

“கொஞ்சம்தானா?” சிரித்தான். “ஒன்னு தெரியுமா. இந்த பைக் வாங்கி எட்டு மாசமாச்சு. இதுல உக்காந்த மொதப் பொண்ணு நீதான்.” என்றான். தன்னை சந்தோஷப்படுத்தும் என அவன் பேசியது புரிந்தது. அமைதியாக இருந்தாள்.

“ஏங்கூட ஆபிஸ்ல வேல பாக்குற ஆஷா ஒரு தடவை அடையாறுல இறக்கி விடுறியான்னு கேட்டா. ரிசர்வ்டுனு சொல்லிட்டேன்.”

“இதுல என்ன இருக்கு. கூட்டிட்டுப் போயிருக்கலாமே.”

“என்ன அப்பிடிச் சொல்லிட்ட. இதுலத்தான் எல்லாம் இருக்கு. வொய்ஃப்ன்னா ஸ்பெஷல் இல்லியா?”

“அப்ப, என்னைத் தவிர வேற யாரையும் இந்த பைக்ல கூட்டிட்டு போக மாட்டீங்களா?”

அமைதியானான். யோசிக்கட்டும் என்று விட்டுவிட்டாள். ஆட்டோக்களிலும், கார்களிலும், பைக்குகளிலும் கூடவே வந்து கொண்டு இருப்பவர்களை பார்க்க ஆரம்பித்தாள் பூங்குழலி. நெரிசலில் எதாவது ஒரு சின்ன இடைவெளி கிடைத்தால் அதில் நுழைந்து எப்படியாவது முன்னால் சென்று விடுவதிலேயே எல்லோரும் முனைப்பாயிருந்தனர். பக்கத்தில் வந்த ஒரு பைக்கில் ஆண் மேல் விழுந்து கட்டிப்பிடித்தபடி பெண் இருந்தாள். முதுகில் முகம் புதைத்து இருந்தாள். தூங்குகிறாளா, பயத்தில் இருக்கிறாளா, இல்லை மயக்கத்தில் இருக்கிறாளா என்று தெரியவில்லை.

கல்கத்தாவில், மெட்ரோ ரெயிலில் போகும்போது பார்த்த அந்த ஜோடி அபூர்வமானவர்கள். கடுமையான நெரிசலில் இரண்டு கம்பார்ட்மெண்டுக்கும் இடையே இருந்த குறுகலான இடத்தில் அவனும் அவளும் நின்றிருந்தார்கள். மூச்சு படும் நெருக்கத்தில், இயர் போனின் இரு முனைகளில் ஒன்றை அவளும், மற்றொன்றை அவனும் காதில் சொருகியிருந்தனர். இருவரும் கண்கள் மூடி மெய்மறந்திருந்தனர். ஒரு சமயம் அவன் கண் திறந்து, தலையசைத்து, பின் கண்சொருகிப் போனான்.

மெல்ல அவள் கண் திறந்து ஆச்சரியத்தையும், சந்தோஷத்தையும், உருக்கத்தையும் வெளிப்படுத்தி மூடினாள். தூக்கத்தில் புன்னகைக்கும் குழந்தையின் மாயக்கணம் அவளிடம் தோன்றி மறையாமல் இருந்தது. இருவரும் ஒன்று போல் கண் திறந்து ஒருவரையொருவர் அசையாமல் பார்த்திருந்தனர். அந்தப் பார்வையில் இருந்து மிதந்த இசையை பூங்குழலியால் பார்க்கவும் கேட்கவும் முடிந்தது. அவளுக்கும் கிறக்கமாய் இருந்தது. இசையின் பெருவெளியில் ஒரு ஆணும் பெண்ணும் சின்னப் புள்ளியாகக் கூட தெரியாமல் கரைந்து மறைந்து கொண்டிருந்தனர். ஸ்டேஷன் வந்ததும் கிடைக்காத ஒன்றை விட்டுச் செல்லும் வருத்தத்துடன் இறங்கினாள். அவர்கள் இருவரையும் எங்கே கொண்டு செல்கிறது அந்த ரெயில் என்பது போல் நின்று பார்த்துக் கொண்டிருந்தாள். பிறகு அப்படியொரு இசையனுபவம் கிடைக்கவேயில்லை. எப்போதாவது அவளையறியாமல் உறக்கத்தில் வந்து வருடுகிறது. அவளது மாயப்புன்னகையை அவளே பார்க்க முடிந்தது.

நரேன் ஏதோ சொல்லியது போலிருந்தது. “என்ன?” கேட்டாள்.

“போன் அடிக்கிற சத்தம் கேட்டுச்சு. உன்னுடைய போன்தான்னு நினைக்கிறேன்.”

பார்த்துவிட்டு, “அம்மா கூப்பிட்டிருக்காங்க” என்றாள்.

“வண்டியை ஓரமா நிறுத்தட்டுமா, பேசுறியா?”

“வேண்டாம். ரெண்டு பேரும் கோவிலுக்குப் போயாச்சான்னு கேப்பாங்க. கோயிலுக்கு போய்ட்டு பேசுறேன்”

அடுத்த சிக்னலில் வண்டிகள் முன்னால் நின்றிருந்தன. உஸ்ஸென்று நரேன் அலுத்தான். பக்கத்தில் வந்து நின்ற காரின் பின்சீட்டில் ஒருவர் லேப்டாப்பில் ஆழ்ந்திருந்தது கண்ணாடி வழியாகத் தெரிந்தது. இந்தப் பக்கத்தில் ஆட்டோவில் இரண்டு பெண்கள் சில பைகளோடு ஏதோ கவலையில் தெரிந்தார்கள். இடையில் உறுமிக்கொண்டு பைக்கை ஒருவன் கொண்டுவந்து நிறுத்தி நரேனையும், பூங்குழலியையும் ஒருமுறை பார்த்துவிட்டு காலை ஊன்றி, கைகளை கட்டிக்கொண்டு சிக்னலை பார்த்தவாறு பொறுமை காத்தான். ஆலுக்காஸில் நகை வாங்கும்படி நடிகர் விஜய் வரிசையாய் நடுவே கம்பங்களில் தொங்கிக் கொண்டு

இருக்க, அதற்கும் உயரத்தில் திரிஷா பட்டுப்புடவையில் ஒய்யாராமாய் நிற்க, கவனியாமல் இரு பக்கமும் பிளாட்பாரங்களில் மக்கள் எதிரும் புதிருமாய் நடந்து போய்க் கொண்டிருந்தார்கள்.

“ஜவுளி வாங்கவும், நகை வாங்கவும் அடுத்த வாரம் சென்னைக்கு வர்றதா அம்மாவும் அப்பாவும் சொன்னாங்க. ஒங்க தாத்தா , பாட்டி, அம்மாவும் வருவாங்கன்னும் சொன்னாங்க” என்றான் நரேன்.

“ம். சொன்னாங்க.”

பச்சைக்கலர் விளக்கு எரிய, முன்னால் நகர்ந்தார்கள். இராட்சச் சக்கரம் சழல ஆரம்பித்தது போலிருந்தது. பிழைப்புக்காக மனிதர்கள் வந்து மேலும் மேலும் தொற்றிக்கொண்டே இருக்கிறார்கள். நகரம் கொதித்துக் கிடந்தது.

தரையின் சகல இரைச்சல்களையும் தின்றுவிட்டு கிடுகிடுக்க வைக்கும் அதிர்வோடு பிரளயத்தின் சத்தமாய் மேலே கேட்டது. அண்ணாந்து பார்த்தபோது அடிவயிற்றில் நெருப்புத்துண்டுகளாய் விளக்குகள் எரிய, விமானம் ஒன்று அப்போதுதான் தரையிலிருந்து எழும்பி பெரிய உலோகப் பறவையாய் அசையாத இறக்கைகளோடு போய்க்கொண்டு இருந்தது. அதற்கும் மேலே காற்று மண்டலத்தில் சாதுவாய் சில பஞ்சு மேகங்களை பூங்குழலி பார்த்தாள். சம்பந்தமில்லாமல் அவை தோன்றின. ஊரில், பள்ளிக் கூடத்தில் பார்க்கும் போது பஞ்சு மேகங்கள் ஆசையாகவும், சொந்தமாகவும் தெரியும்.

போன் சத்தம் கேட்டது. பார்த்தாள். சித்ராதான். நரேன் வண்டியின் வேகம் குறைத்து ஒரு ஓரமாக ஓட்டிக் கொண்டு சென்றான்.

“சொல்லும்மா”

“கோயிலுக்குப் போயாச்சா.?”

“போய்க்கிட்டு இருக்கோம்.”

“சரிம்மா, சரி. எல்லாம் நல்லபடி நடக்கட்டும்.”

“என்னது நல்லபடி நடக்கணும்”

“மொத மொதல்ல கோயிலுக்கு சேர்ந்து போறீங்களே... அதான்..”

“ம்.... வேறென்ன?”

“அப்புறம்... ஒனக்கு பீரியட்ஸ்லாம் இல்லியே?” சித்ரா மெல்லிய குரலில் கேட்டாள்.

“என்னம்மா கேள்வி. கடுப்பக் கிளப்பாத”

“பாட்டிதான் கேக்க சொன்னாங்க.”

“அவங்களுக்கு அப்படி எதாவது உண்டான்னு நாங் கேட்டதா கேளு” போனை எரிச்சலில் துண்டித்தாள்.

நரேன் வண்டியின் வேகத்தை கொஞ்சம் அதிகமாக்கிக் கொண்டு, “எதுக்கு கோபப்படுற. அப்படி என்ன சொல்லிட்டாங்க.” கேட்டான்.

“ஸாரி. உங்களுக்கு சம்பந்தமில்லாத விஷயம்” என்றாள் பூங்குழலி. முகம் பார்க்க முடியாவிட்டாலும், நரேன் தாங்கிக்கொள்ள முடியாமல் கஷ்டப்படுவான் என்பது புரிந்தது. அவனை நெருக்கமாய் உணர்ந்திருந்தால் இதையே ஒரு ஜோக்காக சொல்லி சிரித்திருக்கவும் முடியும். இப்போதே அவன் அதிகமாய் உரிமை எடுத்துக் கொள்வது, எல்லாவற்றையும் அறிந்துகொள்ள கேள்வி கேட்பது பிடிக்கவில்லை. அவனும் பேசவில்லை. எதிலும் கவனம் செலுத்த முடியாமல், இருவரும் அவரவர் தனிமைகளுக்குள் நுழைந்து கொண்டனர்.

ஒரு வளைவில் திரும்பியதும் எதிரே கடல் தெரிந்தது. கடற்கரையை ஒட்டிச் சென்று சிறிது நேரத்தில் கோவில் முன்பு நரேன் நிறுத்தினான். அவள் இறங்கிக் கொண்டதும் கொஞ்சம் தள்ளி சென்று பைக்கை நிறுத்தி விட்டு வந்தான். பூங்குழலி கோவிலைப் பார்த்துக்கொண்டிருந்தாள். செருப்புகளை கழற்றிக் கொடுக்கும் இடம் நோக்கி சென்றான். அவளும் பின்னால் சென்றாள். டோக்கன் வாங்கியதும், போனை எடுத்து தொடு திரையில் கைகளால் கோடு போட்டான். காதில் வைத்துக் கொண்டான்.

“ஆமாம்மா, கோயிலுக்கு வந்துட்டேன்.” என்றான். தொடர்ந்து நான்கைந்து “சரிம்மா” க்கள் சொன்னான். ஒரே ஒரு “இல்லை” சொன்னான். அவளிடம் “அம்மா பேசணும்னு சொன்னாங்க” என்று போனை நீட்டினான்.

“சொல்லுங்க ஆன்ட்டி”

“நரேன்ட்ட எல்லாம் சொல்லியிருக்கேன். ரெண்டாவது அடுக்குல இருக்குற மகாலஷ்மிய முதல்ல கும்பிட்டுட்டு, அப்புறம் மத்த ஏழு லஷ்மியையும் கும்பிடுங்க. கடற்கரைக்கும் போய்ட்டு வாங்க.”

“ஓ.கே ஆன்ட்டி...”

“சரி, நீ என்ன புடவை கட்டிட்டு வரலியா”

“சிசிடிசி கேமிராவில தெரியுதா?” என்றாள்.

அந்த பக்கம் கொஞ்சம் அமைதி. ”சரிம்மா. போனைக் கொடும்மா” என்றார் சந்திரா.

நரேனிடம் போனைக் கொடுத்தாள். இருவரும் அமைதியாக உள்ளே சென்றனர். விசாரித்து மகாலஷ்மியை முதலில் கும்பிட்டனர். குங்குமத்தை கைகளில் வாங்கி, நெற்றியில் வைக்கப் போனாள். “இரு” என்று அவனே வைத்து விட்டான். இதிலெல்லாம் தெளிவாய் இருக்கிறானே என்று நினைத்தவளுக்கு அனேகமாய் இதையும் அவனது அம்மாவே சொல்லியிருக்கக் கூடும் என நினைத்துக் கொண்டாள். உர்ரென்று இருந்த அவன் முகத்தில் சந்தோஷம் கண்டாள். கோவிலுக்குள் அவ்வளவாய் கூட்டம் இல்லை. எண்ணெய், குங்குமம், சந்தனம், பூக்களின் கலவையாய் ஒரு வாசம் அடித்தது. பிரகாரம் சுற்றியபோது தன்னைவிட நரேன் அரை அடி உயரமாக இருப்பதைப் பார்த்தாள்.

வெளியே வந்து செருப்பை மாட்டிக்கொண்டு, “பைக்கை எடுத்து வர்றேன்” என சென்றான். காத்திருந்தாள். கடமையை ஆற்றிய பெருமூச்சு வந்தது. நரேன் வந்ததும் ஏறிக்கொண்டாள். மெல்ல ஊர்ந்து கொண்டே அங்குமிங்குமாய் பார்த்து ஒரு இடத்தில் நிறுத்தினான். இறங்கியதும் கடலைப் பார்க்க ஆரம்பித்தாள். பைக்கின் கவரிலிருந்து, கல்யாணப் பத்திரிகையை எடுத்து, “பூங்குழலி..” என அழைத்தான். திரும்பிப் பார்த்தவளிடம் முகமெல்லாம் பூரித்து நீட்டினான். தங்கக் கலரில் மின்னியது. பிரித்துப் பார்த்தாள்.

அவளது பெயரும், நரேன் பெயரும் நடுவே கட்டங்களில் பெரிதாக இருந்தன.

# 10

# 11 மார்ச், 2016 - வெள்ளி

தங்கள் பெயரை கொண்ட எழுத்துக்களைப் பார்த்ததும் அவைகளுக்கு உயிர் வந்து விடுகின்றன. தாங்களே அவைகளாக மனிதர்கள் உணர்கிறார்கள். பூங்குழலிக்கு அப்படியிருக்கவில்லை. அது தான்தானா எனத் தோன்றியது. அழைப்பிதழில் 'பூங்குழலி' எழுத்துக்களுக்கு உரிய வண்ணமும், ஒளியும் இல்லாமல் போயிருந்தது. மங்கலாக சோபையிழந்து காட்சியளித்தது. இன்னொரு கட்டத்திற்குள் நரேன் பெயர் இருந்தது. குயின் பக்கத்தில் கிங்காக வந்து உட்கார்ந்திருந்தான். நிஜமாகவே தனக்கு திருமணம் ஆகப் போகிறது, அதுவும் சரியாக இன்னும் ஒரு மாதத்தில் என்பது உறைத்தது.

"நல்லாயிருக்கா?" நரேன் கேட்டான். முகம் பூராவும் பரவசமும், பெருமிதமும் இருந்தது.

"ம்" லேசாய் புன்னகைத்தாள். அது அவனுக்கு போதவில்லை போல.

"செமயா இருக்குல்ல" கேட்டு, அவளிடமிருந்து வாங்கி இன்னொருமுறை ஆசையாய் பார்த்துக்கொண்டான்.

"போகும்போது தர்றேன்" பைக் கவரில் வைத்தான். மணலில் இருவரும் மெல்ல நடந்து கடலை நோக்கிச் சென்றார்கள்.

"நமக்கு வீடு பாத்துட்டிருக்கேன்" என்றான்.

"ம்..." அவனை ஏறிட்டுப் பார்த்துவிட்டு ஒன்றும் சொல்லாமல் கடலின் திசையில் தூரத்தில் தன் பார்வையை செலுத்தினாள். காற்றில் பறந்த முடியைச் சரி செய்தாள்.

"பூங்குழலி" அழைத்தான். அக்கறையோடும் நெருக்கமாகவும் அவன் குரல் கேட்டது. திரும்பினாள்.

“எனி ப்ராப்ளம்?” முதல் தடவையாக அவள் கண்களை உற்றுப் பார்த்தான் நரேன்.

“இல்ல” நெற்றி சுருங்க தலையசைத்தாள்.

“ஆபிஸ்ல ஒர்க் எப்படி போய்ட்டு இருக்கு”

“ம்.... நல்லாத்தான் போய்ட்டு இருக்கு.” கைகளை கட்டிக்கொண்டு அருகே மெல்ல நடந்து கொண்டிருந்தாள்..

“எங்க ஆபிஸ்ல போன வருசம் வரைக்கும் டீம் லீடரா இருந்தவன், வெளியேப் போய் சின்னதா ஸ்டார்ட் அப் கம்பெனி ஆரம்பிச்சான். இப்ப எங்களோட கிளையண்ட் கொலையா கொல்றான். தாங்க முடில.”

“என்னோட ரூம்மேட் ஸ்ரீஜாவும் அது போல ஒரு அனுபவத்தச் சொல்லியிருக்கா”

தனக்கும் தெரியும் என்றது போல் இருந்தது அவளது தொனி. பேச்சைத் தொடராமல் நரேனும் அமைதியானான். மணற்பரப்பில் கால்கள் அழுந்தியதால் மெல்லத்தான் அடியெடுத்து நடந்தார்கள். அங்கங்கு மக்கள் உட்கார்ந்தும் நடந்துகொண்டும் இருந்தார்கள். ததும்பி, தவித்து, இரைந்து அலைகள் அடித்த கரையிலிருந்து போகப் போக அடர் நீலமாய் எல்லையற்று அசைந்த கடலின் முன்னே எல்லோரும் பொடிப்பொடியாய் இருந்தார்கள். குழந்தைகளின் குரல்களே காற்றின் இரைச்சலையும் மீறி கேட்டன. கடற்கரை என்றாலே குழந்தைகள் குதூகலமாகி விடுகிறார்கள். குதூகலமாவதற்கு குழந்தைகளாக வேண்டும் போலிருந்தது.

தன்னிடம் குழந்தைத்தனம் இல்லையோ என்று தன்னையே கேட்டுக்கொண்டாள் பூங்குழலி. சின்ன வயதில் எப்போதும் ஆட்டமும் பாட்டமுமாய் இருந்தவள்தான். சொந்தத்தில், அக்கம் பக்கத்தில் எல்லோரையும் ரசித்து கொஞ்ச வைத்த அவளது விளையாட்டுத்தனங்கள் எங்கேயோ மாயமாகி விட்டிருந்தன. ரவிச்சந்திரன் இறந்த பிறகுதான் அடங்கி, அமைதியாகி விட்டதாக பத்மாவதி பாட்டி ஒருமுறை சொன்னார். கல்லூரிக்கு போனதிலிருந்து சித்ராவும் அவளை குழந்தையாகப் பாவிக்காமல்,

ஒரு மரியாதையோடு பார்த்தார். ஸ்ரீஜா மட்டுந்தான் குதூகலமான சமயங்களில் “பேபி” என்று அழைக்கிறாள்.

குழந்தைகள் பசித்தால் அழுகின்றன. பசிக்குமே என்று அழுவதில்லை. எதிர்காலம் குறித்து யோசிக்கத் தோன்றியதும் மனிதர்கள் குழந்தைத்தனத்திலிருந்து வெளியேறி விடுகிறார்கள். ஆரம்பிக்கிறார்கள். சிலர் அதிகாரத்தை நிலைநாட்டிக் கொள்வதற்காக குழந்தைத்தனத்தை வேண்டுமென்றே மறைத்துக் கொள்கிறார்கள். டீம் லீடர் பாஸ்டஸ் லியோ மாதிரி. எது எப்படியிருந்தாலும் குழந்தைத்தனத்தை இழப்பது மனிதர்களை பீடித்த சாபம்தான்.

மனிதர்கள் இயல்பாக எல்லோரோடும் கலந்து பழகுவதில்லை. உறவுகளிலும் தொடர்புகளிலும் ஒரு எல்லையை வரையறுத்துக் கொள்கிறார்கள். அதைத் தாண்டி அவர்களும் போக மாட்டார்கள். மற்றவர்களையும் தாண்டி வர அனுமதிக்க மாட்டார்கள். நரேனையும் அப்படித்தான் அனுமதிக்காமல் இருக்கிறோமோ என்று தோன்றியது.

நரேனிடம் இருந்த குழந்தைத்தனத்தையும், கொண்டாட்ட மனநிலையையும் தான் சிதைத்துக் கொண்டு இருப்பதாக வருத்தம் கொண்டாள். இழந்துபோன குழந்தைத்தனங்களை மனிதர்களுக்கு மீட்டித் தந்துவிடும் கடல் என்று எங்கோ படித்தது நினைவுக்கு வந்தது. ஏன் தனக்கு அப்படியெல்லாம் நிகழவில்லை என்று தவித்தாள்.

யாருமில்லாமல் இருந்த இடம் காண்பித்து “அங்க உக்காருவமா?” கேட்டான் நரேன். சரியென்று தலையாட்டினாள்.

உட்கார்ந்து இருவரும் கடலையே பார்த்துக்கொண்டு இருந்தார்கள். அவர்களைத் தாண்டி ஓடிய இரண்டு குழந்தைகளின் கால்கள் அவர்கள் மீது மணலை வாரி இறைத்தன. தட்டிக்கொண்டார்கள். நரேனின் பார்வை தன் மீது குறுகுறுவென அலைவதை உணர்ந்தாள்.

“வந்ததிலிருந்து பாக்குறேன்... மூடியாவே இருக்க. என்னாச்சு?”

“ஒன்னும் இல்ல.’ குனிந்திருந்தவள் நிமிர்ந்தாள். அவன் முகத்தில் ஏக்கம், ஆதங்கம் எல்லாம் அப்பியிருந்தது.

"உங்கம்மாக் கிட்ட கோபப்பட்டே. எங்கம்மாவைக் கிண்டல் பண்ணே. எனக்கு கொஞ்சம் கஷ்டமாத்தான் இருந்துச்சு. சரி, எதும் ஆபிஸ்ல ப்ராப்ளம்னு நினைச்சேன். கேட்டேன். ஏங்கிட்ட ஃப்ரீயா பேச மாட்டேங்குற. நிச்சயம் செய்த பிறகு மொத தடவையா நம்ம ரெண்டு பேரும் மட்டும் சந்திச்சிருக்கோம். வெளியே வந்துருக்கோம்." மேலும் ஏதோ சொல்ல வந்து நிறுத்திக் கொண்டான்.

அமைதியாக அவனைப் பார்த்துக் கொண்டு இருந்தாள். "ம்.. இன்னும் ஏதோ சொல்ல வந்தீங்க..." என்றாள்.

"யார் மேல உனக்கு கோபம்?" சரியாக கேட்டு விட்டோம் என்றிருந்தது அவனுக்கு.

"யார் மீதும் கோபம் இல்ல. என் மீதுதான் கோபம் என்று வைத்துக் கொள்ளுங்களேன். இந்தக் கல்யாணம், நீங்க, உங்க அம்மா, அப்பா எல்லோரும் திடீர்னு வந்த மாதிரி இருக்கு. ம்... எப்படி சொல்றது... ஆங்... நீங்க லெஃப்ட் க்ளிக் பண்ணி சட்டுனு எண்டர் ஆகிட்டீங்க. நா ரைட் க்ளிக் பண்ணியிருக்கேன். என்ன காட்டுதுன்னு பாத்துட்டு இருக்கேன். அவ்வளவுதான். அதை புரிஞ்சுக்கிடணும்"

நரேன் முகத்தில் குழப்பத்தைக் காண முடிந்தது. சரியாக புரிந்து கொண்டானா என்று தெரியவில்லை. யோசிக்கட்டும் என்று அமைதியாய் கடலைப் பார்க்க ஆரம்பித்தாள்.

"ஓ, அதுதான் குயின் இஸ் ரைட், கிங் இஸ் லெஃப்டா? சரி. இன்னும் ஒரு மாசத்தில் லெஃப்ட் க்ளிக் பண்ணிருவியா? " சிரித்துக் கொண்டே கேட்டான்.

"தெரில.." சிரித்தாள்.

"அடுத்த மாசம் கல்யாணம்?"

"நாம ரெண்டு பேரும் மொதத் தடவ பார்க்கும்போதே உங்கக் கிட்ட சொல்லியிருக்கேன். நமக்குள்ள ஃபார்மாலிட்டிஸ் தேவையில்ல. அட்டேச்மெண்ட் வரணும். இப்பவும் அதத்தான் மீன் பண்றேன். இந்த மோதிரம் ஃபார்மாலிட்டிதான?"

“அப்ப கல்யாணம்?” கொஞ்சம் பதற்றத்தோடுதான் கேட்டான். அவனைப் பார்க்க பாவமாகவும் இருந்தது.

“அடடா, உங்களுக்கும் எனக்கும் இடையேதான் ஃபார்மாலிட்டிஸ் தேவையில்லன்னு சொல்றேன். எங்க அம்மாவுக்கும் பாட்டிக்கும் உங்க அப்பா அம்மாவுக்கும் அது தேவையாய் இருக்கே?”

புரிந்தும் புரியாமலும் இருந்தது. கூடவே ஒரு நிம்மதி வந்தது போலிருந்தது நரேனுக்கு. “நாம ஒரு செல்ஃபி எடுத்துக்கலாமா?” தயங்கிவாறு கேட்டான்.

இதெல்லாம் அவன் ரொம்ப திட்டமிட்டு வைத்திருந்த சமாச்சாரம் என்பது புரிந்தது. சிரித்துக் கொண்டாள். “ஷ்யூர்... கம் ஆன்” என்று அவன் அருகில் நகர்ந்து உட்கார்ந்தாள். அவனும் நெருக்கமாக உட்கார்ந்தான். வலது கையில் செல்போனை உயர்த்திப் பிடித்துப் பார்த்தவன் ஒருகணம் திரும்பி அவளைப் பார்த்தான். இடதுகையை எடுத்து அவள் தோளில் போட்டுக் கொண்டான். தோள்களை குலுக்கியவாறு புன்னகைத்தாள். அவனும் புன்னகைத்தான். ‘க்ளிக்’ செய்தான். “தேங்க் யூ” என்றான்.

“எதுக்கு தேங்ஸ்” கேட்டாள்.

“ம்..... உடனே லெஃப்ட் க்ளிக் செய்ததுக்கு.”

“ஹா..ஹ்...ஹா...ஹா..” என சத்தம் போட்டு சிரித்தாள் பூங்குழலி. சட்டென்று அதையும் க்ளிக் செய்தான். பின் குனிந்து போனில் எடுத்த படத்தை பார்க்க ஆரம்பித்தான்.

தன்னை மீறி அப்படி சிரித்தது பூங்குழலிக்குப் பிடித்திருந்தது. ஸ்ரீஜாவோடு ரெண்டு வருசத்துக்கு முன்னால் மெரீனாவில் இருவரும் சிரித்துக் கிடந்தது நினைவுக்கு வந்தது. அலைகளோடு விளையாடி அன்று நனைந்து குழந்தைகளாகிப் போயிருந்தார்கள். பிறகு உட்கார்ந்து பூங்குழலியின் கைகளைப் பிடித்துக்கொண்டு கடலையேப் பார்த்துக் கொண்டு இருந்தாள் ஸ்ரீஜா. அமைதியாய் உட்கார்ந்திருந்தாலும் உணர்ச்சிவசப்பட்ட மனநிலையில் இருந்ததை கைகள் சொல்லின. மங்கலான வெளிச்சத்தில்

முகத்தை உற்றுப் பார்த்தபோது கண்ணீர் வழிந்தபடி இருந்தது. அவள் தோளை அசைத்து “ஸ்ரீ, என்னாச்சு” என கேட்டாள்.

அவள் எந்தப் பதிலும் சொல்லாமல் அப்படியே உட்கார்ந்திருந்தாள். இருட்டியிருந்தது. இருவரும் எழுந்து கடலை விட்டு சாலை, வாகனங்கள், கட்டிடங்கள் நோக்கி நடந்தார்கள். வெளியே வந்ததும் ஸ்ரீஜா தூரத்துக் கடலை திரும்பிப் பார்த்தாள். இருட்டில் இரைச்சல் கேட்டுக்கொண்டு இருந்தது. “கடவுளிடம் பேசுவதை விட கடலிடம் பேசலாம்” முணுமுணுத்தாள்.

அன்றைக்கு பூங்குழலியை பப்புக்கு அழைத்துச் சென்றாள். காலியாயிருந்த மேஜையில் உட்கார்ந்து ஆர்டர் செய்தாள். அவளது கம்பெனியிலும் பார்ட்டிகள் நடப்பதுண்டு. நான்கைந்து முறை கலந்து கொண்டாலும் பூங்குழலி டிரிங்ஸ் எடுத்துக் கொண்டதில்லை. அன்று என்னதான் அதில் இருக்கிறது என ஒரு பெக் ருசி பார்த்தாள்.

ஸ்ரீஜா நிறைய பேசினாள். அப்பா இன்னொரு பெண்ணுடனும் வாழ்ந்தது, எப்போதும் குடித்துவிட்டு சண்டை போட்டது, அம்மாவும் ஒரு டிரைவரோடு குடும்பம் நடத்த ஆரம்பித்தது, அம்மாவைப் பெற்ற பாட்டி அம்மாவிடம் சண்டை போட்டு கைக்குழந்தையாயிருந்த ஸ்ரீஜாவை தூக்கிக்கொண்டு வந்து வளர்த்தது என நீண்ட கதை அது. அவளது குரலில் துயரமும் வலியும் இருந்தது. “கடலிடம் பேசியதை பூங்குழலியிடம் பேசிவிட்டேன்..” சிரித்தாள். எல்லாம் பேசி முடிக்கும்போது மூன்று சிகரெட்டை சாம்பலாக்கியிருந்தாள்.

“வாட்ஸ் அப்பில் போட்டோ அனுப்பியிருக்கேன்.” என்றான் நரேன்.

“பாக்குறேன்” என்று மொபைலில் கோடுகள் போட்டாள். வாட்ஸப் போய் பார்த்தாள். படங்கள் நன்றாக இருந்தன. அளவான புன்னகையோடு இரண்டு பேரின் கண்களிலும் எதையோ அறிந்து கொள்ளும் ஆர்வம் இருந்தது. அவள் மட்டும் தனியே அண்ணாந்து சிரித்தபடி இருந்த அடுத்த போட்டோ ரொம்ப அழகு. வரிசையாக பற்களும், கன்னங்குழியும் தெரிய அவ்வளவு இயல்பாக இருந்தது. “தாங்ஸ்” என்றாள்.

“இந்த மூடோடு எதாவது சினிமாவுக்குப் போலாமா?”

“வேண்டாம், இங்கயே நல்லா இருக்கு” கடலைப் பார்த்தாள்.

அவன் தலையாட்டிக் கொண்டு ஒன்றும் சொல்லாமல் போனில் முகத்தைப் புதைத்துக் கொண்டான். பூங்குழலி அவன் முகத்தைப் பார்த்தாள். “சரி, போகலாம். எந்த படத்துக்கு?” கேட்டாள்.

சட்டென்று முகமெல்லாம் பிரகாசமாக “காதலும் கடந்து போகும். விஜய் சேதுபதி. இன்னிக்குத்தான் ரிலீஸ்.” படபடத்தான்.

“இன்னிக்கு ரிலீஸா. எப்படி டிக்கெட் கிடைக்கும்?”

“ம்... போனாலும் போக வேண்டி இருக்கும்னு டிக்கெட் ஏற்கனவே புக் பண்ணி வச்சிருந்தேன்” இழுத்தான்.

பூங்குழலி திரும்பவும் சிரித்தாள். அவன் ஒரு ஆள்தான் என நினைத்துக் கொண்டு எழுந்தாள். படம் போகிற அவசரத்தில் அவளை விட்டு முன்னால் வேகமாக நடக்க ஆரம்பித்தான்.

இருட்ட ஆரம்பித்திருந்தது. சோடியம் விளக்குகள் எரிந்தன. சாலையில் நெரிசலும், இரைச்சலும் அதிகமாயிருந்தது. மெல்ல மெல்ல ஊர்ந்துதான் போக வேண்டியிருந்தது. சிக்னலில் முட்டி நின்று, வாட்சைப் பார்த்து எரிச்சலடைந்தான்.

கடற்கரையில் எடுத்த தனது போட்டோவை மொபைலில் திரும்பவும் பார்த்துக் கொண்டாள். நரேன் அவனது அம்மாவுக்கும், நண்பர்களுக்கும் அனுப்பி இருப்பான் என்பது அப்போதே தெரிந்திருந்தது. ஏன் நமது அம்மாவுக்கு அனுப்பத் தோன்றவில்லை என்றும் அம்மாவை கஷ்டப்படுத்த வேண்டாம் என்றுதானே இந்த கல்யாணத்துக்கே ஒப்புக்கொண்டோம் என்றும் நினைத்துக் கொண்டாள். அப்பா இறந்த பிறகு எல்லாவற்றுக்கும் தாத்தாவையும், பாட்டியையும், மாமாவையும் எதிர்பார்த்திருந்த அம்மாவுக்கு இந்த சின்ன சந்தோஷத்தை கொடுப்பதில் என்ன யோசனை எனத் தோன்றியது.

தியேட்டர் வளாகத்தில் நுழையும்போது மணி கிட்டத்தட்ட ஆறே முக்கால் ஆகியிருந்தது. விஜய்சேதுபதியும் மடோனாவும்

எதிரெதிர் திசையில் படுத்திருக்க தலைகள் மட்டும் அருகருகே வைத்தவாறு போஸ்டரில் இருந்தனர். கவிதை போலிருந்தது. ஸ்ரீஜாவும் அந்தப் படத்தைப் பார்க்க வேண்டும் என சொல்லியிருந்தாள்.

அவசரமாய் படிகள் ஏறி, டிக்கெட் காண்பிக்கவும் நரேனின் போன் அடித்தது. எடுத்து, "ஆமாம்மா" என்றான். "தாங்ஸ்மா" என்றான். திரும்பவும் "ஆமாம்மா". "படம் பாக்க வந்திருக்கோம்". "காதலும் கடந்து போகும்". "தாங்ஸ்மா." முடித்துக் கொண்டான். அவள் அருகில் காத்துக்கொண்டு இருந்தாள்.

மூடியிருந்த கதவைத் திறந்தார்கள். சில்லென்று இருந்தது. இருட்டுக்குள் ஒன்றும் தெரியவில்லை. அப்பாவோடும் அம்மாவோடும் சென்ற மேஜிக் ஷோ நினைவுக்கு வந்து போனது. தயங்கித் தயங்கி கால்களை எடுத்து வைத்தாள். மொபைலில் டார்ச்சை ஆன் செய்து நரேன் தரையில் அடித்தவாறு நடந்தான். அவன் பின்னால் சென்றாள் அவள். மெல்ல மெல்ல நகர்ந்து இருக்கைகளைப் பார்த்து உட்கார்ந்தார்கள். படம் அப்போதுதான் ஆரம்பித்திருக்க வேண்டும்.

"நூறு ருபாய் எக்ஸ்ட்ரா கேட்டான்" என மடோனா சொன்னதற்கு "அப்போ நீங்களே தூக்குங்க" என விஜய் சேதுபதி கடுப்பை கிளப்பவும் நரேன் வாய்விட்டு சிரித்தான். அது இயல்பானதாக பூங்குழலிக்கு தெரியவில்லை. இருக்கையில் அவள் கை வைக்க வசதியாக, தனது கையை அதில் வைக்காமல் இருந்தான். ஏற்கனவே கைகளை கட்டியபடி இருந்தவள் கால்மேல் கால் போட்டுக்கொண்டு அசையாதிருந்தாள். திரையிலிருந்து சிதறும் வெளிச்சத்தில் அவளது முகத்தை, கழுத்தை, மார்பை, தொடையை அவன் அவ்வப்போது பார்த்துக் கொண்டது தெரிந்தது. அவனது மூச்சுச் சத்தம் தனியாக கேட்ட மாதிரியும் இருந்தது.

பூங்குழலி இருக்கைகளில் கைகளை வைத்தாள். சிறிது நேரத்தில் அவளது கைகளை தொட்டபடி இருக்கையில் அவன் தனது கையை வைத்தான். அப்படியே இருந்தாள். மெல்ல அவளது கையைப் பற்றிக் கொண்டான். சூடாயிருந்தான். லேசாய்

சிரிப்பு வர அவனைப் பார்த்தாள். திரையை சலனமற்று பார்த்தபடி அவளது உள்ளங்கையை விரல்களால் தடவிக்கொண்டு இருந்தான். அவனது கை என்னவோ போலிருந்தது. கையை மெல்ல இழுத்துக் கொள்ள முற்பட்டாள். அவன் இறுகப் பற்றியிருந்தான். இழுத்து தன் முகம் அருகே கொண்டு சென்று, மேவாயால் கையில் உரசினான். முத்தம் கொடுத்தான். அப்படியே வைத்திருந்தான். முத்தம் கொடுத்தான். திரும்பி அவனது முகத்தைத் தெளிவாய் பார்த்தாள். அவன் தலை நிமிரவே இல்லை. அவளது உள்ளங்கைக்குள் முகத்தை வைத்திருந்தான். சத்தமாய் மூச்சு விட்டான். அவளும் கிளர்ச்சியடைந்தாள்.

அந்த இருட்டுக்குள் அவனது அம்மா பாட்டி இருவரின் கண்கள் தங்கள் இருவரையும் உற்றுப் பார்த்துக் கொண்டு இருப்பது போல் ஒரு பிரமை ஏற்பட்டது. கோவிலுக்குப் போக வேண்டும் என இன்றைக்கு இருவரையும் சந்திக்க வைத்தது இதற்குத்தான் என தோன்றியது. சினிமா பார்க்க என்று நரேன் ரிசர்வ் செய்திருந்தது, அவசரம் அவசரமாக படிகளில் ஏறியது எல்லாம் ஒருமாதிரி அருவருப்பாய்த் தெரிந்தது. கேவலமாய் உணர்ந்தாள்.

கைகளை இழுத்துக் கொள்ள முயன்றாள். அவன் விடவில்லை. முத்தமாய் கொடுத்துக் கொண்டு இருந்தான். "இது ரைட் க்ளிக்கா, லெஃப்ட் க்ளிக்கா?" அமைதியாக கேட்டாள். அவனது இயக்கங்கள் நின்றன. அவளது கைகள் அவனிடம்தான் இருந்தன. "இதையும் உங்க அம்மாவக் கேட்டுத்தான் செய்றீங்களா?" என்றாள். கையை விட்டு விட்டான். அப்படியே உட்கார்ந்திருந்தான். எழுந்து வெளியே சென்றான்.

கொஞ்ச நேரம் உட்கார்ந்து பார்த்தாள். பிறகு அவளும் எழுந்து வெளியே சென்றாள். நரேன் தனியாக ஒரு தூண் அருகே நின்றபடி வெளியே பார்த்துக்கொண்டு இருந்தான். அருகில் சென்று, "நா கிளம்புறேன்" என்றாள்.

அவளது கண்களைப் பார்க்க முடியவில்லை. மொபைலை எடுத்து பார்த்தபடி, "படம் முடிஞ்ச பிறகு போலாமே" என்றான்.

"இல்ல. வர்றேன்"

ஏதோ சொல்ல வந்தவன் வார்த்தைகள் சரியாக வராமல் திணறினான்.

“பை” கையசைத்தாள்.

“நா கொண்டு வந்து ஹாஸ்டல்ல விடுறேன்”

“நோ பிராப்ளம். நீங்க படம் பாருங்க. நா ஆட்டோ பிடிச்சுப் போயிருவேன்” நடக்க ஆரம்பித்தாள். வெளியே வந்த போது நிம்மதியாய் இருந்தது. தியேட்டர் வளாகத்தில் காற்று சுகமாய் வீசியது. இருட்டை மறைத்துக் கொண்டு மின்சார வெளிச்சங்களில் நகரம் மின்னிக்கொண்டிருந்தது. ஆட்டோ ஒன்றை நிறுத்தி, போக வேண்டிய இடம் சொல்லி ஏறிக் கொண்டாள்.

பரந்து கிடந்த கடற்கரையில் நரேனிடம் தன்னைப் பற்றி தெளிவாக சொன்னதும், அவன் ஓரளவு புரிந்து கொண்டதும் நிம்மதி தந்திருந்தது. தியேட்டரின் இருட்டில் அவன் ஆளே வேறாகி இருந்தான். கொஞ்சம் இயல்பாய் நரேனிடம் பழகவும், சிரிக்கவும் ஆரம்பித்தவுடன் அவன் எதை நோக்கி நகர்ந்தான் என்பதை பார்த்துவிட்டாள். இன்னும் கொஞ்ச காலம் சிரித்துப் பேச, பழக எல்லாம் நிதானம் இருக்காதா?

ஆட்டோவை நிறுத்தி ஹாஸ்டலில் நுழைந்தாள். அவ்வளவாக நடமாட்டங்கள் இல்லாமலிருந்தது. அறை உள்ளுக்குள் பூட்டி இருந்தது. ஸ்ரீஜா பாடிக்கொண்டிருந்தது கேட்டது.

*“நீயும் நானும் சேர்ந்து செல்லும் நேரமே*
*நீலம் கூட வானில் இல்லை எங்கும் வெண்மேகமே*
*போகப் போக ஏனோ நீளும் தூரமே*
*மேகம் வந்து போகும் போக்கில் தூறல் கொஞ்சம் தூறுமே*
*நான் பகல் இரவு.... நீ கதிர் நிலவு*
*என் வெயில் மழையில் உன் குடை அழகு”*

நானும் ரௌடிதான் படத்தின் இந்தப் பாட்டு அவ்வளவு பிடிக்கும் ஸ்ரீஜாவுக்கு. கிறங்கிப் போய் பாடுவாள். ‘நான் பகல் இரவு நீ கதிர் நிலவு’ வரியில் ‘நான்’, ‘நீ’ பாடும்போது காற்று வெளி அப்படியே விரிவது போலிருக்கும். அதை ரசிக்கும் மனநிலையில் பூங்குழலி இல்லை. கதவைத் தட்டி காத்திருந்தாள்.

ஸ்ரீஜா கதவைத் திறந்து அவளைப் பார்த்து ஆச்சரியப்பட்டாள். அவள் எங்கோ கிளம்பிக்கொண்டு இருப்பது தெரிந்தது. பவுடரும், செண்ட்டும் ரூம் முழுக்க மணத்தது.

பூங்குழலி ஹேண்ட் பேக்கை படுக்கையில் வைத்து, தலையணையை உயர்த்தி வைத்து, கண்ணை மூடி சாய்ந்தாள்.

“ஊருக்குக் கிளம்பறேன். எட்டரை மணிக்கு பஸ். இந்த சனி ஞாயிறு நா இல்லாம மேனேஜ் பண்ணிக்க”

அவள் புன்னகைத்துக் கொண்டே, எழுந்து உட்கார்ந்து மொபைலை எடுத்துப் பார்த்தாள். கடற்கரையில் எடுத்த படங்கள். அவள் சிரித்துக் கொண்டு இருந்ததை இப்போது பார்க்கவே பிடிக்கவில்லை. திரும்பவும் சாய்ந்து கொண்டாள்.

“பூங்ஸ், என்னாச்சு..?”

“நரேனுக்கும் எனக்கும் செட் ஆகும்னு தோணல” மொபைலை வைத்துவிட்டு நிமிர்ந்தாள்.

“ஹேய்... வாட் ஹப்பண்ட்.” அருகில் வந்து உட்கார்ந்தாள் ஸ்ரீஜா.

“ஸ்ரீ, நானும் உங்கூட ஊருக்கு வரட்டுமா?”

# 11

# 11 மார்ச், 2016 - வெள்ளி

காய்ச்சல் அடித்து உடம்பே வெலவெலத்துப் போனது போலிருந்தான் நரேன். அவமானமும் பதற்றமும் தின்று கொண்டிருந்தது. பளீரென்று வெளிச்சம் பரவிக்கிடந்த யாருமற்ற அந்த வெளி வராண்டாவில் பூங்குழலி தனியாய் நடந்து படிகளில் இறங்கியதை ஒன்றும் செய்ய முடியாமல் பார்த்துக் கொண்டிருந்தான்.

மூன்றாம் வகுப்பு படிக்கும்போது அவசரத்தில் பெண்களின் கழிப்பறைக்குள் நுழைந்து விட்டான். சுற்றிலும் கேலி செய்து சிரித்தார்கள். யாரையும் ஏறெடுத்துப் பார்க்க முடியாமல் போனான். அப்படித்தான் இன்று பூங்குழலி முன்பு கூனிக்குறுகி அதே இடத்தில் கொஞ்ச நேரம் முன்பு நின்றிருந்தான். அவளிடம் இரண்டு வார்த்தைகள் சரியாய்ப் பேச முடியவில்லை. தொண்டை வறண்டு விட்டது. எப்படியாவது பூங்குழலியை சமாதானப்படுத்த வேண்டும் என்று துடித்தான். அவளது இயல்பும், அறிவும் நெருங்கக் கூடியதாய் இல்லை. ஒன்றும் ஓடாமல் படபடப்பாய் வந்தது.

தன்னோடு காலமெல்லாம் வாழப் போகிறவளின் கையைப் பிடித்துத்தானே முத்தம் கொடுத்தோம். அதிலென்ன தவறு? என்று தனக்குத் தானே சொல்லிக் கொண்டான். நிதானமாக முடியவில்லை. தவித்தான். தான் செய்தது அருவருப்பாக உறுத்திக் கொண்டிருந்தது. தாண்டிச் செல்ல முடியவில்லை.

ஊரில் நாட்டில் நடக்காத எதையும் செய்யவில்லை. இது ஒரு மிகச் சாதாரண விஷயம் என்று நியாயம் கற்பித்துப் பார்த்தான். தவறு செய்து விட்டோம் என்ற உணர்வுதான் மேலோங்கியிருந்தது.

தனக்குரிய பெண்ணிடம் ஆசையை வெளிப்படுத்தினோம். அவள் மறுத்து விட்டாள். நாம் விலகி விட்டோம்.

அவ்வளவுதானே. என நினைக்க மட்டும்தான் முடிந்தது. விடுபடாமலேயே இருந்தான். தியேட்டரின் இருட்டு திரும்பத் திரும்ப வந்து மோதியது.

பூங்குழலிக்கும் அவனுக்கும் இடையே நடந்தது அந்தரங்கமான ஒரு சின்ன விஷயம். பூங்குழலி யாரிடம் சொல்வாள்? நெருங்கிய தோழிகளிடம் சொல்லலாம். அவர்களுக்குள் சிரித்துக் கொள்வார்கள். அவளது அம்மாவிடமோ, பாட்டியிடமோ சொன்னால், “அட அசடே. அதற்கு என்ன?” என்று கேட்பார்கள். அவனது அம்மாவிடமோ, அப்பாவிடமோ சொல்ல மாட்டாள். சொன்னாலும் தன் மகன் உரிமையோடு கொஞ்சம் வரம்பு மீறியிருக்கிறான் என்றே எடுத்துக் கொள்வார்கள். யாரும் குற்றவாளிக் கூண்டிலேற்றி விசாரிக்கப் போவதில்லை. தண்டிக்கப் போவதில்லை. இருந்தாலும் ஏதோ ஒன்று அவனை விசாரித்து தண்டித்துக் கொண்டிருந்தது.

கல்லூரி ஹாஸ்டலில் சீனியராயிருந்த ரமேஷ் முகமெல்லாம் விறைத்திருக்க ஒருநாள் நரேனின் தொடையில் கைவைத்து நகர்ந்ததும், அவனது கையைத் தட்டி அந்த அறையை விட்டு வெளியேறியதும் நினைவுக்கு வந்தது. அதன் பிறகு நரேனின் முகம் பார்க்க முடியாமல் ரமேஷ் விலகிப் போனான். நரேன் இருக்கும் இடத்தையேத் தவிர்த்தான். அப்படியே இருக்க நேர்ந்தால் சகஜம் இழந்து போனான். அதற்குமுன் அதிகமாய்ப் பேசியதில்லை, பழகியதில்லை. எப்படி அவன் தன்னைத் தொட்டான் என நரேனுக்கு அப்போது கோபமும், வெறுப்பும் வந்தது. தானும் ரமேஷ் போலத்தான் நடந்து கொண்டோமோ? இனி பூங்குழலியைப் பார்த்தால் தவிர்க்க நேருமோ? என்றெல்லாம் குமைந்தான்.

கடற்கரையில் செல்பி எடுத்தவுடன் சந்தோஷமாக அவள் கையைப் பிடித்து அழுத்தமாய் ஒரு முத்தம் கொடுத்து ‘தாங்க்ஸ்’ சொல்லியிருந்தால் கூட நிச்சயம் அவள் இப்படி பேசி இருக்க மாட்டாள். போயிருக்கவும் மாட்டாள். சிறு அதிர்ச்சியடைந்து பின்னர் சிரித்தும் கூட இருப்பாள்.

சினிமாவுக்கென புக் செய்து வைத்திருந்தது, அதற்கென அவசரப்பட்டது, இருட்டில் அருகே உட்கார்ந்ததும் சகஜமிழந்தது,

திட்டமிட்டு அவளது கை பற்றியது, முத்தம் கொடுத்தது எல்லாவற்றிலும் கள்ளத்தனம் இருந்தது. அவள் கையை இழுத்துக் கொள்ள முயற்சிக்கும்போது கூட விட்டுவிடத் தோன்றவில்லை. ஒரு மூர்க்கம் வந்தது. அவனுக்குள் ஒளிந்திருந்தவனை இருட்டில் அவள் பார்த்துவிட்டாள். அவள் பார்த்ததை அவனும் பார்த்துவிட்டான். வதைக்கிறது.

வாட்ஸப் சத்தம். பார்த்தான். கடற்கரையில் பூங்குழலியோடு எடுத்த செல்பிக்கு. கண்களில் அன்பு பொங்கும் எமோஜியோடு "ஸோ நைஸ் டா" என்றிருந்தாள் பவித்ரா. அந்த செல்பியை சந்திராவுக்கு, மூர்த்திக்கு, பவித்ராவுக்கு, தனது டீம் மேட் ஆஷாவுக்கு, தங்கியிருக்கும் வீட்டின் நண்பர்கள் கிஷோருக்கும் பிரசாந்த்துக்கும் உற்சாகமாய் அனுப்பி வைத்து இருந்தான். சந்திரா தியேட்டருக்குள் நுழையும்போதே மகனுக்கு போன் செய்து 'நல்லாயிருக்கு' என கொண்டாடி இருந்தார்.

சந்திராவும் பவித்ராவும் அடைந்திருக்கும் சந்தோஷத்திற்கு அர்த்தமே இல்லாமல் போய்விட்டது. போட்டோவில் சிரித்துக் கொண்டிருக்கிறது போலவா அவனும் பூங்குழலியும் இப்போது சிரித்துக் கொண்டிருக்கிறார்கள்? அதைப் பார்த்துக் கொண்டிருக்கும் அவர்கள் இப்போதும் பூரித்துக் கொண்டுதான் இருப்பார்கள். இதுவும் ஏமாற்றுதானே. பவித்ரா அவனை ஒரு குழந்தை என்று சொல்லிக் கொண்டு இருப்பதும் அப்படித்தான் போல.

பள்ளிக்கே போக மாட்டேன் என வீட்டில் அன்றைக்கு அடம் பிடித்துக் கிடந்தவனின் கைபிடித்து எதிர்த்த வீட்டில் இருந்த பவித்ராதான் அழைத்துச் சென்றாள். அவளும் அதே பள்ளியில் அப்போது ஏழாம் வகுப்பு படித்துக் கொண்டிருந்தாள். அவனைக் கிண்டல் செய்தவர்களை அடக்கினாள். அடிக்கடி அவனது வகுப்பு வந்து பார்த்துக் கொண்டாள். தொடர்ந்து சில நாட்கள் அவள் கூடவே இருந்தான். "பவித்ராக்கா" வாய் நிறைய அழைத்துக் கொண்டு நரேன் எதிர்த்த வீட்டிற்கு போவது அதன் பிறகுதான் வழக்கமானது.

பெரியவளானது, கல்லூரிக்குப் போனது, வேலைக்குச் சேர்ந்தது, திருமணம் ஆனது, விவாகரத்தில் முடிந்தது வரையிலான பதினேழு பதினெட்டு ஆண்டுகளாக நரேன் பார்த்துப் பழகிய

நெருக்கமான பெண் பவித்ரா. அவன் மீது தனிப் பிரியமும், உரிமையும் வைத்திருந்தாள். சந்திரா எதாவது குறை சொன்னால் கூட, “விடுங்க ஆண்ட்டி... நம்ம நரேன் எவ்வளவு நல்ல பையன் தெரிமா” என்று சொல்லி தோளில் கை போட்டு “என்னடா..” குனிந்து முகத்தை உற்றுப் பார்ப்பாள்.

பூங்குழலியோடு நிச்சயம் செய்த அன்றைக்கு பவித்ராவால் சென்னையிலிருந்து வர முடியவில்லை. சந்திரா வாட்ஸப்பில் அனுப்பியிருந்த போட்டோக்களைப் பார்த்து அவனுக்கு போன் செய்தாள். பூங்குழலி அழகாய் இருப்பதாகவும், இருவருக்கும் நல்ல பொருத்தம் என்றும் வாழ்த்தினாள். பவித்ராவைப் போலவே பூங்குழலியின் பேச்சும் பார்வையும் இருப்பதாக அவன் சொன்னான்.

“அப்ப பைத்தியமாக்கிடாதே” சிரித்தாள்.

“போங்கக்கா...” என்று ஏதோ சொல்ல வந்தவன் பேச முடியாமல் உடைந்து அழுது விட்டான். விளையாட்டுத்தானே என்று சொல்லி அவனைத் தேற்றுவதற்குள் போதுமென்றாகி விட்டது. கொஞ்ச நேரம் கழித்து, “ஸ்டில் யு ஆர் எ சைல்ட்” என வாட்ஸப்பில் சிரித்திருந்தாள்.

அந்தக் குழந்தைக்குள் இருந்துதான் ஒருவன் எட்டிப் பார்த்திருந்தான். இருட்டில் அவ்வளவு பக்கத்தில் பூங்குழலி இருக்கிறாள் என்னும் உணர்வு அவனது மூச்சுக்காற்றை தகிக்க வைத்தது. எதிர்பார்த்து காத்திருந்த தருணம் சாத்தியமாகிவிட்டது, அதனை தவற விடக்கூடாது என வேகம் கொண்டான். அப்படியே வாரி எடுத்துக் கொள்ள ஒரு வேட்கை உந்தியது.

முன்பு அவளை ஈர்ப்பதற்கு குழந்தை போல எடுத்துக் கொண்ட அவனது முயற்சிகள் ஒன்றுமில்லாமல் போயிருந்தன. கல்யாணப் பேச்சு நடந்து பூங்குழலியின் போட்டோ கிடைத்து முதன்முறை மொபைலில் பார்த்ததிலிருந்து செய்த கற்பனைகள் எவ்வளவு? பட்ட பாடெல்லாம் அவனுக்கு மட்டும்தான் தெரியும்.

ஃபேஸ்புக்கில், இன்ஸ்டாகிராமில் அவளைத் தேடி அறிந்தான். போட்டோக்களில் அவளது பார்வையை, சிரிப்பை பார்த்துப்

பார்த்து அவனாகவே பழகிக்கொண்டு இருந்தான். முதன்முதலாய் திருவேற்காடு கோவிலில் அவளை நேரில் பார்க்கப் போகிறோம் என்றவுடன் தனக்குள் நிறைய திட்டமிட்டிருந்தான். முதல் சந்திப்பு முக்கியமானது, வாழ்க்கை முழுவதும் வரக் கூடியது என்று கிஷோர் சொன்னான்.

இரண்டு நாட்களுக்கு முன்பு போய் ஹேர் ஸ்டைலை மாற்றிக் கொண்டான். டிரஸ், செண்ட், எல்லாம் புதிதாக வாங்கியிருந்தான். எப்படி பேச வேண்டும், சிரிக்க வேண்டும் என்றெல்லாம் கூட யோசித்து வைத்திருந்தான். பூங்குழலியைப் பார்த்ததும் சுத்தமாய் வாயும் வராமல் கையும் வராமல் போனது. அவள் ரொம்ப சாதாரணமாக வந்திருந்தாள். எல்லோரோடும் இயல்பாக பேசினாள். அவளோடு தனியாகப் போய் சம்பந்தமில்லாமல் ஏதோ உளறினான். அப்போதும் அவள் மார்பின் மீது அவனின் பார்வை போனது. அதை அவள் கவனித்து விட்டாள் என்பது சங்கடமாய் இருந்தது. சொதப்பி விட்டோம் என்பது அடுத்த சில நாட்கள் அலைக்கழித்தது.

நிச்சயதார்த்தம் அன்றைக்கும் எப்படி நடந்து கொள்ள வேண்டும் என யோசித்திருந்தான். அங்கு தனியே இருக்கும் சூழலே இல்லை. எல்லோர் முன்னிலையில் பூங்குழலியோடு மேடையில் நின்றிருந்தான். யாராவது வந்து போட்டோ எடுத்துக்கொண்டும் போய்க்கொண்டும் இருந்தார்கள். கிடைத்த சந்தர்ப்பத்தில் அவளது கம்பெனி, வேலை பற்றி மட்டும் கேட்டுத் தெரிந்து கொண்டிருந்தான். அதில் வந்த தைரியத்தில் இரண்டு நாள் கழித்து இரவில் போன் செய்தான். ஒன்றும் பேசத் தோன்றாமல் அசடுதான் வழிய வேண்டியிருந்தது.

அடுத்த இரண்டாவது நாள் 'குயின் இஸ் ரைட், கிங் இஸ் ராங்' என பூங்குழலி ஃபேஸ்புக்கில் பகிர்ந்திருந்தாள். நண்பர்கள் சுட்டிக்காட்டி "என்னாச்சு" என கேட்டார்கள். எரிச்சலையும் கோபத்தையும் சந்திராவிடம் கொட்டியிருந்தான். "அது ஒன்னும் பிரச்சினையில்ல. நரேன் என்கிட்ட கேட்டிருக்கலாமே. நா பேசிக்கிறேன்." என பூங்குழலி சந்திராவிடம் சொல்லியதை தெரிந்து கொண்ட பிறகு நிம்மதியானான். உரிமையோடு பேசியிருக்கலாமே என்னும் அந்தத் தொனி பிடித்திருந்தது.

“நீயும் பூங்குழலியும் அஷ்டலட்சுமி கோவிலுக்கு போய்ட்டு வாங்க. அவங்கம்மா பூங்குழலிக்கிட்ட சொல்லியிருக்காங்க” சந்திரா போனில் சொன்னதும் மீண்டும் பறக்க ஆரம்பித்தான். தங்கியிருந்த அறையில் கிஷோரும் பிரசாந்த்தும் இரண்டு பீர் அடித்து மூன்று தடவை மூத்திரம் போய் பேசியதெல்லாம் அபத்தமாயிருந்தது. திரும்பத் திரும்ப பெண்களை கரெக்ட் பண்றது ஒரு வித்தை, டக் அவுட் ஆகி விடாதே என சொன்னதையே சொல்லிக்கொண்டு இருந்தார்கள். கல்லூரி ஹாஸ்டல் ரூம்களை விட்டு அவர்கள் இன்னும் வெளியே வராமல் இருந்தார்கள்.

இரண்டு பேருமே நரேனுடன் கல்லூரியில் ஒன்றாக படித்தவர்கள். அதிகம் வெளியேத் தெரியாத ஒரு கம்பெனியில் இருவருக்கும் வேலை கிடைத்திருந்தது. இன்னும் கல்யாணமாகவில்லை. வாழ்க்கையில் பிரபலமான எம்.என். சியில் வேலை கிடைத்து செட்டில் ஆனபிறகுதான் கல்யாணம் என உறுதியோடிருந்தார்கள்.

ஆஷாதான் நிதானமாக சில விஷயங்களைச் சொல்லியிருந்தாள். “முதலில் கேஷுவலா ஃபீல் பண்ணு. உன்னை ஹீரோ மாதிரி காட்டிக் கொள்ளத் துடிக்காதே. அவளுக்குப் பிடிக்காததை பேசாத. பிடிச்சா பிடிக்கட்டும், பிடிக்கலன்னா போகட்டும் என நினை. ரொம்ப முக்கியமா அசடு வழியாத.” சொல்லியிருந்தாள்.

பவித்ராவுக்குப் பிறகு அவனிடம் நெருங்கிப் பழகும் பெண் ஆஷாதான். திருமணமாகி குழந்தை இருக்கிறது. வேலை பார்த்த கம்பெனியில் இருந்து அமெரிக்காவில் செல்ல வாய்ப்பு கிடைத்து சென்றிருந்தான் அவளது கணவன். கணிசமான சம்பளம். ஐந்து வருடங்கள் இருந்து விட்டு இந்தியா திரும்பினால் போதும் என திட்டமிட்டிருந்தான். வீடு, கார், ஷேரில் முதலீடு என பிரச்சினையில்லாமல் பின்னர் வாழலாம் என்றும் ஆஷா வேலை பார்க்க வேண்டிய அவசியமில்லை என்றும் அமெரிக்காவுக்கு அழைத்திருக்கிறான். அதையெல்லாம் அவள் காதில் வாங்கிக் கொள்ளவில்லை. கிடைத்த வேலையை விடுவதற்கு தயங்கினாள். இப்போது கணவனோடு பேச்சுவார்த்தை இல்லை. அவளது அம்மாவும் அப்பாவும் அவளோடு இருக்கிறார்கள். அவளாக

நரேனிடம் சொன்னது கொஞ்சம்தான். ஆபிஸ்தான் நிறைய சொல்லியிருந்தது.

வேலைக்குச் சேர்ந்தபோது அவளது டீமில் இருந்தான். ஆஷாதான் டிரெய்னிங் கொடுத்தாள். அப்போதும் நிறைய மெனக்கெட்டான். அவளுக்காகவே ஆபிஸ் போவது போலிருக்கும். அருகில் உட்கார்ந்திருக்க ஆசைப்படுவான். உட்கார்ந்தவுடன் நடுக்கம் வந்து விடும். அவள் பேசுவதில் கவனம் இல்லாமல் போய், வேலை தெரியாமல் தடுமாற எல்லாம் செய்தான்.

“வாட்ஸ் ராங் வித் யூ” என ஒருநாள் எரிச்சலடைந்து அவனைத் தனியே அழைத்துப் பேசினாள் ஆஷா. “கேர்ள்ஸப் பாத்தா உனக்கென்ன செய்யுது மேன்” அவன் கையைப் பிடித்துக் கொண்டு பேசினாள். அவனைப் பற்றி கொஞ்சம் தெரிந்து கொள்ள முடிந்தது. கல்லூரியில் சில பெண்கள் ஆரம்பத்தில் நரேனிடம் வலிய வந்து பேசியும் பழகியும் இருந்திருக்கிறார்கள். சிறிது காலத்தில் அவர்கள் வேறு பையன்களோடு பழகவும், சேட்டிங் செய்யவும், டேட்டிங் செல்லவும் செய்திருக்கிறார்கள். நரேனின் வகுப்பு நண்பன் கிஷோரிடம், “ஹி இஸ் வெரி போரிங்” என்றும் “எப்பவும் தன்னைப் பத்தியே பேசுறான்” என்றும் ஒருத்தி புகார் சொல்லியிருக்கிறாள். நரேனுக்கு அவமானமாய் இருந்திருக்கிறது. அதிலிருந்து தப்பிக்க எப்போதும் பாடம், புத்தகம் என ஒதுங்கி வெறி பிடித்துப் படித்திருக்கிறான்.

பிறகு அவனைப் பார்க்கும் போதெல்லாம் முகம் மலர்ந்து “ஹாய் பட்டி” என ரொம்பத் தெரிந்தவள் போல நடந்து கொண்டாள். “குட். யாரையாவது லவ் பண்ணு. அவக் கிட்ட பேசு. சரியாயிரும்” சிரித்தாள். அந்த கம்பெனியில் பணிபுரியும் பெண்களை அவ்வப்போது அவனுக்கு அறிமுகப்படுத்தி வைத்தாள். டைனிங் ஹாலில் மற்ற பெண்களோடு உட்கார்ந்து சாப்பிட்டுக் கொண்டிருக்கும்போது அவனை அழைத்து பக்கத்தில் உட்கார வைத்துக் கொண்டாள்.

தன்னைப் பற்றி தெரிந்து கொண்டவளாக ஆஷாவை உணர்ந்தான். அவள் யாரோவாக அவனுக்குத் தெரியவில்லை. அவளது உடலை, அசைவுகளை ரகசியமாக பார்த்து வந்ததெல்லாம் கொஞ்சம் கொஞ்சமாய் அவனை விட்டுப் போயிருந்தது.

இயல்பாக பேசவும், தன்னைப் பற்றி வெளிப்படையாய் பகிர்ந்து கொள்ளவும் முடிந்தது. இந்த ஆறு வருட சென்னை வாழ்க்கையில் அவனது கை பிடித்து நடக்க வைத்தது ஆஷாதான் என்று சொல்ல வேண்டும்.

தியேட்டரில் அங்கேயே நின்று கொண்டிருப்பது ஒரு மாதிரியாய் இருந்தது. யாரோ ஒருவன் இரண்டு மூன்று தடவை எட்டிப் பார்த்து விட்டுப் போயிருந்தான். உள்ளே போக முடியாது. பக்கத்தில் உட்கார்ந்திருந்த பூங்குழலியின் சீட் வெறுமனே இருக்கும். தொந்தரவு செய்யும். படத்திலும் கவனம் இருக்காது.

தியேட்டரை விட்டு வெளியே எங்கு செல்ல? தங்கியிருக்கும் இடத்திற்கு செல்லலாம். படத்திற்கு புக் செய்ததை கிஷோரிடமும், பிரசாந்த்திடமும் சொல்லியிருக்கவில்லை. கடற்கரையில் எடுத்த செல்பியை ஏற்கனவே அனுப்பி இருந்தான். பூங்குழலியோடு கோவிலுக்குப் போய்விட்டு கடற்கரையில் பேசியிருந்து விட்டு வந்ததாகச் சொல்லலாம்.

படம் பார்க்க போகலாமா என அவன் கேட்டது வரைக்கும் நன்றாகத்தான் இருந்தது. பூங்குழலி ஒருவேளை அமைதியாய் இருந்தால் என்னவாகி இருக்கும்? தைரியமும், வேட்கையும் கொண்டு மேலும் நகர்ந்திருப்பான். இதைவிட மோசமாக பூங்குழலி கோபப்பட்டிருக்கலாம். இன்னும் அவமானமாகக் கூட இருந்திருக்கலாம்.

ஒரு வேளை பூங்குழலி இணங்கி இருந்தால்..? அடுத்து வேறெங்காவது அழைத்துச் செல்ல திட்டம் வந்திருக்கும். 'என்ன பேச்சு பேசினாள், இவ்வளவுதானா இவள்' என உள்ளுக்குள் ஆணின் திமிர் வந்திருக்கும்.

மெல்லிய குரலில் அவளோடு பேசிக்கொண்டு, ரசித்ததை பகிர்ந்து கொண்டு, சிரித்துக் கொண்டு படம் பார்த்திருந்தால் இந்த நாள் எவ்வளவு அழகாக இருந்திருக்கும் எனவும் தோன்றியது. அவ்வப்போது எதிர்பாராமல் அவள் கை, உடல் பட்டு கிடைத்திருக்கும் உணர்வுகள் வாடாமல் தங்கியிருக்கும். சின்ன சின்ன ஸ்பரிசங்கள், புரிதல்களிலிருந்து இருவரிடமும் பிறக்கும் கள்ளம் சுகமாய் இருந்திருக்கும். எல்லாவற்றையும்

முளையிலேயே கிள்ளி எறிந்து விட்டது போலிருந்தது. வெறுமையிலும் சோர்விலும் புதைந்து போனவனாய் தியேட்டரிலிருந்து வெளியேறினான்.

சாலைகளில் வரிசை வரிசையாய் விளக்குகள் ஜொலித்துக் கொண்டிருந்தன. பெரிய பெரிய கட்டிடங்களின் உச்சியில் காட்சிகள் சட்சட்டென்று மாற டிஜிட்டல் எழுத்துக்கள் ஓடிக்கொண்டு இருந்தன. நகரத்துக்கு பைத்தியம் பிடித்துவிட்டதாய் வாகனங்களின் ஓட்டமும், இரைச்சலும் தெறித்தன. பட்டுப்புடவைகளுக்கு, நகைகளுக்கு, ஜீன்ஸிற்கு, கார்களுக்கு, ஃபேஷன் ஸ்டோர்களுக்கு, டாய்லெட்டிற்கு என பெரிய பெரிய விளம்பர பேனர்களில் பெண்கள் இருந்தார்கள்.

வேகமெடுத்துக் கிடந்தது வெள்ளிக்கிழமை இரவு நேரத்துச் சென்னை. சனி ஞாயிறு விடுமுறை என்பதால் இந்த இரவு கொண்டாட்டங்களுக்கானது. ஒரே மாதிரியான ஐந்து நாட்களிலிருந்து ‘அப்பாடா’ என விடுதலை பெற்றிருக்கும் நேரம். ரெஸ்டாரண்ட்கள், பார்கள், பப்புகளில் களை கட்டும். டாஸ்மார்க் பார்களில் கடலின் இரைச்சலைப் போல மனிதக்குரல்கள் சேர்ந்து ஒலிக்கும். கிஷோரும், பிரசாந்த்தும் மற்ற நண்பர்களோடு அந்த ஜோதியில் ஐக்கியமாகி இருப்பார்கள்.

இந்தப் பெரிய நகரத்தில் தனியாய் அலைந்து கொண்டிருப்பதை நினைத்துப் பார்த்தான். தூத்துக்குடியில் வாழ்ந்த தெருவில் இவன் வயதொத்த நண்பர்கள் இருந்ததில்லை. எட்டாம் வகுப்பு படிக்கும்போது சில தெருக்கள் தாண்டி ஹைஸ்கூல் படிக்கும் சிலரோடு கிரிக்கெட் விளையாடப் போனான். ஒருநாள் மாலையில் இருட்டிய பிறகு வீடு திரும்பியவன் சந்திராவிடம் “இனும நா அவங்களோட விளையாடப் போக மாட்டேன். அவங்க கெட்டவங்கம்மா. போன்ல கெட்ட கெட்ட படமா காட்டுறாங்க” என அழுதான். அதிலிருந்து பெரும்பாலும் வெளியே போவதில்லை. பவித்ராவும் காலேஜில் படிக்க வெளியூர் போனதால் அவனே தனியாய் எதாவது விளையாடிக்கொண்டு, படித்துக் கொண்டு, படம் வரைந்து கொண்டிருந்தான். மூர்த்திக்கு வீட்டில் அப்படி அடைந்து கிடப்பது பிடிக்காது. வெளியே போய் விளையாடச் சொல்லுவார். சந்திரா “சும்மா இருங்க. உலகம் கெட்டுக் கிடக்கு” என்பார்.

தாகமெடுத்தது. ஒரு ரெஸ்டரண்ட் முன்பு இருந்த ஜூஸ் கடை அருகே பைக்கை நிறுத்தி, ஆரஞ்சு ஜூஸ் சொன்னான். வாட்ஸ் அப்பில் பூங்குழலியைப் பார்த்தான். அவன் அனுப்பியிருந்த படம் மட்டுமே இருந்தது. “என்னைப் பார்க்க எனக்கே அருவருப்பாய் இருக்கிறது. மன்னித்துக் கொள்” எழுதி அனுப்பி விட்டு பார்த்தான். சிங்கிள் டிக்தான் இருந்தது. பார்க்கட்டும் என மொபைலை பையில் வைத்தான்.

சரியாக அந்த நேரம் ப்ரிஸ்ஸா கார் அவனைத் தாண்டி நின்றது. டிரைவர் சீட்டிலிருந்து அவனது கம்பெனி மேனேஜர் இறங்கினான். அருகில் போய் பேசலாமா என நினைப்பதற்குள் முன்பக்கமிருந்து ஆஷா இறங்கினாள். தயங்கி நின்றான். மேனேஜரிடம் ஏதோ சொல்லி சிரித்தவள் யதேச்சையாக திரும்பும் போது அவனைப் பார்த்தாள். ஒரு கணம் நிலைத்த பார்வையை திருப்பிக் கொண்டு ரெஸ்டாரண்டுக்குள் சென்றாள். பக்கத்தில் மேனேஜர் மிக இயல்பாய் அவள் தோளில் கை போட்டிருந்தான்.

நரேனுக்குத் தாள முடியவில்லை. ஆர்டர் செய்த ஜூஸை வாங்கி வேக வேகமாய் குடித்து விட்டு அங்கிருந்து கிளம்பினான். ஆபிஸில் யாரோ அரசல் புரசலாக இதுபற்றி சில நாட்களுக்கு முன்பு பேசிய போது எரிச்சலடைந்தான். சாதாரணமாக ஆஷாவால் இருக்க முடிகிறது என்பது பயத்தைத் தந்தது. தான் மட்டும் ஏன் ஒரு சின்ன மீறலுக்கு கிடந்து துடித்துக் கொண்டு இருக்கிறோம் எனத் தோன்றியது.

அறை வெளிப்பக்கம் பூட்டி இருந்தது. சாவி இருந்தாலும் உள்ளே செல்ல மனம் வராமல் மேலே மொட்டை மாடிக்குச் சென்றான். யாருமில்லை. கட்டம் கட்டமாய் சுற்றிலும் வீடுகள் நிறைந்திருந்தன. ஏன் அந்த நேரம் ஜூஸ் குடிக்க அங்கு நின்றோம்? இவ்வளவு பெரிய நகரத்தில் சரியாக அங்கே எதற்கு ஆஷா அப்படி வந்து இறங்க வேண்டும்? அதற்கு மேல் யோசிக்க முடியாமல் அண்ணாந்து கண்ணை மூடி நின்றான்.

வாட்ஸப் சத்தம். பார்த்தான். பூங்குழலிதான். மெஸெஜ் அனுப்பி இருந்தாள். “நரேன். நமக்குள்ளே செட் ஆகாது. என்ன செய்யலாம்?”

# 12
# 11 மார்ச், 2016 - வெள்ளி

பூங்குழலியின் வாட்ஸ் அப் செய்தி இருட்டாய் அடர்ந்திருந்தது.

கோபப்படுவாள். பேசாமல் இருப்பாள். அவள் சரியாவதற்கு கொஞ்ச நாட்கள் ஆகும். அப்படித்தான் நினைத்திருந்தான். அவள் முகத்தை எப்படி பார்ப்பது என்பதுதான் நரேனுக்கு தவிப்பாக இருந்தது. கல்யாணமே வேண்டாம் என்னும் முடிவுக்கு பூங்குழலி வருவாள் என்று யோசித்திருக்கவே இல்லை.

அழுத்தமானவள் அவள் என்பதை கடந்த பத்து இருபது நாட்களில் புரிந்து கொண்டிருந்தான். அதுதான் பயமாய் இருந்தது. போன் செய்து பேச வேண்டும் என்று துடித்தாலும் அடக்கிக் கொண்டான். இரண்டு நாட்கள் போகட்டும். உடனுக்குடன் பேசியும் எழுதியும் பிரச்சினை மேலும் அதிகமாகி விடக்கூடாது. நிதானமாயிருக்க வேண்டும். என்றெல்லாம் அமைதிப்படுத்தினாலும் சிந்தனை எல்லாம் பூங்குழலி எழுதியதிலேயே இருந்தது.

நமக்குள் செட் ஆகாது என்று ஒரு வரியில் சொல்லிவிட்டாள். அந்த இருட்டில் ஒரு வேகத்தில் நடந்து கொண்டதை வைத்து வாழ்க்கைக்கே ஒத்து வரமாட்டான் என்று எப்படி முடிவுக்கு வந்தாள்? தான் அவ்வளவு தவறானவனா, இதுவரைக்கும் வேறு எந்தப் பெண்ணிடமாவது இப்படி நடந்து கொண்டிருக்கிறோமா என்றெல்லாம் நொறுங்கிப் போனான்.

வெளியே என்னவென்று சொல்வது? அம்மா அப்பாவிடம் எப்படி சொல்வது? இதற்காக ஒரு கல்யாணத்தையே நிறுத்த வேண்டுமா? சொந்தக்காரர்களுக்கும், ஊரில் உள்ளவர்களுக்கும் அழைப்பிதழ்களை கொடுத்துக்கொண்டு இருக்கிறார்கள். அவனும் தனியே அழைப்பிதழ் அடிக்க ஏற்பாடு செய்திருந்தான். போனில், வாட்ஸப்பில் நேரில் என்று கல்லூரி நண்பர்களிலிருந்து பலரிடமும் சொல்லிவிட்டான். அவர்களிடம் என்ன சொல்வது?

அவனும் பூங்குழலியும் இன்னேரம் ‘காதலும் கடந்து போகும்’ படம் பார்த்துக் கொண்டிருப்பதாய் சந்திரா ஆசையாய் இருப்பார். பத்து மணிக்குப் போல நிச்சயம் போன் செய்து விசாரிப்பார். பாதியிலேயே வந்ததைச் சொல்ல வேண்டாம் என்று நினைத்துக் கொண்டான். சொன்னால், முதல் முதலாக இரண்டு பேரும் சேர்ந்து பார்க்கப் போன படமே பிடிக்கவில்லையா என்று கேள்வி வரும். பொய் சொல்ல வேண்டும். அவனுக்கோ பூங்குழலிக்கோ தலை வலித்தது என்று சொல்லலாம். அது குறித்தும் கவலைப்படுவார்கள். அதற்கும் பொய் சொல்ல வேண்டும். படம் முழுவதும் பார்த்ததாய் சொல்லி விட வேண்டும் என்று நினைத்துக் கொண்டான். அவளை ஹாஸ்டலில் கொண்டு விட்டதாகவும் சொல்ல வேண்டும். எல்லாம் பொய்தான். வேறு வழி தெரியவில்லை.

தன்னிடம் பேசுவது போல பூங்குழலியிடமும் போன் பேசி, அவள் பாதியிலேயே வந்துவிட்டோம் என்று சொல்லி விட்டால்..? வேறு வினையே வேண்டாம். அடுத்த கேள்விகளுக்கு பூங்குழலி என்னவெல்லாம் சொல்வாள் என்று தெரியாது. “அம்மா அடிக்கடி பூங்குழலிக்கு போன் செய்து பேசாதீங்க. ஒரே விஷயத்த எல்லார்ட்டயும் மாறி மாறிப் பேசுறது எரிச்சலா ஃபீல் பண்றா” என்னும் தற்காப்பைத் தயார் செய்து கொண்டான். பூங்குழலியின் அம்மாவிடம் படம் பார்க்க போயிருப்பதைப் பற்றி பேசுவார்களே. அவர்கள் பூங்குழலியிடம் கேட்பார்களே. பேசுவார்களே என்ன பேசுவார்களே. இன்னேரம் பேசியிருப்பார்கள். ஒரு செல்பியை எடுத்து அனுப்பி, சேர்ந்து படம் பார்க்கப் போகும் சந்தோஷத்தை போனில் தெரிவித்தது எவ்வளவு ஏடாகூடமாகி விட்டது?

ஒன்றிலிருந்து ஒன்று என பிரிந்து பிரிந்தும், சுற்றி சுற்றியும் சிக்கல்களாகி விடுகின்றன மனித உறவுகள். ஹெச்.டி.எம்.எல், சி.எஸ்.எஸ், ஜாவா போல இல்லை மனிதர்களின் மொழிகள். இந்த கோடிங் எழுதினால் இந்த ரிசல்ட் வரும் என்று தெரியும். எதிர்பார்க்கலாம். வரவில்லை என்றால் கோடிங்கை மாற்றி எழுதி, சரி செய்து தேவையான ரிசல்ட்டை வரவைக்க முடியும். மனிதர்களிடம் ஒரு வார்த்தை தவறாக பேசிவிட்டு அதை மாற்ற

முடியாது. பேசினால் பேசியதுதான். இதில் பெரிய கொடுமை என்னவென்றால் சரியாகவே பேசினாலும், கேட்பவர் தவறாக புரிந்து கொள்வது நடக்கும். கம்ப்யூட்டர் மொழிகளுக்கு தொனி கிடையாது. பரிமாணங்கள் கிடையாது. டொமைனில் புலி என பேரெடுத்த நரேன் ஒரு சின்ன விஷயத்தில் அடுத்து என்ன பேச என்று தெரியாமல் மண்டை காய்ந்து போனான். நடப்பது நடக்கட்டும், நாம் ஒன்றும் சொல்லாமல் இருப்போம், அவர்களாக தெரிந்து கொண்டால் பார்த்துக் கொள்வோம் என முடிவுக்கு வந்தான்.

கடுப்பாக இருந்தது. இப்போது கல்யாணம் வேண்டும் என்று யார் அவசரப்பட்டார்கள்? சந்திரா மீதுதான் எரிச்சல் வந்தது. ஐந்து மாதங்களுக்கு முன்புதான் சம்பளம் அறுபதாயிரத்தைத் தொட்டிருந்தது. நான்கு லட்சம் போல சேமிப்பில் இருந்தது. இரண்டு மூன்று வருடங்கள் கழித்து என்றால் பிரமோஷனும் கிடைத்து விடும், கணிசமான சம்பளம் வரும், சேமிப்பும் பத்து லட்சத்துக்கு மேலிருக்கும். தைரியமாக கல்யாணம், மனைவி, குழந்தை, குடும்பம் என அடியெடுத்து வைக்கலாம். திருமணப் பேச்சை ஆரம்பித்த நேரத்தில் சந்திராவிடம் எவ்வளவோ சொல்லியிருந்தான்.

"எங்களுக்கு நீதான் ஒரே பையன். இந்த வீடு, அப்பா சம்பாதிச்சது எல்லாம் யாருக்கு? அவர் ரிடையர் ஆனப்புறம் சென்னையிலேயேக் கூட ஒரு வீடு வாங்கி நாம எல்லாம் ஒன்னாயிருக்கலாம்." சந்திரா தீர்மானமாக மறுத்து விட்டார்.

கண்ணெதிரே எங்கும் வீடுகள். ஜன்னலில், வாசலில், பால்கனியில், மொட்டைமாடியில் என அங்கங்கு வெளிச்சம் சிந்திய திட்டுகளாய் கண்ணுக்கெட்டிய தூரத்திற்கு இறைந்து கிடந்தன. வெளிச்சம் படாத பகுதிகளில் வீடுகளின் நிழல் உருவங்கள் தங்களுக்கென்று ரகசியங்களை வைத்திருந்தன. மேலிருந்து பார்க்கும்போது கீழே சத்தங்கள் அற்று தெரிகிறது. இரவு ஒரு பெரிய கடல்போல் விரிந்து பரந்து சலனமில்லாமல் கிடந்தது. பார்க்கும் யாவும் அதில் மிதந்து கொண்டிருந்தன. பகலில் இதே வீடுகள், வெளிகள் எல்லாம் தரை தட்டி இரவின் சுவடுகளற்று வெயிலில் காய ஆரம்பிக்கும். குழந்தைகள்,

ஆண்கள், பெண்கள் என மனிதர்கள் வீடுகளிருந்து வெளியேறுவார்கள். நடை, சைக்கிள், ஸ்கூட்டர், பைக், ஆட்டோ, கார், பஸ், என அவரவர்க்கான வேகங்களோடு விரைவார்கள். இப்படித்தானே ஒரு வீட்டில் நாமும் வாழப் போகிறோம் என்றிருந்தது. இன்று பூங்குழலியைப் பார்க்கிற வரைக்கும் அவளோடு சேர்ந்து வாழப் போகிற வீடு குறித்து கனவுகளும், யோசனைகளும் இருந்தன. அவையெல்லாம் வற்றிக் கொண்டிருந்தன.

இந்த பெரிய நகரத்தில் எங்கோ ஒரு வீட்டில் பூங்குழலி இருக்கிறாள். பூங்குழலியைப் பார்க்கப் போகும் வழியில் கந்தல் துணியால் உடலையும் உயிரையும், குழந்தையையும் போர்த்திக் கொண்டு “சார்..” என கைநீட்டிய வாடிப் போயிருந்த பெண்ணும் எங்கோ இருக்கிறாள். பவித்ரா இருக்கிறாள். எங்கோ உட்கார்ந்து கிஷோர் தண்ணியடித்துக் கொண்டிருக்கிறான். ஆஷா அந்த மேனேஜரோடு சிரிக்கிறாள். அவளை எதிர்பார்த்து குழந்தையும், அம்மாவும், அப்பாவும் காத்து இருக்கிறார்கள். வீடுகளுக்குள்ளேயும் வெளியேயும் கோடிக்கணக்கான மனிதர்கள் வாழ்வின் நெருக்கடிகளில் சிக்கிக் கொண்டும், மீள்வதற்கு வழியைத் தேடிக்கொண்டும் இருக்கிறார்கள்.

“என்ன தம்பி, இங்கதான் இருக்கீங்களா?” பின்னால் நாச்சியப்பன் குரல் கேட்டது. திரும்பினான். “நீங்க வரும்போது பாத்தேன். பேசலாம்னு மேல வந்தேன். ரூம் பூட்டிக்கிடந்தது. செருப்பு வெளியே இருந்துச்சு. சரி, இங்கதாம் இருப்பீங்கன்னு நினைச்சேன்” சிரித்தார்.

“வாங்க சார்..” என வலது கையை லேசாக நெஞ்சில் வைத்து மரியாதை காட்டி ஒதுங்கி நிற்பது போல அசைந்தான் நரேன். நாச்சியப்பன் இந்த வீட்டுக்காரர். கீழே அவரும் அவரது மனைவி விஜயலட்சுமியும் இருக்கிறார்கள். மேல் போர்ஷனில் அவன், கிஷோர், பிரசாந்த்.

“கல்யாணமாம்ல தம்பிக்கு!” நரேன் முதுகில் லேசாய் தட்டினார்.

அம்மா சொல்லியிருக்க வேண்டும் என புரிந்தது. பதில் சொல்ல வராமல் விழித்தான். சிரிப்பே வராமல் சிரித்தான்.

மாசத்துக்கு இரண்டு மூன்று தடவை அவரோடும் அவரது மனைவியோடும் பேசுவதை சந்திரா வழக்கமாக வைத்திருந்தார். தன் மகனை அவர்கள் இருவரும்தான் பார்த்துக் கொள்வது போல ஒரு நினைப்பு. யாராவது பெரியவர்கள் கண்காணிப்பில் குழந்தைகள் இருப்பது ஒரு தைரியத்தையும், நம்பிக்கையையும் தொலைதூரத்தில் இருப்பவர்களுக்கு அளிக்கிறது.

“படம் பாக்கப் போயிருக்கிறதா அம்மா சொன்னாங்க. அதுக்குள்ள வந்துட்டீங்க”

“கொஞ்ச நேரம் படம் பாத்தோம். அவளோட ஃபிரண்டுக்கிட்ட இருந்து போன் வந்துச்சு. அவசரமா கிளம்பணும்னு புறப்பட்டா. எனக்கும் தனியா படம் பாக்க பிடிக்கல. வந்துட்டேன்.” என்றான். கொஞ்சமும் யோசிக்காமல் அப்படிச் சொல்ல முடிந்தது அவனுக்கே ஆச்சரியமாய் இருந்தது.

நாச்சியப்பன் எதுவும் சொல்லாமல் தலையாட்டிக்கொண்டே அருகில் வந்து சிகரெட் பற்ற வைத்துக் கொண்டார்.

நாச்சியப்பன் குடிநீர் வடிகால் வாரியத்தில் வேலை பார்த்து இரண்டு வருடங்களுக்கு முன்புதான் ரிடையராகி இருந்தார். எப்போதாவது சில நேரங்களில் மொட்டை மாடிக்கு வருவார். பெரும்பாலும் கீழே வராண்டாவில் சேர் போட்டு தெருவைப் பார்த்து உட்கார்ந்திருப்பார். இல்லையென்றால் எதிரே வீட்டோடு சேர்ந்து சின்னதாய் மளிகைக்கடை வைத்திருக்கும் ரெங்கசாமியோடு உட்கார்ந்து சிகரெட் புகைத்தவாறு பேசிக்கொண்டு இருப்பார். இருட்டிவிட்டால் வெளியே பெரும்பாலும் தென்பட மாட்டார். மேலே படியேறும்போது அவர் வீட்டின் ஹாலிலிருந்து டி.வி சத்தமாய் கேட்கும். அவசியமென்றால் மட்டும் பேசுவார். மூத்தவன் அமெரிக்காவில் இருக்கிறான். இங்கு தங்கியிருக்கும் மூன்று வருடங்களில் ஒருமுறைதான் அவனை நரேன் பார்த்திருந்தான். மனைவியோடும் குழந்தைகளோடும் வந்திருந்தான்..

“ம்... காலம் வேகமா ஓடிப்போச்சு. வீடு கட்டி இங்க வந்து இருபத்தைஞ்சு வருசமாகுது. அப்ப குரோம்பேட்டையில இந்த இடம் டெவலப்பாய்ட்டிருந்த நேரம். மொத்தமே நாலைஞ்சு

வீடுங்கதான் இருந்துச்சு. இப்போ பாருங்க. கால் வைக்க இடம் இல்லாம இருக்கு'' அவரிடமிருந்து வெளிப்பட்ட சிகரெட் புகை இருட்டில் அலைந்தது தெரிந்தது.

“உங்க மகன் வீட்டுல எப்ப இந்தியா வர்றாங்க?''

“தெரியல.'' இருண்டு கிடந்த வெளியில் எதையோத் தேடுவது போல் உற்றுப் பார்த்துக் கொண்டிருந்தார். பின் அவரேத் தொடர்ந்தார். “நாஞ் செஞ்ச காரியத்துக்கு இப்போ அனுபவிக்கிறேன். ஊரிலிருந்து எங்க அம்மாவையும், அப்பாவையும் விட்டு நான் நகரத்துக்கு வந்தேன். அவங்களால பழகிய இடங்களை விட்டு இங்க வர முடியலை. எங்க இருந்தாலும் தன் மகன் நல்லாயிருக்கட்டும்னு வயசான காலத்துல தனிமையில வாழ்ந்தாங்க. இப்போ என் மகன் இந்த நகரத்த விட்டு, நாட்டை விட்டு எங்கேயோ இருக்கான். நாங்க இங்க தனியா இருக்கோம். இதுதான் கதி போல.'' வேட்டி முனை எடுத்து கண்களைத் துடைத்துக் கொண்டார்.

“எதுத்தாப்ல கடை வச்சிருக்கானே ரெங்கசாமி. அவங் கத தெரிமா? அவம் மகன் பெங்களூர்ல ஐடி கம்பெனியிலத்தான் வேல பாக்கான். மாசம் தொண்ணூறாரயிரத்துக்கு மேல சம்பளம். ரெண்டு வருசத்துக்கு முந்தி கல்யாணம் நடந்துச்சு. மருமவளுக்கு அறுபது எழுபதாயிரம் போலச் சம்பளம்னு சொன்னான். இன்னும் குழந்த இல்ல. இப்போ ரெண்டு மாசமா வேலைய விடப் போறோம்னு சொல்றாங்களாம். அங்கயே இருந்தா ரெண்டு வருசத்துல மூளய உறிஞ்சி எடுத்துட்டுத்தான் வெளியே அனுப்புவான். எதுக்கும் பிரயோஜனம் இல்லாம வந்து சேருவோம் பாத்துக்குங்கன்னு சொல்றாங்களாம். சென்னைக்கு வந்து, கையில இருக்குற பணத்துல எதாவது டிபார்ட்மெண்டல் ஸ்டோர் மாதிரி வச்சு நிம்மதியா சந்தோஷமா இருக்கோம்கிறானாம். பிள்ளைங்க கூட வந்து இருக்கப் போறாங்கன்னு சந்தோஷம் ரெங்கசாமிக்கு இல்ல. மாசம் ரெண்டு பேரும் சேந்து சம்பாதிக்கிற ஒன்றரை லட்சத்தை விட்டுட்டு இங்க வந்து நொம்பலப் படணுமான்னு கவலப்படுறான்.'' சொல்லி சிரித்துக் கொண்டார்.

“மகனோ மகளோ கூட இருந்து பேரப் பிள்ளைங்கக் கிட்ட பேசுறதுக்கும் கொஞ்சுறதுக்கும் நமக்கு கொடுப்பின இல்லயே.

நானாவது அங்க இங்க வெளியே போய்ட்டு வர்றேன். விஜயா என்ன செய்வா? நா அவ முகத்தையும், அவ என் முகத்தையும் ரெண்டு பேரும் டிவியையும் பாத்துட்டு இருக்கோம். மனசு விட்டுப் பேசுறதுக்கு யாரும் இல்லண்ணா மூச்சு முட்டித்தான் போகுது"

அவரது குரல் உடைந்து கொண்டிருந்தது. எதுவும் பேசத் தோன்றாமல் அமைதியாக இருந்தான் நரேன்.

"சொல்ல மறந்துட்டேன். அம்மா வீடு பாக்கச் சொல்லியிருந்தாங்க. கொஞ்சம் அவுட்டர்ல ஒரு தனி வீடு வாடகைக்கு இருக்குன்னு சொன்னாங்க. நாளைக்கு கூட போய்ப் பாத்துரலாம். உங்களுக்கு எப்ப வசதின்னு சொல்லுங்க." சிகரெட்டை கீழே போட்டு காலால் மிதித்து அணைத்தார்.

"நாளைக்குச் சொல்றேன் சார்..."

"நல்லது தம்பி. இருங்க. நா வர்றேன்"

"சார்... பாத்துப் போங்க." என்றான்.

"சரி தம்பி.." படிகளிலிருந்து அவர் குரல் கேட்டது.

அவனும் பூங்குழலியும் சேர்ந்து வாழ நாச்சியப்பன் வீடு பார்த்திருக்கிறாராம். நாளைக்கு அவரிடம் என்ன சொல்ல? நரேன் மீண்டும் தனிமையில் நின்றான். நாச்சியப்பன் கொஞ்ச நேரத்துக்கு முன்னால் சொன்னது போல அவனுக்கும் மூச்சு முட்டிக்கொண்டு வந்தது.

# 13

# 12 மார்ச், 2016 - சனி

படிக்கெட்டுகளில் கவனமாய் கால் வைத்து பஸ்ஸை விட்டு தரையில் இறங்கியதும் நிமிர்ந்தாள் பூங்குழலி. எதிரே கலைச்செல்வன் வந்து நின்றிருந்தான். "பூம்மா.." என ஆசையோடு அவள் கையில் இருந்த பையை வாங்கப் போனான். "இருக்கட்டும்ணா" முதுகில் மாட்டிக் கொண்டாள்.

"தூங்கினியா" கேட்டுக்கொண்டே பூங்குழலியின் கையைப் பிடித்துக் கொண்டு கொஞ்சம் தள்ளி இருந்த பைக்கை நோக்கி நடந்தான் கலைச்செல்வன்.

"ம். விழுப்புரம்லாம் தாண்டின பிறகுதான் தூக்கம் வந்துச்சு. அப்புறம் மேலூர் வரும்போது நீ போன் பண்ணதும் முழிச்சேன். சரி, நீ தூங்கினியா." சிரித்தாள். மொபைலை பார்த்தாள். மணி நான்கு இருபது. மாட்டுத்தாவணி பஸ் ஸ்டாண்ட், அதைத்தாண்டி சாலை, வரிசையாய் இருந்த கடைகள் எல்லாம் விளக்குகளின் வெளிச்சத்தில் பளீரென்றிருந்தது. அதற்கப்பால் வெளியும், வானமும் இருட்டாய் இருந்தது. பெரிய தூணின் கீழே ஈரம் சொட்டும் பூக்களை பரப்பி வைத்திருந்த ஒரு அம்மா "வாம்மா.." அவளது முகத்தைப் பார்த்தார்.

"பத்து மணிக்கு பஸ்னு சொன்னியா? அப்ப நாலு மணிக்குப் போல மதுரைக்கு வரும்னு மூன்றைக்கு அலாரம் வச்சேன்."என்றான். கலைச்செல்வன் பற்றியிருந்த தன் கையை விடுவித்து அப்படியே அவனது வலது கையை தனது இடது கையால் கட்டிக்கொண்டாள். சிரித்தாள். அண்ணனைப் பார்த்ததும் குழந்தையாகி விட்டதைப் போல உணர்ந்தாள். குழந்தையாய் இருந்ததிலிருந்து பார்த்தவர்களிடம் தானாகவே குழந்தையாகி விடுகிறோம். "ஒங்கண்ணனுக்கு அப்ப ஆறு வயசுதான் இருக்கும். எப்பப்பாத்தாலும் பெரிய மனுஷங் கணக்குல உன்னத் தூக்கி வச்சிக்கிட்டு அலைவான். எங்களுக்கு பயமா இருக்கும்." சித்ரா அவளிடம் நிறைய தடவை சொல்லியிருந்தாள்.

கலைச்செல்வன் பைக்கை ஸ்டார்ட் செய்யவும் பின்னால் ஏறிக்கொண்டாள். அவன் தோளில் உரிமையோடு கை வைத்துக் கொண்டாள். 'காதலும் கடந்து போகும்' போஸ்டர்கள் ஒட்டப்பட்டிருந்தன. நேற்று மாலை நரேனுடன் பைக்கில் சென்றது, அதன்பின் நடந்தது எல்லாம் திரும்பவும் நினைவுக்கு வந்தன.

ஹாஸ்டலுக்குள் நுழைந்ததும் ஸ்ரீஜா இருக்கிறாள் என்பது ஆதரவாய் இருந்தது. அவளோடு இருக்க வேண்டும் என்று தோன்றியது. சென்னையிலிருந்து எங்காவது சென்று விட வேண்டும் போலவுமிருந்தது. ஸ்ரீஜா ஊருக்குப் போகிறேன் என்றதும், தானும் வருகிறேன் என்றாள் அவள்.

எத்தனையோ தடவை ஸ்ரீஜா ஆசையோடு அவளை தன் ஊருக்கு அழைத்திருந்தாள். "இன்னொருநாள் வருகிறேன்" என்று அப்போதெல்லாம் சொல்லியிருந்தாள். நேற்று தானும் வருவதாய்ச் சொன்னவுடன், ஸ்ரீஜா சந்தோஷத்தில் அப்படியே இறுக்கக் கட்டிப் பிடித்து "மை பேபி.." என கொண்டாடித் தீர்ப்பாள் என்று எதிர்பார்த்தாள். அவளோ அமைதியாய் உட்கார்ந்தாள். என்னவோ போலிருந்தது.

"ஏன் நரேன் செட்டாக மாட்டான்னு சொல்ற?" கேட்டாள் ஸ்ரீஜா. அவள் குரலில் அக்கறையோ அதிர்ச்சியோ தெரியவில்லை. கேட்டதற்கு பதில் சொல்லாமல் ஏதோ மழுப்புவது போலிருந்தது.

"நிறைய பேசணும். அதான் ஊருக்கு வர்றேன்னு சொன்னேன்."

"நா ஊருக்குப் போகல"

புரியாமல் நெற்றி சுருங்க கேள்விகளோடு பார்த்தாள் பூங்குழலி.

"நானும் மகேஷும் டேட்டிங் போறோம்" சொல்லிக்கொண்டே அருகில் வந்து அவள் தலையைக் கோதி விட்டாள்.

விலகி எழுந்து கண்ணாடியில் போய் தன் முகத்தைப் பார்த்தவாறே, "அத மொதல்லயே சொல்லி இருக்கலாமே? ஏங்கிட்ட ஏன் மறைக்கணும்?." பூங்குழலி கேட்டாள்.

"உங்கிட்ட சொல்ல முடியல. ஒரு மாதிரி இருந்துச்சு"

பூங்குழலி பாத்ரூம் போனாள். தலையை மட்டும் திருப்பி அவளை பார்த்து விட்டு திரும்பிக் கொண்டாள் ஸ்ரீஜா. துணிகளை அடுக்கி வைத்திருந்த பை தயாராக இருந்தது. குனிந்து தலையில் இரண்டு கைகளையும் வைத்து உலுப்பிக் கொண்டாள். கண்ணை மூடிக்கொண்டு யோசனையில் ஆழ்ந்தாள்.

பாத்ரூமிலிருந்து வந்த பூங்குழலி கட்டிலில் படுத்துக் கொண்டு மொபைலை எடுத்துப் பார்க்க ஆரம்பித்தாள். அவள் கோபமாக இருக்கிறாள் என்பது புரிந்தது.

அருகில் போய் உட்கார்ந்து, "ஸில்லியா பிஹேவ் பண்ணிட்டேன். மகேஷ் எனக்கு ஒரு ஃபன் மாதிரின்னு கூட சொல்லியிருக்கேன். அவங்கூட டேட்டிங் போறத நீ எப்படி புரிஞ்சுப்பன்னு தெரில. இட்ஸ் மை மிஸ்டேக். ஒகே வா? ஸாரி."

பூங்குழலி மொபைலில் விரல்களால் தீட்டிக்கொண்டிருந்தாள்.

"பூங்ஸ்... ப்ளீஸ். என்னைப் பாரேன்."

"ம் நாங்கூட ஒனக்கு ஒரு ஃபன்தான் இல்ல?" திரும்பிப் பார்க்காமலேயே கேட்டாள் பூங்குழலி.

கைக்கடிகாரத்தில் நேரம் பார்த்த ஸ்ரீஜா ஏதோ தீர்மானம் செய்தவளாய் எழுந்து பையைத் தூக்கிக் கொண்டு அவள் அருகில் வந்து, "உங்கூட இந்த நேரத்தில் இல்லாம இருக்குறதுக்கு ஃபீல் பண்றேன். இப்போ ஒன்னுதான் சொல்ல முடியும். செட் ஆகலன்னு அவசரப்பட்டு முடிவெடுக்க வேண்டாம். பேசிக்கலாம்." என்றாள்.

பூங்குழலி நிமிர்ந்து பார்த்தாள். ஸ்ரீஜா சட்டென குனிந்து முத்தம் கொடுத்து விட்டு, "யெஸ். திஸ் இஸ் ஆல்ஸோ ஃபன். திங்கக்கிழம பாக்கலாம். பை" சட்டென கிளம்பிச் சென்றாள்.

கொஞ்ச நேரம் அப்படியேக் கிடந்தாள் அவள். மனிதர்கள் விசித்திரமானவர்களாகவும், ஒரு நிலையில்லாமல் இருப்பதாகவும் தோன்றியது. மிகுந்த மகிழ்ச்சியுடன் தன்னை வரவேற்றவள், போகும்போது எப்படிச் சென்றாள் என்பதை பார்த்துக் கொண்டிருந்தாள். இருந்த பத்து நிமிடங்களுக்குள் வார்த்தைகள்,

உணர்வுகளில் இருவருமே காயம்பட்டிருந்தார்கள். மனநிலைகளை கெடுத்துக் கொள்ளக் கூடாது என்று ஸ்ரீஜா அங்கிருந்து சென்றுவிட்டாள். அடர்ந்த மௌனத்தையும், வெறுமையையும் அறைக்குள் விட்டுச் சென்றிருந்தாள்.

நாம் பார்க்காத, புரிந்து கொள்ளாத ஒருவர், ஒவ்வொருவரிலும் இருக்கிறார். அந்த ஒருவரை ரகசியமாகவே தங்களுக்கு மட்டுமே தெரிந்தவராக வைத்திருக்க ஒவ்வொருவரும் மெனக்கெடுகிறார்கள். இன்னொருவர் அந்த ஒருவரைப் பார்க்க விரும்புவதில்லை. அனுமதிப்பதுமில்லை. மீறியோ, தப்பித்தவறியோ இன்னொருவர் பார்த்து விட்டால் அந்த இன்னொருவரை பிடிக்காமல் போய் விடுகிறது. பார்த்தாலும் பார்க்காதது போல, புரிந்தாலும் புரியாதது போல் பாவிப்பதில்தான் மனித உறவுகள் தொடருகின்றன. அப்படி பார்க்க விரும்பாத ஸ்ரீஜாவை அவள் பார்க்க நேர்ந்து விட்டது. ஒருகணம் அதில் கலைந்து போனாலும் ஸ்ரீஜா நேர்மையாகவே அதனை எதிர்கொண்டாள்.

ஜன்னலைத் திறந்து வெளியைப் பார்த்தாள். இந்த இடம் ஸ்ரீஜாவுக்கானது. பெரும்பாலும் இங்கே நின்று சிகரெட் குடிப்பாள். இந்த சேரில் உட்கார்ந்து புத்தகம் படிப்பாள். எப்போதும் ஒரு ஏகாந்தமான களை முகத்தில் இருக்கும். உற்சாகமாகி விட்டால் போதும் ஓடி வந்து முத்தம் கொடுப்பாள். இந்த மூன்று வருடத்தில் அதிகமாகப் பேசியது, பழகியது, கூடவே இருந்தது ஸ்ரீஜாவுடன்தான். எதைத்தான் பேசவில்லை? இரவெல்லாம் பேசி, களைத்து விடிகாலையில் தூங்கியிருக்கிறார்கள். சென்னை முழுவதும் கைப்பிடித்து அலைந்து திரிந்திருக்கிறார்கள். முழுசாக அவளை அறிந்திருக்கிறோம் என நினைத்திருந்தாள். "அப்படியில்ல பேபி" கன்னத்தில் தட்டிச் சொல்லி விட்டாள்

வாட்ஸப்பில் 'என்னைப் பார்க்க எனக்கே அருவருப்பாய் இருக்கிறது. மன்னித்துக் கொள்' நரேனின் மெஸேஜ் வந்தது. யார் கேட்டார்கள் மன்னிப்பை என்று மொத்த எரிச்சலும் அவன் மீது வந்தது.

அவளைப் பற்றி நரேனுக்கு என்ன தெரியும்? பார்த்துப் பேசியதே ஒன்றிரண்டு நாட்கள்தான். அதற்குள்ளாகவே அவன்

மீறினான். அந்த தைரியம் அவனுக்கு எப்படி வந்தது? இத்தனைக்கும் அதற்கு கொஞ்ச நேரத்துக்கு முன்புதான், ‘முதல்ல நமக்குள்ள அட்டேச்மெண்ட் வரணும்.’ என்று தெளிவாய்ச் சொல்லி இருந்தாள். புரிந்தது போல் காட்டிக் கொண்டானே? இருட்டில் கள்ளத்தனத்தோடு அப்படி தொடுவதுதான் அட்டேச்மெண்ட்டா? அதிர்ச்சியாய் இருந்தது. அவனோடு வாழ்க்கை முழுவதும் எப்படி பயணிப்பது? நாளெல்லாம் புழுக்கமும், ஏமாற்றங்களும் அதிர்ச்சிகளுமாய் இருந்தால் அதை விட சித்திரவதை இல்லை.

அதே இருட்டில் அவனது கையை அவள் முதலில் எடுத்து வைத்துக் கொண்டு முத்தமிட்டிருந்தால் என்ன ஆகியிருக்கும்? உள்ளுக்குள் அவளை எவ்வளவு அசிங்கமாக நினைத்திருப்பான். மன்னிப்பு கேட்டால் சமாதானமாகி விடுவானா?

அம்மாவுக்காக மட்டும்தான் சம்மதித்தாள். அப்பாவை இழந்து, உறவுகளில் தனிமைப்பட்டவளுக்கு கலைச்செல்வனும், பூங்குழலியும் மட்டுமே நம்பிக்கையாய் இருந்தனர். கலைச்செல்வனும் ஏமாற்றி விட்டதாய் வெறுத்துப் போன அம்மாவுக்கு தன்னை விட்டால் வேறு கதியில்லை என்று உணர்ந்தாள். அம்மா வருத்தம் கொள்ளவோ, சொந்தங்கள் மத்தியில் அவமானப்படவோ கூடாது என்றுதான் நரேனைத் திருமணம் செய்து கொள்ள சரியென்றாள்.

போன்களில், புரிதல்களில் சின்னச் சின்னதாய் மனக்கசப்புகள், முரண்பாடுகள் வர ஆரம்பித்ததும் நரேனின் அம்மாவும், அவளது பாட்டியும் சேர்ந்து திட்டமிட்ட அஷ்டலஷ்மிக் கோவில் சந்திப்பை நினைத்தாலே குமட்டியது. ஒரு ஆணாக நரேன் தொட்டு விட்டால் ஒரு பெண்ணாக அவள் காலம் காலமாக வாய்மூடி அடங்கி இருப்பாள் என்று அவர்கள் ரகசியமாக எதிர்பார்த்தார்கள். வாழ்க்கையெல்லாம் அவர்கள் பார்வையில் அவளைப் பற்றிய சித்திரமாய் எது குடிகொண்டிருக்கும்? நினைத்துப் பார்க்கவே இயலவில்லை.

மொபைலை எடுத்து நரேனுக்கு, “நரேன். நமக்குள்ளே செட் ஆகாது. என்ன செய்யலாம்?” என்று மெஸேஜ் அனுப்பி விட்டு எழுந்து கதவைத் திறந்து வெளியே வந்து பார்த்தாள்.

வராண்டாவில் யாருமில்லை. இரண்டு நாள் லீவில் ஊருக்குப் போயிருப்பார்கள். போகாதவர்கள் வெளியே எங்காவது சென்று விட்டு வருவார்கள். வராண்டாவை ஒட்டி வரிசையாய் நின்ற அசோகா மரங்களும், பன்னீர் மரங்களும் அசையாமல் இருந்தன.

தனியாக கடற்கரையில் போய் இருக்க வேண்டும் போலிருந்தது. ஸ்ரீஜா கடவுளிடமும் சொல்லவில்லை, கடலிடமும் சொல்லவில்லை, தன்னிடமும் சொல்லவில்லை என நினைத்துக் கொண்டாள். இதை ஒருநாள் அவளிடம் சொல்ல வேண்டும். அந்த நேரத்தில் தன்னை ஆதரவாய், அரவணைத்துக் கொள்ள சென்னையில் யாருமில்லை என்று வாட்டியது.

ஹாஸ்டலில் இரண்டு நாட்கள் தனியாக இருக்க முடியாது. அண்ணன் கலைச்செல்வன் நினைவு வந்தது. மணி ஒன்பதுதான். ரெட்பஸ்ஸில் பார்த்தாள். வரிசையாக மதுரைக்கு பஸ்கள் இருந்தன. கலைச்செல்வனுக்கு போன் செய்து வருவதாகச் சொன்னாள். ஒரே மகிழ்ச்சி அவனுக்கு. "இனும புறப்பட்டு வர முடியுமா? பஸ் ரிசர்வ் பண்ணிட்டியா?" அக்கறையோடு விசாரித்தான்.

"வந்துருவேண்ணா" சொல்லி புறப்பட்டு விட்டாள்.

பைக் ஓட்டிக் கொண்டிருந்த கலைச்செல்வன் ஏதோ சொன்ன மாதிரி இருந்தது. சரியாய் கேட்கவில்லை. தோளைத் தொட்டு "என்னண்ணா?" என்றாள்.

"அடுத்த சனி ஞாயிறு மாப்பிள்ளை வீட்லயும், நம்ம வீட்டுலயும் சென்னைக்கு வீடு பாக்கவும், ஜவுளி எடுக்கவும் வர்றாங்களாமே? முருகேசன் மாமா சொன்னாங்கன்னு சபாபதி தாத்தா சொன்னாங்க?"

"ம்.." சொல்லி நிறுத்திக் கொண்டாள். விடிந்ததும் பிரச்சினை இருக்கிறது. அம்மா போன் செய்வார்கள் என நினைத்துக் கொண்டாள்.

நேற்றிரவு பெருங்குளத்தூரில் பஸ்ஸுக்கு காத்திருந்தபோது கடற்கரையில் நரேன் எடுத்த போட்டோவை திரும்பவும் பார்த்தாள். தியேட்டரில் முகம் பார்த்து பேச முடியாமல் நின்ற அவனது முகமே அப்போது நிலைத்திருந்தது. இன்னொரு

தடவை அந்த முகத்தை எப்படி பார்ப்பது? வாழ்க்கை முழுவதும் பார்க்க வேண்டுமா? எப்படி அவனுடன் சிரித்துக்கொண்டு நின்றோம் என்றிருந்தது. தன் மீதே கோபம் வந்தது. மொபைலை மூடி கைப்பைக்குள் வைத்துக் கொண்டாள்.

பஸ்ஸில் ஏறி கொஞ்ச நேரம் கூட ஆகியிருக்காது, சந்திரா போன் செய்தார். எடுக்காமலிருந்தாள். ஐந்து நிமிடம் கூட ஆகியிருக்காது. திரும்பவும் போன் வந்தது. எடுத்தாள். "சொல்லுங்க ஆண்ட்டி" எரிச்சலை அடக்கிக்கொண்டு பேசினாள்.

"எங்கம்மா இருக்க?"

"என்ன ஆண்ட்டி..?"

"கோவிலுக்கு போனீங்க. கடற்கரையில எடுத்த போட்டோல்லாம் பாத்தேன் சந்தோஷமாயிருந்துச்சு. அதான் போன் பண்ணி பேசலாமேன்னு பாத்தேன்."

"ஒங்களுக்கெல்லாம் வேற வேலையே இல்லியா."

"என்னம்மா இப்டில்லாம் பேசுற? "

"வேற எப்படிப் பேசணும்."

"ஏதோ ஃபிரண்டுக் கிட்ட இருந்து போன் வந்துச்சுன்னு படம் பாக்காம பாதியிலேயே கிளம்பிட்டியாமே. அதான் என்னன்னு ஒரு அக்கறைல கேட்டேன்."

"ஓ... பப்புல உக்காந்து ஹாஸ்டல் ஃபிரண்ட்ஸோட டிரிங்க்ஸ் சாப்டுறேன். போதுமா"

"இதெல்லாம் நல்லாவா இருக்கு? ஒரு பொண்ணு மாதிரியா பேசுற?"

"இந்தக் கேள்விய ஒங்க ஆம்பளைப் பையங்கிட்ட கேளுங்க." துண்டித்து விட்டாள்.

போனை ஆஃப் செய்துவிட்டு படுத்துக் கொண்டாள். தூக்கம் வரவில்லை. படபடவென இருந்தது. இந்த நேரத்தில் வீட்டுக்கும், நரேனுக்கும் மாறி மாறி போன்கள் அடித்துக் கொண்டிருக்கும். குய்யோ முறையோ என்று பேசிக்கொண்டு இருப்பார்கள்.

பேசட்டும். அவளுக்கு வீட்டில் இருந்து சித்ராவும் பத்மாவதியும் போன் அடித்துக் கொண்டே இருப்பார்கள். ஹாஸ்டலுக்குக் கூட போன் அடித்திருப்பார்கள். அடிக்கட்டும். அம்மா அழுவார். பாட்டி அம்மாவையும், அப்பாவையும் திட்டுவார். அதுதான் தாங்க முடியவில்லை. கண்ணை இறுக்க மூடிக் கொண்டாள்.

விழுப்புரம் எல்லாம் தாண்டிய பிறகு தூக்கம் வரும் போலிருந்தது. மணியைப் பார்த்தாள். பனிரெண்டரையைத் தாண்டி இருந்தது. இனி போன் செய்ய மாட்டார்கள் என்று போனை ஆன் செய்தாள். காலையில் நிச்சயம் கலைச்செல்வன் போன் செய்வான் என்று தெரியும். ஒருவேளை அம்மா போன் செய்தால் திரும்பவும் ஆஃப் செய்து விட வேண்டியதுதான் என நினைத்துக் கொண்டாள்.

'காதலும்கடந்துபோகும்' போஸ்டர்கள்போய்க்கொண்டிருக்கும் வழியிலும் சுவர்களில் ஒட்டப்பட்டு இருந்தன. "அண்ணா, இன்னிக்கு இந்த படம் போவோமா.?" கேட்டாள்.

"போவோம்." உற்சாகமாகச் சொன்னான்.

"பூம்மா, பால் வாங்கிட்டுப் போயிருவமா?. போனவுடன ஒரு காப்பி போட்டுக் குடிக்கலாம்"

"எனக்கு காபி வேண்டாண்ணா. போய் அப்படியே கொஞ்ச நேரம் படுத்துத் தூங்கணும்"

"மெர்சி வாங்கிட்டு வரச் சொன்னாளே"

"சரி வாங்குவோம்." சிரித்துக் கொண்டாள்.

ஆவின் முன்பு கடையை நிறுத்தினான். பால் வாங்கிக்கொண்டு வந்தவன், "ரொம்ப நாளைக்குப் பிறகு நேத்து தாத்தா விட்டுல கருப்பட்டிக் காபி குடிச்சேன்." என்றான்.

அப்போதுதான் கலைச்செல்வன் நேற்று அப்பாவின் நினைவு நாளுக்கு ஊருக்குச் சென்றிருந்தது ஞாபகம் வந்தது. சாயங்காலத்திலிருந்து நடந்த நிகழ்வுகளில் எல்லாவற்றையும் மறந்து விட்டோம் என்பது உறைத்தது.

"ஊர்லயிருந்து நீ எப்பண்ணா வந்த? அதக் கூட கேக்க மறந்துட்டேன் பாரு"

“மத்தியானம் சாப்பிட்டுட்டு கிளம்பினேன். சாயங்காலம் வந்தேன்.” என்றவன் அவளது முகத்தைப் பார்த்தான். “தாத்தா ரொம்ப பிரியமா இருந்தாங்க. அப்பாக்கு படையல் வச்ச சாப்பாட்ட எனக்கு முதலில் எடுத்து வச்சு, சாப்பிடுய்யான்னு எம்பக்கத்துல வந்து உக்காந்துட்டாங்க. நாலு வருசமாச்சு நீ வந்து.... உங்க அப்பாக்கு படையல் வைக்கும் போதெல்லாம் உன் ஞாபகமாயிருக்கும்ன்னாங்க.”

பைக்கில் ஏறி நகர்ந்தார்கள். தெருக்களுக்குள் நுழைந்தார்கள். வீடுகளுக்குள் மங்கலான வெளிச்சம் கசிந்து கொண்டிருக்க வாசல் தெளிக்க ஆரம்பித்திருந்தார்கள். எங்கேயோ இருந்து சேவல்கள் விட்டு விட்டு குரல் எழுப்பின.

“இதெல்லாம் ஊருல இருக்கும் போதுதான் பாத்தது, கேட்டது. சென்னையில படுக்குறதே பனிரெண்டுக்கு மேலாயிரும். எந்திரிச்சதும் எதப்பத்தியும் யோசிக்காம அடிச்சுப் புரண்டு ஓடுறோம்.”

வீடு வந்திருந்தது. நிறுத்தினான். பைக் சத்தம் கேட்டு மெர்சி வெளியே வந்தாள். “வா பூங்குழலி” முகமெல்லாம் சிரித்து அழைத்தாள்.

“அண்ணி ஒங்க தூக்கத்தையும் கெடுத்துட்டேன்’

“அய்யோ ..இதிலென்ன. நீ வந்தது சந்தோஷம்” மெர்சி சிரித்தாள். கலைச்செல்வன் கொடுத்த பால் பாக்கெட்டை வாங்கி உள்ளே சென்றாள்.

பின்னால் சென்றார்கள். முன்னறையில் ரவிச்சந்திரனின் படம் மாட்டியிருந்தது. மாலை வாடாமல் இருந்தது. அப்பாவைப் பார்த்துக் கொண்டிருந்தாள்.

சரியாய் அந்த நேரத்தில் போன் வந்தது. கொஞ்சம் அதிர்ச்சியோடு பார்த்தாள். அம்மாதான். அவசரமாக போனை அமைதியாக்கி ஆப் செய்தாள்.

“யாரு இந்த நேரத்துல?” கலைச்செல்வன் கேட்டான்.

“யார்னு தெரில. நம்பரா இருந்துச்சு. கட் பண்ணிட்டேன். பிறகு பாத்துக்கலாம். இப்ப தூங்கணும்.”

# 14

## 12 மார்ச், 2016 - சனி

கால்கள் இரண்டையும் சேர்த்து வைத்துக் கொண்டாள். கைகளை அகல விரித்துக் கொண்டாள். “இங்கே பாருங்க..” என்றாள்.

ஹாஸ்டல் வராண்டாவில் அங்கங்கு நின்றிருந்தவர்கள் இவளைத் திரும்பிப் பார்த்தார்கள். அறையின் வாசலில் நின்றிருந்தாள் ஸ்ரீஜா.

“இப்போ பாருங்க...” மேலும் சத்தமாய் சொன்னாள். திரும்பிப் பார்த்தாள். ஸ்ரீஜா அங்கு இல்லை.

மூச்சை முழுவதுமாய் உள்ளிழுத்தாள். கைகள் இரண்டும் மெல்ல நெளிந்து நெளிந்து நடனம் போல அசைந்தன. பின் உயர்ந்து தாழ்ந்து சிறகைப் போல வீசின.

பஞ்சைப் போல மிதக்க ஆரம்பித்தாள். அசோகா மரங்களைத் தொடுவது போல உரசிச் சென்றாள். மேலே மேலே எழும்பினாள். கீழே நின்றிருந்தவர்கள் கைகளை உயர்த்தி ஆரவாரித்தார்கள். சின்ன உருவங்களானார்கள். மரங்கள், கட்டிடங்கள் எல்லாம் அடியில் சென்று கொண்டேயிருந்தன. ஜிவ்வென்று இருந்தது. ஒவ்வொரு அணுவும் புல்லரித்தது. காற்றும் அவளும் மட்டுமே. ஹோவென்று கத்தினாள். கத்திக்கொண்டே இருந்தாள். போதும் என விரித்த கைகளை கீழிறக்கினாள். அசைந்து நிதானமாக காற்றில் தரை நோக்கி நழுவ ஆரம்பித்தாள். ஹாஸ்டல் வராண்டவில் போய் இறங்க வேண்டுமே என்றிருந்தது. சம்பந்தமில்லாமல் வேறொரு இடம் நோக்கிச் செல்வதாய் உணர்ந்தாள். ஒன்றும் பிடிபடவில்லை. நேர் கீழே எலக்டிரிக் கம்பிகள் போய்க்கொண்டு இருப்பதைப் பார்த்தாள். விலகிட நினைத்தாள். கைகளையும் கால்களையும் அசைத்தாள். முடியவில்லை. ஐயோ என்று கண்களை மூடிக் கொண்டாள்.

“பயப்படாதே... பயப்படாதே. ஒன்றும் ஆகாது” ஒரு குரல் ஆழத்திலிருந்து கேட்டது. பிரகாஷின் குரல் போலிருந்தது. இறங்கியபடி இருந்தாள். “அப்படித்தான் வா....வா..” பிரகாஷ் அழைத்தான். இலைகளில் உரசுவது போலிருந்தது. கண்களைத் திறக்க முடியவில்லை. தவித்தாள். பூக்களின் ஸ்பரிசம் உணர்ந்தாள். திணறித் திமிறி இமைகளைப் பிரித்தாள். அடைபட்டிருந்த மூச்சை விட்டுக் கொண்டாள்.

முகத்தின் அருகே கட்டிலில் தன் சிறுமுகம் சாய்த்து குறுகுறுவென்று குழந்தை ஒன்று பார்த்துக் கொண்டிருந்தாள். யாழினி! அவளது பிஞ்சுக் கரங்களால் அவள் முகத்தில் தட்டிக் கொண்டிருந்தாள். விடிவதற்கு முன்பே கலைச்செல்வன் வீட்டிற்கு வந்தது, படுத்தது எல்லாம் பூங்குழலிக்கு புலப்பட ஆரம்பித்தது. ஜன்னலுக்கு வெளியே தென்னை மரமும், பளீரென்று வானமும் தெரிந்தது. எழுந்து யாழினியை வாரி எடுத்து, “ஹேய் டார்லிங்” உச்சி முகர்ந்தாள். முத்தம் கொடுத்தாள். அவள் “அம்மா”வென சிணுங்கிக் கொண்டு அவளை விட்டு இறங்குவதற்கு கால்களை நீட்டி துடித்தாள்.

இறக்கி விட்டாள். கொலுசுச் சத்தம் கேட்க பாய்ந்து ஓடினாள். வாசல் அருகே போனதும் நின்று திரும்பிப் பார்த்தாள். கன்னங்குழிகள் எல்லாம் மலர்ந்து சின்ன உதடுகள் விரிய சிரித்தாள். “வாம்மா...” என கெஞ்சியவாறு அவள் கைகளை நீட்டினாள். உடலெல்லாம் குலுங்கச் சிரித்து வெளியே ஓடினாள்.

“வாலு வந்து உன்னை எழுப்பிட்டாளா?” கேட்டுக் கொண்டே கலைச்செல்வன் எட்டிப் பார்த்தான்.

“மணி என்னண்ணா?”

“ஒன்பது”

“நீ பேங்க்குக்கு கிளம்பலயா?’

“இன்னிக்கு செகண்ட் சாட்டர்டே. லீவுதான். பிரஷ் பண்ணிட்டு வர்றியா?”

“இன்னும் கொஞ்சம் தூங்கிக்கிறேன்.” படுக்கையில் திரும்பவும் சுருண்டு கொண்டாள். அறைக்குள் திரும்பவும்

யாழினியின் கொலுசுச் சத்தம். எழுந்து உட்கார்ந்தாள். அவளைப் பார்த்ததும் சிரித்தபடி திரும்பி ஓடினாள். பின்னர் கதவு அருகில் நின்று பார்த்தாள். "ஏஞ் செல்லம்! இங்க வா" கைகளை நீட்டினாள். மாட்டேன் என்பதாய் தலையை ஆட்டினாள். கட்டிலில் இருந்து இறங்குவது போல பாவனை செய்தாள். சிரிப்பும், கொலுசும் சேர்ந்து சத்தமெழுப்ப ஓடினாள் யாழினி.

அவள் தனது பையை கீழிருந்து தூக்கி கட்டிலில் வைத்து பிரஷ்ஷை எடுத்தாள். யாழினி திரும்பவும் கதவருகில் வந்து மெல்ல எட்டிப் பார்த்தாள். திரும்பவும் கட்டிலை விட்டு இறங்கப் போனாள். குழந்தை சிரித்துக் கத்தி ஓடினாள். "யாழினி... மெல்ல.." கலைச்செல்வன் குரல் ஹாலில் கேட்டது. சிறிது நேரம் கழித்து திரும்பவும் கதவருகில் வந்து சத்தம் போடாமல் எட்டிப் பார்த்தாள் யாழினி. அவளுக்கு அந்த விளையாட்டு அலுப்பாய்த் தோன்றினாலும், குழந்தை ஏமாந்து விடக் கூடாதே என திரும்பவும் கட்டிலை விட்டு இறங்குவது போல பாசாங்கு செய்தாள். அவள் கலகலவென ஓடினாள்.

குழந்தைகள் திரும்ப திரும்பச் செய்து எதையும் விளையாட்டாக்கிக் கொள்கின்றன. சிரிப்பும், குதூகலமும் குறைவதே இல்லை. பெரியவர்கள்தான் அலுத்துப் போகிறோம், எரிந்து விழுகிறோம். நரேனின் அம்மாவிடம் அமைதியாகப் பேசி இருக்கலாம் என்று தோன்றினாலும், "எங்க இருக்க?" என்ற கேள்விக்கு அப்படி கொடுத்ததுதான் சரியென்று பட்டது. அதில் ஒரு சந்தோஷமும் இருக்கவே செய்தது. கடற்கரையில் எடுத்த செல்பியை மகன் அனுப்பினான். சரி. பார்த்தோமா, ரசித்தோமா என்றில்லாமல் உடனே ஒரு போன் செய்து விசாரிப்பு. தியேட்டரில் இருவரும் சேர்ந்து படம் பார்க்கிறார்கள் என்பதில் ஒரு சுவாரசியம். படம் முடிந்ததும் மகனுக்குத் திரும்பவும் போன். நடந்ததை மறைத்து ஃபிரண்டு போன் பண்ணியதால் பாதியில் சென்று விட்டாள் என அவன் உளறியிருக்க வேண்டும். ஏதோ ஏமாற்றம். உடனே அவளுக்கு போன். எல்லாவற்றிலும் தலையிடுவது, என்ன நடந்தது என தெரிந்து கொள்ள அலைவது எல்லாம் சுத்தமாய்ப் பிடிக்கவில்லை. அருவருப்பாய் இருந்தது.

யாழினி திரும்பவும் கதவருகில் தோன்றினாள். இந்த தடவை உண்மையாகவே அவள் கட்டிலில் இருந்து இறங்கி அவளைப்

பிடிக்கப் போனாள். சிரித்துக் கொண்டே சமையலறைக்கு ஓடி மெர்சியின் கால்களோடு ஒட்டிக் கொண்டாள். நைட்டிக்குள் முகத்தை பொத்திக் கொண்டாள். “யாழினி” என செல்லமாய் அதட்டிக்கொண்டே தோசை சுட்டுக் கொண்டிருந்தாள் மெர்சி. புன்னகைத்துக் கொண்டே ‘அண்ணி குட்மார்னிங்’ சொல்லி சமையலறை தாண்டி பின்பக்கம் பாத்ரூம் போனாள்.

முகத்தை அம்மாவிடமிருந்து விலக்கிப் பார்த்து யாரையும் காணாமல் பூங்குழலி படுத்திருந்த அறையை எட்டிப் பார்த்தாள் யாழினி. இருந்த இன்னொரு படுக்கையறை சென்று பார்த்தாள். வெளியே ஹாலுக்குச் சென்று பார்த்தாள். கலைச்செல்வன் டி.வி பார்த்துக் கொண்டிருந்தான். குழந்தை ஒன்றும் புரியாமல் விழித்து முகம் வாடினாள். அப்போது விளம்பரத்தில் வந்த நாய்க்குட்டியைப் பார்த்ததும் டி.வி அருகில் போய் நின்று கொண்டாள். முகம் சட்டென்று மலர்ந்தது. அதை நோக்கி கைகளை நீட்டி சிரித்து குதித்தாள்.

முகம் கழுவி வந்த பூங்குழலி துண்டால் முகத்தைத் துடைத்துக் கொண்டே சோபாவில் கலைச்செல்வன் அருகில் உட்கார்ந்தாள். திரும்பிப் பார்த்து அவன் புன்னகைத்தான். “சென்னையில் எஞ்சினியரிங் படித்துக் கொண்டிருந்த பெரம்பலூர் மாவட்டத்தைச் சேர்ந்த அபிநாத் என்னும் மாணவன் நேற்று தற்கொலை செய்து கொண்டான்.” செய்தியில் கவனம் செலுத்தினார்கள். அதுகுறித்து பேசிய சமூக ஆர்வலர் ஒருவர் “கிராமப்புறங்களில் இருந்து வரும் மாணவர்கள் நகரத்தில் இருக்கும் கல்லூரிகளின் சூழல்கள் கொடுக்கும் அழுத்தத்தையும், நெருக்கடிகளையும் எதிர்கொள்வதில் பாதிக்கப்படுகிறார்கள்” என்றார்.

“உண்மைதான். நான்லாம் ஆரம்பத்தில் ரொம்ப சங்கடப்பட்டிருக்கேன். ஹாஸ்டல்ல, கிளாஸ் ரூம்லல்லாம் இயல்பாவே இருக்க முடியல. அங்கயிருந்து ஓடிப் போயிரலாம்னு தோணும். நல்ல வேளை. புரிஞ்சுக்குற மாதிரி ரெண்டு ஃப்ரெண்ட்ஸ் கிடைச்சாங்க. எங்க போனாலும் நாங்க ஒன்னாவே போவோம் வருவோம். கொஞ்சம் கொஞ்சமா சரியாச்சு. ரெண்டாவது வருஷம்லாம் கலக்க ஆரம்பிச்சோம்.” டிவியைப் பார்த்துக் கொண்டே கலைச்செல்வன் பேசினான்..

“நானும் ஃபீல் பண்ணியிருக்கேன். ஆனா ஒரு வெறி இருந்துச்சு. பாட்டி, தாத்தா முன்னால படிச்சுக் காட்டணும், வேல பாக்கணும்னு ஒரே எய்ம்.” பூங்குழலி தன் அண்ணன் தோளில் சாய்ந்து கொண்டாள். அதைப் பார்த்து டிவியில் இருந்து விலகிய யாழினி கலைச்செல்வனிடம் வந்து தானும் ஒட்டிக் கொண்டு அவளைப் பார்த்து சிரித்தாள். பூங்குழலி கைநீட்டினாள். வரமாட்டேன் என்பதாய் தலையசைத்தாள். “ரொம்பத் தெரிஞ்சவ போல சிரிக்குறா, பழகுறாளே” ஆச்சரியப்பட்டாள் பூங்குழலி.

“நிச்சயதார்த்தத்துக்கு வந்தப்ப. மேடையில நீ நின்னத, உட்கார்ந்திருந்தத எல்லாம் மெர்சி போட்டோ எடுத்திருந்தா. போன்ல அதக் காட்டினா. யாருன்னு உம்முகத்துல கைய வச்சு கேட்டா. பூவத்தைன்னு மெர்சி சொன்னா. அந்த பூவத்தையப் பிடிச்சுக் கிட்டா. போனை எடுத்தா பூத்தக் காட்டுன்னு கேப்பா. மெர்சி காட்டுவா. நேத்து ராத்திரி படுக்கப் போகும்போது பூவத்தை வர்றாங்கன்னு சொன்னா. காலைல முழிச்சு வந்தவ நீ தூங்குறதப் பாத்தா. அதுலயிருந்து ஒரே ஓட்டமும் சாட்டமுமா இருக்கா. ரெண்டு வயசு முடிஞ்சுட்டு. எல்லாம் தெரியுது கழுதைக்கு” சிரித்தான்.

அவளருகே குனிந்து, “நா யாரு?” கேட்டாள்.

“பூ..த்..த” சொல்லி சிரித்தாள்.

“எஞ்செல்லம்..” இழுத்து வைத்து கன்னத்தில் முத்தம் கொடுத்தாள். அவள் திமிறி கலைச்செல்வனிடம் ஒட்டிக்கொண்டு பார்த்தாள்.

“போன தடவ வந்தப்போ நடந்துக்கிட்டு இருந்தா. இப்ப பாரேன். என்னா ஓட்டம்?”

“ஓடுறது என்ன? பறக்கவேச் செய்வா எந்தங்கம். என்னம்மா?” குழந்தையை வாரியணைத்து முத்தமிட்டான் கலைச்செல்வன்.

“அண்ணா, இன்னிக்குக் காலைல பறக்குற மாதிரி கனவு கண்டேன்!” அவளது முகத்தில் தெரிந்த ஆச்சரியத்தை கலைச்செல்வன் ரசித்தான். “ஆமாண்ணா, பறக்குற மாதிரி கனவு அடிக்கடி வரும். ரொம்ப ஈஸியா பறப்பேன்” மேலும் ஆச்சரியமாய் கண்களை விரித்துச் சொன்னாள்.

“எங்கயிருந்து பறந்த?”

“ஹாஸ்டல்லயிருந்து...”

“அதான் பறந்து வந்துட்டியே” சிரித்துக்கொண்டே அவளது கைகளைப் பிடித்தான்.

ரொம்ப நாட்கள் கழித்து பறக்கும் கனவு வந்திருந்தது. சின்ன வயதிலிருந்து அடிக்கடி வருகிற கனவாகத் தெரிந்தது. முன்பு கண்ட பறக்கும் கனவுகள் எதுவும் நினைவில் இல்லை. அந்தரத்தில் பறக்கும்போது அடைந்த சிலிர்ப்பு பழக்கமானதாக இருந்தது. ஒரு தடவையும் சரியாய் இறங்க முடிந்ததே இல்லை. ஸ்ரீஜா என்று அதில் கண்ட பெண்ணின் முகம் இப்போது மெர்சி போலவுமிருந்தது. கேட்டது பிரகாஷின் குரல்தான். அவன் எங்கேயோ இருந்து அழைக்கிறான். கனவுகளை முழுசாக அப்படியே திரும்ப நினைத்துப் பார்க்க முடிவதில்லை. அங்கங்கே கலைந்து கலைந்து முன்னும் பின்னும் தொடர்பில்லாமல் ஆகி விடுகிறது.

காபியைக் கொண்டு வந்து பூங்குழலியிடம் கொடுத்தாள் மெர்சி. “ஏங்க, சாப்டுறீங்களா.” கலைச்செல்வனிடம் கேட்டாள். சரியென்றவன், “பூவு டிபன் சாப்பிடலாமா?” என்றான்.

“இல்லண்ணா, கொஞ்ச நேரம் ஆகட்டும். நீ சாப்பிடு” என்றவளுக்கு போன் ஞாபகம் வந்தது. போய் எடுத்து வந்து சோபாவில் உட்கார்ந்து கொண்டாள். யாழினியைத் தூக்கிக் கொண்டு கலைச்செல்வன் பின்னால் மெர்சி சென்றாள்.

போனை ஆன் பண்ணி கோடுகள் இழுத்து அன்லாக் செய்தாள். செட்டிங்கில் போய் சித்ரா, சந்திரா, முருகேசன், நரேன் நம்பர்களை பிளாக் செய்தாள். கலைச்செல்வனுக்கு யாரும் போன் செய்ய மாட்டார்கள் என்று தெரியும். சொந்தத்தில் சபாபதி தாத்தாவைத் தவிர வேறு யாரும் அவனோடு பேசுவதில்லை. ரவிச்சந்திரனின் அண்ணன் உதயச்சந்திரன் கூட இன்னும் சரியாய் பேசுவதில்லை. “சாதி கெட்ட பய... போயும் போயும் குடும்பம் நடத்த எங்க போயிருக்காம் பாரு” என அவளது மாமா முருகேசனோடு சேர்ந்து அந்த நேரத்தில் குதி குதி என குதித்திருந்தார். கொஞ்சநாள் ஊர் முழுக்க அதுதான் பேச்சாய்

இருந்தது. கலைச்செல்வனும் மெர்சியும் படித்து பேங்க்கில் வேலை பார்த்து சொந்தக்காலில் நின்றதால் பிழைத்தார்கள். "ஒரு வேள உங்க அண்ணன் பொண்ணாவும், மெர்சி ஆணாவும் இருந்தா என்ன நடந்துருக்கும்னு தெரியாது" ஸ்ரீஜா ஒருமுறை சொன்னது நினைவுக்கு வந்தது.

இதோ, கூடப் பிறந்த அண்ணனின் வீட்டில் உரிமையோடு இருக்கிறாள். அவன் மகள் யாழினி சிரித்து விளையாடுகிறாள். "பூ..த்..த.." என உயிர் உருக கூப்பிடுகிறாள். அண்ணியின் அன்பு கண்களில் தெரிகிறது. இந்த வீடே நிம்மதியாகவும், ஆதரவாகவும் இருக்கிறது. நிச்ச்சயதார்த்தம் அன்றைக்கு இந்த மூன்று பேரும் சம்பந்தமில்லாமல் அந்த மொத்தக் கூட்டத்தில் தனியாய் நின்ற காட்சி வந்து வதைத்தது. அண்ணனுக்கு அவமானமும் வலியும் எப்படி இருந்திருக்கும், எல்லாவற்றையும் தன் ஒருத்திக்காக பொறுத்துக் கொண்டு வந்தார்களே என்று நினைத்தாள். எழுந்து போய் சாப்பிட்டுக் கொண்டிருந்த அண்ணனுக்கு முத்தம் கொடுத்தாள். "பூவு... என்னம்மா" அவன் அருகில் இருந்த சேரில் அவளை உட்கார வைத்தான். நிமிர்ந்து அவனைப் பார்த்தவள் கண்கள் ததும்பி நின்றன.

"பூங்குழலி...." பிரியத்தோடு மெர்சி அவளருகில் வந்து தலையை கோதி விட்டாள். அவ்வளவுதான். பெரும் கேவலோடு எழுந்து அண்ணியைக் கட்டிப் பிடித்துக் கொண்டு வெடித்து அழுதாள். "ஏய் என்னாச்சும்மா.." என அவளை தன்னில் சாய்த்துக் கொண்டு முதுகில் தட்டிக் கொடுத்தாள் மெர்சி. என்ன ஏதென்று தெரியாமல் யாழினியும் சேரில் ஏறி மெர்சியின் மீது சாய்ந்து கொண்டு தேம்ப ஆரம்பித்தாள்.

கலைச்செல்வன் சாப்பிடுவதை நிறுத்தி, "பூவு.... பூவும்மா" அழைத்துக் கொண்டிருந்தான். உடல் லேசாய் வெட்டிக் கொண்டிருந்தது. அவன் சாப்பிட வரும்போது சாதாரணமாகத்தான் இருந்தாள். அதற்குள் என்ன ஆனது என்று அவனுக்குப் புரியவில்லை. எளிதில் கலங்குகிறவள் இல்லை. எப்படி திடுமென உடைந்து அழுகிறாள் என ஆச்சரியமாக இருந்தது. எழுந்து கை கழுவி யாழினியைத் தூக்கிக் கொண்டான். "பூம்மா" என்றான். அவள் மெல்ல அடங்கிக் கொண்டிருந்தாள்.

மெர்சி அவனைத் திரும்பி பார்த்து, “பெரிய குழந்தை” சிரித்தாள்.

வாசலில் யாரோ வருவது போலிருந்தது. எட்டிப் பார்த்தான்.

“மெர்சி, உங்கம்மா வர்றாங்க.”

இரண்டு தெரு தள்ளி மெர்சியின் அம்மாவும் அப்பாவும் இருக்கிறார்கள். மெர்சியின் அப்பா பி.எஸ்.என்.எல்லில் வேலை பார்த்து ரிடையர் ஆகியிருந்தார். தினமும் காலையில் கலைச்செல்வனும், மெர்சியும் வேலைக்குக் கிளம்பும் போது அவர்கள் வீட்டில் யாழினியை விட்டுச் செல்வார்கள்.

“பேத்திய இன்னிக்குப் பாக்கலியேன்னு வந்திருப்பாங்க.” என்றாள் மெர்சி.

பூங்குழலி மெர்சிடமிருந்து விலகி கண்களைத் துடைத்துக் கொண்டாள். உள்ளே வந்த மெர்சியின் அம்மா அவளைப் பார்த்ததும், “வாம்மா” என்றார். அவளும் “வாங்க அத்தை” என்று கும்பிட்டு பாத்ரூம் சென்றாள்.

“வாங்கத்த. உக்காருங்க..” சேரைக் காட்டினான் கலைச்செல்வன்.

“பா..த்... தி” அவரிடம் பாய்ந்தாள் யாழினி.

“அம்மா காபி போடவா” மெர்சி கேட்டாள்..

“இல்லம்மா. கடைக்கு போறேன். யாழினி ஆசைப்படுவாளே. கூட்டிட்டு போலாமேன்னு வந்தேன்.” சிரித்தார்.

“பாத்தி.. போவம்” யாழினி பாட்டி கையைப் பிடித்துக் கொண்டு அழைத்தாள்.

“சரி, இருங்க வர்றோம்..” பாட்டியும், பேத்தியும் கிளம்பினார்கள்.

“யாழினி, பாட்டி கைய விடக் கூடாது. பாத்துப் போணும். அத்த! அவளுக்கு சாக்லெட் வாங்கிக் கொடுக்காதீங்க” வாசல் வரைக்கும் போனான் கலைச்செல்வன்.

பாத்ரூமிலிருந்து வெளியே வந்த பூங்குழலி சேரில் அமைதியாக உட்கார்ந்தாள். துண்டால் முகத்தை துடைப்பது போல

மூடியிருந்தாள். எதற்கு அப்படி அழுதோம் என்று தெரியவில்லை. அழுத்தங்கள் குறைந்து அண்ணனின் அருகாமையில் உடலும் உள்ளமும் இலேசாகிப் போனது தெரிந்தது.

“பூங்குழலி, தோசை சுடவா?” கேட்டாள் மெர்சி.

சரியென்பதாய் தலையாட்டி, துண்டை எடுத்தாள். கலைச்செல்வன் உள்ளே வந்து அவள் அருகில் உட்கார்ந்தான். “என்னாச்சு பூவுக்கு” முகம் பார்த்தான்.

டைனிங் டேபிளில் இருந்த தண்ணீரை எடுத்துக் குடித்துவிட்டு அண்ணனை நிதானமாகப் பார்த்து, “அண்ணா, எனக்கு இந்தக் கல்யாணம் பிடிக்கல..” என்றாள்.

அவன் யோசித்துக் கொண்டு பெருமூச்சு விட்டபடி அவளைப் பார்த்தான்.

“ஆமா. எனக்குப் பிடிக்கல.”

“ஏம் பிடிக்கல?” குழந்தையிடம் கேட்பது போலிருந்தது.

“இப்ப வேண்டாம்னு தோணுது”

“அப்ப எப்போ வேணும்”

“நீ கிண்டல் பண்ற. நா சீரியஸா பேசுறேன்.”

“அதுதான் எதுக்குன்னு சொல்லு”

ஒன்றும் சொல்லாமல் இருந்தாள். மெர்சி அடுப்பருகே நின்று இருவரையும் பார்த்துக் கொண்டிருந்தாள்.

“வேற யாரையாவது லவ் பண்றியா. சீரியஸா கேக்கேன்.”

“இல்ல” என தலையாட்டினாள்.

“பிறகென்ன?”

“அவனயும் பிடிக்கல.. அவங்க வீட்டுல உள்ளவங்களையும் பிடிக்கல”

மெர்சி தோசையை அவள் முன் கொண்டு வந்து வைத்தாள். கலைச்செல்வன் தன் தங்கையையேப் பார்த்துக் கொண்டிருந்தான். அவள் முகம் கடுமையாகவே இருந்தது. இதைச் சொல்லத்தான்

வந்தாளா? பஸ்ஸிலிருந்து இறங்கும் போதெல்லாம் சந்தோஷமா இருந்தாளே. இப்போ அழுதது எதுக்கு? குழம்பிப் போயிருக்கிறாள் என்பது தெரிந்தது.

"பையனப் பாத்துப் பேசி சம்மதம் சொல்லியாச்சு. நிச்சயதார்த்தமும் முடிஞ்சுது. இதோட சீரியஸ்னஸ் உனக்குப் புரியுதா?"

"புரியுதுன்னா. இப்படியெல்லம் இருக்கும்னு தெரியல. எப்படியிருந்தாலும் போகப் போக ஒருத்தர ஒருத்தர் புரிஞ்சுக்குவோம். ஒரு ஹெல்த்தி ரெலேஷன்ஷிப் வந்துரும்னுதான் நினைச்சேன். அவங்களுக்கு என்னை புரியவே இல்ல. எப்பப் பாத்தாலும் போனப் பண்ணி கழுத்த அறுக்குறாங்க. ஒரு இங்கீதமே இல்லண்ணா."

"அதுதான் பிரச்சினையா?"

"ஆபிஸ் வேலை, அதுல இருக்குற டென்ஷன், இன்செக்யூரிட்டி எல்லாம் மண்டையே வெடிக்குற மாதிரி இருக்கு. நம்மள புரிஞ்சுக்கிறவங்க கூட இருக்குறது ரொம்ப அவசியம். இவங்க அப்படியில்ல."

"அதெல்லாம் பேசி சரி பண்ணிரலாம்."

"அப்படி எனக்கு தோணல."

"நரேன்ட்ட நீ பேசலாமே. பேசுவியா?"

"அய்யோ, அவங்கிட்டயா? தலையிலதான் அடிச்சுக்கணும். எல்லாத்தையும் அம்மாக்கிட்ட சொல்லிட்டே இருப்பான்."

கலைச்செல்வன் மேலே எதுவும் கேட்காமல் இருந்தான்.

"அவன் ஒரு வேஸ்ட்டுண்ணா. இண்ட்ரஸ்டிங்கான பர்சன் இல்ல."

மெர்சி அடுத்த தோசை ஒன்றைக் கொண்டு வந்து தட்டில் வைத்தாள். "போதும் அண்ணி." என்றவள், "தியேட்டருக்கு படம் பாக்கப் போனோம். கையைப் புடிச்சு இழுத்து வச்சுக்கிட்டு முத்தங் கொடுக்குறான். இதயும் உங்கம்மாக் கிட்ட கேட்டுத்தான் செய்றீங்களான்னேன். கையை விட்டுட்டான்." எரிச்சலோடு சொல்லி தண்ணீர் குடித்தாள்.

அடக்க முடியாமல், “ஹஹ்ஹா...ஹ்ஹா..” என சத்தம் போட்டு சிரித்தாள் மெர்சி. கஷ்டப்பட்டு அடக்க முயற்சித்தாள். பார்த்துக் கொண்டிருந்த கலைச்செல்வனுக்கும், பூங்குழலிக்கும் சிரிப்பு வந்தது. அதை மீறிய கோபத்தில், “பின்ன என்ன அண்ணி? ஒரு விவஸ்தை வேண்டாம்” என்றாள்.

“பூங்குழலி! கல்யாணத்துக்கு முன்னால உங்கண்ணனும் அதெல்லாம் பண்ணவர்தான்” என்று மீண்டும் சிரித்தாள் மெர்சி.

பொய்யான கோபத்தோடும் கொஞ்சம் வெட்கத்தோடும் கலைச்செல்வன், “மெர்சி, நிறுத்துறியா” என்றான்.

“அஃப்கோர்ஸ். நீங்க ரெண்டு பேரும் லவ் பண்ணிங்க. அண்ணனுக்கு உங்களையும், உங்களுக்கு அண்ணனையும் தெரியும். என்னப் பத்தி அவனுக்கு என்ன தெரியும். நா ஒரு பெண். அவன் ஒரு ஆண். அது மட்டுந்தானே அவனுக்குத் தெரிஞ்சிருக்கு.” கடுமையாக குறுக்கிட்டாள் பூங்குழலி.

கலைச்செல்வனின் மொபைல் அடித்தது. ‘சபாபதி தாத்தா.” என்றவன், “சொல்லுங்க தாத்தா...” பேசினான்.

“அப்புறம் எப்பய்யா நேத்து வீட்டுக்குப் போய்ச் சேந்தே?”

“சாயங்காலமே இங்க வந்துட்டேன்.”

“நல்லதுய்யா. நீ வந்தது ரொம்ப சந்தோஷம்யா”

ஏதோ உறுத்தியது பூங்குழலிக்கு. தான் அங்கு வரவில்லை என்பதாய்ச் சொல்லுமாறு சைகையில் காட்டினாள் பூங்குழலி. அவளைப் பார்த்துக் கொண்டே, “எனக்குந்தா தாத்தா” என்றான் கலைச்செல்வன்.

“சரிய்யா, பூங்குழலி அங்க வந்திருக்காளா? “

“பூவா... இல்லையா... இங்க வரலயே. என்ன விஷயம் தாத்தா?”

# 15

# 12 மார்ச், 2016 - சனி

நரேனின் கல்யாண இன்விடேஷன் கொடுக்க சனிக்கிழமை ஊருக்குப் போகிறோம் என மூர்த்தி சொன்னதிலிருந்து அவரது அப்பா நடராஜன் அதே நினைப்பாகத்தான் இருந்தார். கண்ணுக்குள்ளேயே இருக்கும் மனிதர்களை, தெருக்களை, இடங்களை பார்க்கப் போகிறோம் என துடிப்பாய் இருந்தது. காலையில் வாக்கிங் போய் வந்தவுடன் ஷேவிங் செய்து, குளித்து விட்டிருந்தார். டிபன் சாப்பிட்டு விட்டு புறப்படுவோம் என்று மூர்த்தி சொல்லியிருந்தார்.

சந்திராவும் மூர்த்தியும் புறப்படுவதற்கான அறிகுறிகள் இல்லாதது போல் நடராஜனுக்குத் தெரிந்தது. காலையில் காபி தரும்போது சந்திராவின் முகமே சரியில்லாமல் இருந்தது. என்ன ஏதென்று புரியாமல் ஹாலில் உட்கார்ந்து டிவி பார்த்துக் கொண்டிருந்தார். சந்திரா எதுவும் சொல்லாமல் சமையல் வேலைகளில் இருந்தார். வழக்கமாக இந்த நேரம் கேட்கும் இளையராஜா பாட்டுக்களும் இல்லாமல் வீடு அமைதியாக இருந்தது.

கடந்த இரண்டு மூன்று நாட்களாய் பள்ளியிலிருந்து வந்த பிறகு மூர்த்தியும் சந்திராவும் இங்கு தூத்துக்குடியில் தெரிந்தவர்கள் விடுகளுக்குச் சென்று கல்யாண அழைப்பிதழ்கள் கொடுத்து வந்தார்கள். நேற்று சாயங்காலம் மூர்த்தி கூட வேலை பார்க்கும் அல்போன்ஸ் வீட்டில் காபி குடித்து கல்யாணம் பற்றி பேசிக்கொண்டு இருக்கும்போது நரேன் அனுப்பியிருந்த செல்பியை சந்திரா பார்த்தார். அப்போதே மூர்த்தியிடம் காட்டி தன் மகிழ்ச்சியை வெளிப்படுத்தினார். பார்த்துக் கொண்டிருந்த அல்போன்ஸ் என்னவென்று கேட்கவும், “நரேனும் மருமகளும் பீச்சுக்குப் போயிருக்காங்க. படம் அனுப்பி இருக்காங்க” என மொபைலில் காண்பித்தார். அவரும் ரசித்தார்.

அங்கிருந்து விடைபெற்று இன்னொரு வீட்டிற்கு செல்லும் வழியில், "அந்த செல்பியை ஊருக்கே காட்டணுமா. அதுவும் உடனேவா. ஏம்மா இப்படி இருக்கே?" என மூர்த்தி கடிந்து கொண்டார். சந்திரா அவரது வார்த்தைகளைப் பொருட்படுத்தாமல், நரேனுக்கு போன் செய்து பேச ஆரம்பித்தார். மூர்த்தி தனக்குள் சிரித்தாரா, எரிச்சல் கொண்டாரா தெரியவில்லை. அப்படியொரு முக பாவனையோடு அடுத்து கொடுக்க வேண்டிய அழைப்பிதழை எடுத்து மேலே வைத்துக் கொண்டார். கார் டிரைவரிடம் "லெப்ட்ல திரும்பணும்" வழி சொன்னார்.

"நரேனும் பூங்குழலியும் 'காதலும் கடந்து போகும்' படம் பாக்க போறாங்களாம்." மேலும் ஒரு தகவலைச் சொல்லி சந்திரா பொங்கிப் பூரித்தார். அதைக் கேட்ட மாதிரி மூர்த்தி காட்டிக் கொள்ளவில்லை. "அந்த செல்பியை இனும எந்த வீட்டுலயும் காட்டிராத." மட்டும் சொல்லி வைத்தார்.

திட்டமிட்டிருந்தபடி ஒன்றிரண்டு வீடுகளுக்குக் கொடுக்க முடியவில்லை. எட்டரை மணிக்குள் வீடு திரும்பினார்கள். நடராஜனுக்கு ஒன்பது மணிக்குள் சப்பாத்தி ரெடி பண்ணிக் கொடுக்க வேண்டி இருந்தது. உள்ளே நுழைந்ததும், "ஆறு மணி ஷோ எத்தனை மணிக்கு முடியும்?" சந்திரா கேட்டார். மூர்த்தி அதையும் கவனிக்காதது போல இருந்தார்.

படம் முடிய ஒன்பது மணிக்கு மேலாகும், அதன் பின்னர் பூங்குழலியை ஹாஸ்டலில் கொண்டு விட வேண்டும், எப்படியும் எதாவது ஓட்டலில் சாப்பிட்டு விட்டுத்தான் போவார்கள், பத்து மணிக்கு மேலே போன் செய்வோம் என சந்திரா ஒரு கணக்கு போட்டுக் கொண்டார். சமையல் செய்து மூர்த்திக்கும், நடராஜனுக்கும் பரிமாறிவிட்டு வெளியே வராண்டாவில் போனோடு வந்து உட்கார்ந்திருந்தார்.

"என்ன ஆன்ட்டி, வெளியே தனியா உக்கார்ந்திருக்கீங்க?" கையில் இட்லி மாவு பாக்கெட்டுடன் போய்க்கொண்டு இருந்த ஈஸ்வரி நின்று கேட்டாள். இரண்டு வீடு தள்ளியிருக்கிற ராஜேஸ்வரியின் மருமகள்.

"இப்பத்தான் வேலை முடிஞ்சுது. சும்மா உக்காந்திருக்கேம்மா"

“நரேன் தம்பி கல்யாணத்துக்கு இன்னும் ஒரு மாசந்தானே இருக்கு?” புன்னகைத்தாள்.

“ஆமாம்மா, பத்திரிகை கொடுக்க ஆரம்பிச்சாச்சு”

“மருமகா எப்படி இருக்கா? பேசுவீங்களா?”

“நல்லா இருக்கா. இன்னிக்குக் கூட தம்பியும் அவளும் கோயிலுக்குப் போய்ட்டு, சினிமா போயிருக்காங்க”

“பரவாயில்லையே.” என்றவள் “தங்கம் போல வச்சுக்க மாட்டீங்க நீங்க?” சிரித்தாள். சந்திராவும் சிரித்துக் கொண்டார்.

தங்கள் வீட்டைப் பார்த்துவிட்டு, “சரி, ஆன்ட்டி, வர்றேன்” நடக்க ஆரம்பித்தாள். பத்து மணியாக இன்னும் நேரம் இருந்தது. வாட்ஸ் அப், ஃபேஸ்புக், யூடியுப் எல்லாம் ஒரு சுற்று வந்தார். பத்து மணியானதும் போன் செய்தார்.

நரேன் சுவாரசியம் காட்டிக் கொள்ளாமல் பேசியது ஏமாற்றமாயிருந்தது. ஃபிரண்டிடம் இருந்து போன் வந்ததால், பூங்குழலி படம் பார்க்காமல் சென்று விட்டாள் என்பது இடறியது. முதல் முதலா சேர்ந்து போயிருக்கிறார்கள், இப்படியா பாதியிலே போவது, இதைவிட அந்த ஃபிரண்டு என்ன முக்கியம்? என்றெல்லாம் யோசித்தார்.

“நீங்க உடனே பூங்குழலிக்கு போன் செய்து தொண தொணன்னு பேசாதீங்க. அவ எரிச்சல் படப் போறா” நரேன் எச்சரித்ததும் பிடிக்கவில்லை. இன்று ஒருநாள் பூங்குழலியோடு கொஞ்ச நேரம் பேசியிருக்கிறான், அதற்குள் அவளிடம் எப்படி நடந்து கொள்ள வேண்டும் என தனக்கு அவன் பாடம் எடுத்ததை தாங்க முடியவில்லை. இத்தனைக்கும் இரண்டு பேருக்கும் இடையில் கசப்பு முளைக்க ஆரம்பித்ததை மேலும் வளர்ந்து விடக் கூடாது என ஆசைப்பட்ட தன்னையே தள்ளி வைப்பது போல அல்லவா இருக்கிறது என புழுங்கினார். கொஞ்ச நேரம் அமைதி காத்தவர், அதென்ன அவள் சின்னப் பெண் நம்மிடம் எரிச்சல் படுவது என பூங்குழலிக்குப் போன் செய்தார். அவள் எடுக்கவில்லை. அப்போதாவது சந்திரா நிதானித்து இருந்திருக்கலாம். திரும்பவும் போன் செய்ததுதான் மொத்தத்தையும் தவறாக்கி விட்டது.

“பப்புல தண்ணியடிக்கேன்”, “வேற எப்படிப் பேசணும்”, “ஒங்க ஆம்பளப் பையங்கிட்ட கேளுங்க” எல்லாம் என்ன வார்த்தைகள்? பேசிய தொனியையும், அர்த்தங்களையும் நினைத்துப் பார்க்க பார்க்க நொறுங்கிப் போனார். துச்சமாக தன்னை மனதில் வைத்திருக்கிறாள். எதுவும் பேச முடியாமல் அப்படியே விக்கித்து உட்கார்ந்திருந்தவர் எழுந்து படுக்கையறைக்குள் போனார். ஹாலில் இருந்த மூர்த்தியும், நடராஜனும் சீரியலில் இருந்தார்கள்.

மாமியாரை விழ வைப்பதற்காக சமையலறையில் எண்ணெயைக் கொட்டி, மருமகளும் அவளது அம்மாவும் பக்கத்து அறையில் காத்திருந்தார்கள். மாமியார் நடந்து வர, இவர்கள் ஒருவரையொரு பார்த்து பயங்கரமாய் கண்களை உருட்ட, மாமியார் நடந்து வர, இவர்கள் கண்களை உருட்ட திகில் ஓசை அதிர பளார் பளாரென காட்சிகள் மாறி மாறி வெட்டி மாமியாரின் கால்களில் தொடரும் என நின்றது.

“இப்படியெல்லாம் எந்த வீட்டில் நடக்குது. அஞ்சு நிமிஷம் பாக்க முடியல. எப்படித்தாம் பாக்கீங்களோ” மூர்த்தி எரிச்சல் பட்டார். நடராஜன் சிரித்துக் கொண்டார். அவர் படுக்கச் செல்வதற்கு இன்னும் ஒரு சீரியல் பாக்கி இருந்தது. மூர்த்தி எழுந்து வெளியே கேட் பூட்டிவிட்டு, வெளிக்கதவையும் சாத்தினார். “அப்பா காலையில் ஊருக்குப் போறோம்.” நினைவு படுத்தி விட்டு படுக்கையறைக்குப் போனார்.

சந்திரா போனில் “சரி. தப்புத்தாண்டா… அதுக்கு இப்படியா..?” என்று சொல்லிக்கொண்டு இருந்தவர் நிறுத்தினார். “நரேன்… நரேன்..” என கூப்பிட்டார். போனையே வெறித்துப் பார்த்தபடி இருந்தார்.

“என்னம்மா, நரேன் என்ன சொல்றான்?” சாதாரணமாகக் கேட்டுக் கொண்டே அருகில் போய் உட்கார்ந்தார். சந்திராவின் கண்ணெல்லாம் பொங்கியிருந்தது.

“என்னாச்சு.”

“ஏங்க அந்தப் பொண்ணு என்னை புரிஞ்சுக்கிட மாட்டேங்கிறா… என்னல்லாம் பேசிட்டா தெரிமா?’ ஆரம்பித்து எல்லாவற்றையும்

சொன்னார். "என்னடா இப்படிப் பேசுறான்னு நரேனுக்கு போன் செஞ்சா, நீ எதுக்கு போன் பண்ணேன்னு கோபப்பட்டு போனை வச்சிட்டான்." சந்திராவின் குரல் பலவீனமாக இருந்தது.

"ஒவ்வொன்னுலயும் நீ எதுக்கு தலையிடுற. உன் மரியாதையை நீயே கெடுத்துக்கிற"

"நம்மப் பிள்ளைன்னு உரிமைலதான பேசினேன். அத ஏன் புரிஞ்சுக்கிட மாட்டேங்கிறா?"

"ஒன்னு சொல்றேன் கேளு. இந்தக் காலத்துப் பிள்ளைங்களுக்கு கேள்வி கேக்குறது பிடிக்காது. அட்வைஸ் பண்றது பிடிக்காது. நாந்தான் ஸ்கூல்ல தினமும் பாக்கிறேனே. நா வாத்தியார், நீ ஸ்டூடண்ட், நாஞ் சொல்றத கேக்கணும்னு சொன்னா சரிப்பட்டு வராது. திமிரத்தான் செய்வாங்க. ஒம்பையன் ஏதோ ஒரு மரியாதைக்கு அப்பா அம்மான்னு அமைதியா இருக்கான். வர்ற மருமகளும் அப்பிடி இருக்கணும்னு நினைக்காத"

"ஊர்ல நாட்டுல நடக்குறத பாத்தா பயமா இருக்குல்ல. கல்யாணமாகி பத்து நாள், பதினைஞ்சு நாள்ள பிரிஞ்சிர்றாங்க. பிடிக்கலன்னு டைவர்ஸுக்குப் போயிர்றாங்க. முதல்லயே நம்மயும், நம்ம பையனையும் அவ புரிஞ்சிக்கிட்டா பின்னால பிரச்சினை எதும் வராதுன்னுதான் நினைச்சேன்"

"சரிதாம்மா. அதை ஏன் உடனே உடனே கேக்குற. கொஞ்சம் ஆற அமர யோசிச்சு பேசலாம். சரி பண்ணலாம்"

"அடிக்கடி பேசினா நெருக்கமா ஃபீல் பண்ணுவான்னு பாத்தேன்." சந்திராவின் முகம் பாவம் போலிருந்தது.

சந்திராவின் கைகளைப் பிடித்து உள்ளங்கையை வருடிக்கொண்டே, "நீ குழந்தையாவே இருக்கே. ஆனா பூங்குழலி குழந்தை இல்ல" என்றார்.

"அதுக்காக என்ன வேண்ணாலும் பேசலாமா? நாளபின்ன ஒருத்தர் முகத்துல ஒருத்த விழிக்க வேண்டாமா?"

உண்மைதான். பூங்குழலியின் வார்த்தைகள் மோசமானவை என்பதை சந்திரா சொல்லும்போதே மூர்த்தி உணர்ந்திருந்தார். பேசப் பிடிக்கவில்லையென்றால் போனை எடுக்காமல் இருக்கலாம். இல்லை போனை எடுத்து எதுவும் பேசாமல்

அமைதியா இருக்கலாம், அப்புறம் பேசுவதாய்க்கூட சொல்லி துண்டிக்கலாம். இது என்ன? மட்டு மரியாதை எதுவும் இல்லாமல்.

“நா அன்பாத்தானே இருக்கேன். என்னை ஏங்க அந்த பொண்ணு இப்படி வெறுக்கிறா.” வெடித்து அழ ஆரம்பித்தார்.

“சந்திரா! அழாத என்னமோ ஏதோன்னு அப்பா வந்து கேக்கப் போறாங்க. வருத்தப்படுவாங்க.” சமாதானப்படுத்தினார்.

“இனும நீ யார்ட்டயும் பேசாத. நாம் பேசிக்கிறேன்.” என்று சொல்லி விட்டு முருகேசனுக்குப் போன் செய்தார். ஏற்கனவே ஒருமுறை மனத்தாங்கல் வந்தது, அப்போது சித்ராவிடம் சொன்னது, பிறகு பூங்குழலி ஸாரி என வேண்டா வெறுப்பாய்ச் சொன்னது, இப்போது சந்திராவை மரியாதைக்குறைவாய் பேசியது எல்லாவற்றையும் சொன்னார். இதெல்லாம் நன்றாக இல்லை என முடித்துக் கொண்டார்.

“இந்த மாரி நிலைமையில எப்படிங்க சந்தோஷமா ஊருல போய் கல்யாணக் கார்டு கொடுக்க.” சந்திரா புலம்பினார்.

“விடு காலையில பாத்துக்குவோம்” சந்திராவிடம் சொல்லிப் படுத்துக் கொண்டாலும் தூங்க முடியாமல் இருவருமே அலைக்கழிந்தார்கள். சரியாக நரேனுக்கும் பூங்குழலிக்கும் நிச்சயம் செய்து இந்த வெள்ளிக்கிழமையோடு பதினைந்து நாட்களாகின்றன. பூங்குழலியோடு போனில் சந்திரா பேசியது மொத்தமே நான்கைந்து தடவைதான் இருக்கும். நரேனும் பூங்குழலியும் ஒரே ஒரு தடவை நேற்று அஷ்டலஷ்மி கோயிலுக்கும் சினிமாவுக்கும் போயிருக்கிறார்கள். அதற்குள் எவ்வளவு மனக்கசப்புகள், கோபதாபங்கள், உளைச்சல்கள் என எல்லாம் பயமுறுத்தின. மிகச் சிறிய விஷயங்களிலும் புரிதல்கள் இல்லாவிட்டால் வாழ்க்கை வெறுத்துப் போகாதா என்று வருத்தப்பட்டார்.

மூர்த்திக்கு உள்ளுக்குள் வேறொரு உறுத்தலும் இருந்தது. பூங்குழலியின் வார்த்தைகள் நெருடலாக இருந்தன. “ஒங்க ஆம்பளப் பையனக் கேளுங்க” என்னும் வார்த்தையில் வேறு அர்த்தங்கள் தெரிந்தன. வழக்கத்துக்கு மாறாக நரேன் தன் அம்மாவை விட்டுக் கொடுத்துப் பேசுவதும் விசித்திரமாயிருந்தது.

நரேனிடம் காலையில் பேச வேண்டும் என நினைத்துக் கொண்டு தூங்க ஆரம்பித்தார்.

எழுந்து காபி எல்லாம் குடித்து கொஞ்சம் ஆசுவாசமானதும் வராண்டாவுக்கு சென்றார்.

“எய்யா மூர்த்தி, கார் டிரைவருக்கு போன் செஞ்சுட்டியா” தன்னைக் கடந்து சென்ற மூர்த்தியைப் பார்த்து நடராஜன் கேட்டார்.

“இல்லப்பா. பண்ணனும்.” சொல்லிக்கொண்டே வெளியே சென்று நரேனுக்கு போன் செய்தார். முழு ரிங் சத்தம் போனது எடுக்கவில்லை. வெளியே அவ்வளவாக காற்று இல்லாமலிருந்தது. சமையலறையில் பாத்திரங்களின் சத்தங்கள் லேசாய் கேட்டபடி இருந்தன. திறந்திருந்த கதவின் வழியே வெளிச்சமான ஹாலில், சோபாவில் நடராஜன் கால் மேல் கால் போட்டுக்கொண்டு உட்கார்ந்திருப்பது தெரிந்தது. தன் மகன் கட்டிய சொந்த வீட்டில் இருக்கிறோம் என்னும் பெருமிதத்தை காணமுடிந்தது.

ஊரில் அப்பா இப்படித்தான் காலையிலேயே புறப்படுவார். தன் குழந்தைகள் தலையெடுக்கிற வரை நடராஜன் தினமும் சைக்கிள் மிதித்து பல ஊர்களுக்குச் சென்று துணிமணிகள் விற்று வந்தார். இரவிலும் நேரம் கழித்துத்தான் வருவார். அலைந்து திரிந்து மனிதர்களோடு பழகிப் பழகிப் பெற்ற அறிவை அவருக்குள்ளேதான் வைத்துக் கொண்டார். வீட்டில் அவரோடு இருந்தது, பேசியது என நினைவில் இல்லை. ஒரு தடவை நண்பர்களோடு தூரத்து ஊரில் நடந்த கிரிக்கெட் போட்டிக்கு மூர்த்தி பஸ்ஸில் சென்றபோது, ஆள் அரவமற்ற நீண்ட சாலையில் தனியாய் எதிர் காற்றில் துணி மூட்டை பாரத்தை வைத்து உன்னி உன்னி சைக்கிள் அழுத்திய தன் அப்பாவை பார்க்க நேர்ந்தது. நெஞ்சடைத்துப் போனது. அன்றிரவு அப்பா வந்ததும், அவர் அருகில் போய் ஆசையாய் கையைப் பிடித்துக்கொண்டார்.

அவரிடம் எது குறித்தும் அதிகமாக ஏன் பேசத் தோன்றவில்லை என்னும் கேள்வி மூர்த்தியிடம் இருந்தது. அவருக்கு எதாவது உடம்பு சரியல்லா விட்டால் துடித்து அருகில் இருந்து பார்த்துக் கொள்ள முடிந்தது. சாதாரண நேரங்களில் அவரிடம் ஒரு இடைவெளியோடு இருப்பதையும் நினைத்துப் பார்த்தார். வேண்டும் என்று அப்படி இருப்பதில்லை என்பதும் இயல்பாகவே

அப்படித்தான் இருக்கிறோம் என்பதும் பிடிபட்டது. சந்திராவும் நடராஜனிடம் அப்படித்தான் நடந்து கொண்டார். அவராக எதாவது பழைய கதைகளை ஆர்வத்துடன் பேசினால் கூட ஒப்புக்குத்தான் கேட்டார்கள். ஒன்றிரண்டு சம்பிரதாய வார்த்தைகளோடு வீட்டுக்குள் நடமாடினார்கள். அப்பாவோ தன்னுடனும் சந்திராவுடனும் பேசுவதற்கு ஏங்குகிறார் என்பது மூர்த்திக்குத் தெரியும். தனக்கு அப்பாவிடம் கடக்க முடியாத ஒரு மௌனம் இருப்பதாகவேத் தோன்றியது. தனக்கும் நரேனுக்கும் இடையேயும் அப்படித்தான் இருக்குமோ எனச் சங்கடமாய் இருந்தது.

நரேனும், நடராஜனும் அப்படி இல்லை. தோளில் கை போட்டுக்கொள்வார்கள். கதைகள் பேசிக்கொண்டு, கிண்டல் செய்து கொண்டு, சண்டை போட்டுக் கொண்டு இருப்பார்கள். அவனிடம் மனம் விட்டுப் பேசுவார். அவன் வருகிறான் என்றால், நாட்களை எண்ணிக்கொண்டு காத்திருப்பார். போன தடவை வந்த போது, "தாத்தா, இனி நீங்க காலைல வாக்கிங் போகும்போது டீ ஷர்ட்டும், இந்த டிராக் ஷூட்டும் போடுங்க." என சென்னையில் வாங்கி வந்திருந்த இரண்டு செட் டிரெஸ்ஸை கொடுத்தான். அவர் வெட்கப்பட்டார். "ஓல்டு மேன், நவ் யூ ஆர் அ மாடர்ன் மேன்" அவரைக் கட்டிப் பிடித்து முத்தம் கொடுத்தான். நடராஜன் அதைத்தான் மாற்றி மாற்றி போட்டுக்கொண்டு காலையில் வாக்கிங் போனார். தெருவில் தெரிந்தவர்கள் ஆச்சரியத்துடன் பார்க்கும் போது, "எம் பேரன் வாங்கித் தந்தது" என பெருமை பொங்கச் சொன்னார்.

சந்திராவுடன் மணிக்கணக்காக நரேனால் பேச முடிந்தது. தினமும் காலையும், இரவிலும் கண்டிப்பாய் பேசி விடுவான். மூர்த்தியிடம் எப்போதாவது, "ஹாய் டாட்" என்பதோடு சரி.

போன் அடித்தது. நரேன். எடுத்தார். "சொல்லுங்கப்பா" என்றான்.

"அம்மா ரொம்ப சங்கடப்படுறாங்கப்பா. ஏன் பூங்குழலி அப்படி பேசுனா? என்னடா நடந்துச்சு."

"புரியுதுப்பா. அம்மாதான் மாறி மாறி போன் செஞ்சு எல்லாத்தயும் குழப்பியிருக்காங்க. அடிக்கடி போன் செய்யாதீங்கன்னு நா சொன்னேன். கேக்கல"

“சரி இருக்கட்டும். அதுக்கு இப்படியா பேசுறது..”

நரேன் அமைதியாக இருந்தான்.

“சொல்லு நரேன்.”

“ஷி இஸ் நாட் ஸச் எ கேர்ள். வேணும்னு சொல்லியிருக்கா?”

“நா அதக் கேக்கல. அவ பப்புக்கு போகட்டும். தண்ணி கூட அடிக்கட்டும். எனக்கு அது முக்கியமில்ல. ஒங்க ஆம்பளப் பையனக் கேளுங்கன்னு எதுக்கு சொன்னா?”

“தெரிலப்பா.”

“நரேன், உனக்கு அவளப் பிடிச்சிருக்கா?”

“ம்...”

“அவளுக்கு உன்னப் பிடிச்சிருக்கா?”

“தெரிலப்பா..”

“ஸம் திங் இஸ் ராங். அந்தப் பொண்ணு கிட்ட நான் நேர்ல வந்து பேசலாம்னு தோணுது”

“இல்லப்பா... நானே பேசி சரி பண்ணிருவேன். கொஞ்சம் டைம் கொடுங்க.”

“ ம்.. பாப்போம். நா அவங்க மாமா முருகேசன் கிட்டயும் பேசியிருக்கேன்”

“அப்பா, நீங்க கோபமாவும் வருத்தமாவும் இருக்கீங்க. நா பாத்துக்குறேன். அம்மாட்ட ஸாரி கேட்டேன்னு சொல்லுங்க..” நரேன் வைத்து விட்டான். அவன் குரல் தழுதழுத்த மாதிரி இருந்தது. பாசமும் இருந்தது. அடிபட்ட வலியும் தெரிந்தது. ஏதோ மறைக்கிறான் அல்லது சொல்லத் தயங்குகிறான் என்பதை புரிந்து கொண்டார். உள்ளே வந்தார்.

“என்னய்யா, கார் டிரைவருக்கு போன் பண்ணிட்டியா?” நடராஜன் திரும்பவும் கேட்டார்.

“இல்லப்பா. நாம அடுத்த வாரம் ஊருக்குப் போவோம்”

நடராஜனுக்கு ஒன்றும் புரியவில்லை. முகம் முழுவதும் ஏமாற்றம் நிரம்பியது.

# 16

# 12 மார்ச் , 2016 - சனி

முக்கியமான நேரத்தில் ஒருவரின் குரலை கேட்க முடியாவிட்டால் ஏமாற்றமும், இயலாமையும் சேர்ந்து பதற வைக்கிறது. வேறு வழிகள் குறித்து யோசிக்க முடியாமல் போகிறது. செல்போன்கள் இல்லாத காலத்தில் கூட இப்படி அவஸ்தைப்பட்டதாக சித்ராவுக்குத் நினைவில்லை. கலைச்செல்வன் உண்டாகியிருந்தபோது ஏதோ யூனியன் வேலையாகப் போன ரவிச்சந்திரன் இரண்டு மூன்று நாட்களாய் வரவில்லை. அதிகமாக வாந்தி எடுத்துக் கொண்டு தனியாய் வீட்டில் சுருண்டு கிடந்தார் சித்ரா. இந்த நிலைமையில் மனைவியை விட்டு விட்டு வந்திருக்கிறோமே, அவள் என்ன செய்வாள் என்ற நினைப்பு கொஞ்சமாவது இருக்கிறதா என்று ரவிச்சந்திரன் மீது கோபம் வந்தது. பக்கத்து வீட்டில் இருந்தவர்கள் வந்து அவரைக் கவனித்துக் கொண்டார்கள். இப்படி தவித்துப் போகவில்லை. பூங்குழலி மீது என்னவெல்லாமோ நினைப்பு வந்து பாடாய் படுத்துகிறது. நேற்றிரவிலிருந்து சுத்தமாய் நிம்மதி போயிருந்தது.

பஜாரில் கடையெல்லாம் அடைத்து பூசைப்பழம் வீட்டுக்கு வந்த பிறகு முருகேசன், உறங்கிக் கிடந்த தெருவில் டபடபவென்று புல்லட்டில் வந்தார். கதவைத் தட்டிய தொனியிலேயே எரிச்சலையும் கோபத்தையும் காட்டினார்.

விக்ஸை மூக்கில் உறிஞ்சி படுக்கப் போன பூசைப்பழம் என்னமோ ஏதோ என்று பதறி ஹாலை ஒட்டியிருந்த படுக்கையறையில் இருந்து வந்து வெளிக்கதவைத் திறந்தார். அப்பாவிடம் எதுவும் பேசாமல் உள்ளே நுழைந்தவர், காயப்போட்டிருந்த துணிகளை எடுத்து வந்து ஹாலில் உட்கார்ந்து மடித்துக் கொண்டிருந்த சித்ராவைப் பார்த்ததும் குரலை உயர்த்தி, “ரொம்ப நல்லா வளத்திருக்க ஓம் பிள்ளைய” கத்தினார். அவருக்கு ஒன்றும் புரியவில்லை.

“என்ன நடந்துச்சுன்னு இந்தக் கத்து கத்துற?' பத்மாவதி வேகமாய் சமையலறையில் இருந்து வெளிப்பட்டார்.

தன்னிடம் மூர்த்தி போனில் சொன்னதையெல்லாம் கொட்டினார் முருகேசன். “பொம்பளப் பிள்ள பேசுற பேச்சா இது. மாப்பிள்ளயோட அப்பா வருத்தப்படுறாரு. இதெல்லாம் நல்லாயில்லன்னு கோபமா சொல்றாரு” இரைந்தான்.

“மெல்லப் பேசுடா” பத்மாவதி வெளிக்கதவை மூடிவிட்டு “சாயங்காலம் அஷ்டலஷ்மி கோயிலுக்குப் போய்ட்டு கடற்கரையில ரெண்டு பேரும் சந்தோஷமா எடுத்த போட்டோவக் கூட சம்பந்தியம்மா அனுப்பி இருந்தாங்களே. அதுக்குள்ள என்ன நடந்துச்சு” அதிர்ச்சியோடு இழுத்தார்.

“யாரு இப்போ அவங்க ரெண்டு பேரும் அஷ்டலஷ்மி கோயிலுக்கு போகல, கடற்கரைக்கு போகல, சினிமாவுக்குப் போகலன்னு அழுதாங்க. எல்லாம் நீங்க ரெண்டு பேரும் பண்ற வேல.”

“நாங்க என்னடா பண்ணோம்? ஏதோ ஒரு படத்தப் பாத்துட்டு அவ ஏதோ எழுதியிருக்கா. மாப்பிள்ளப் பையன் வருத்தப்பட்ருக்காரு. சரி ரெண்டு பேரும் ஒருத்தர ஒருத்தர் புரிஞ்சுக்கிட்டா பிரச்சினையில்லாம இருக்குமேன்னு நினைச்சோம்.”

“எதையாவது ஏங்கிட்டயோ, அப்பாக்கிட்டயோ சொன்னீங்களா? பொம்பளகளாப் பார்த்து பேசி தீத்து வைக்கிறீங்களாக்கும். கடைசில இந்த நிலைமைக்கு கொண்டு வந்து விட்டிருக்கீங்க.”

சித்ராவின் பக்கம் திரும்பி, “ஏம்மா, பூங்குழலிக்கு போன் போடும்மா.” என்றார் பத்மாவதி.

“ஆமா, போன் பண்ணவுடனே எடுத்து மறு பேச்சு பேசிட்டுத்தான் அடுத்த வேல பாப்பா ஒங்க பேத்தி. போங்கம்மா. விவரம் தெரியாம. நானும் அப்பமேயிருந்து போன் பண்ணிட்டுத்தான இங்க வந்திருக்கேன். சுவிட்ச் ஆப்ல இருக்கு.”

அமைதியானார்கள். பூசைப்பழம் வழக்கம் போல இடது கால் மேல் வலது கால் போட்டு தலையைக் குனிந்து வலது

உள்ளங்காலை தடவிக்கொண்டிருந்தார். சித்ரா துணிகளை மடிப்பதை நிறுத்திவிட்டு தரையில் திக்பிரமை பிடித்தவராய் உட்கார்ந்திருந்தார். “ஏம்மா, பூங்குழலி இப்படி செஞ்சே..” என வாய் தானாக மெல்ல முணுமுணுத்துக் கொண்டு இருந்தது.

“சித்ராக்கா, இப்படியே உக்காந்திருந்தா என்ன செய்றது? அவளோட ஹாஸ்டல் நம்பர் இருக்கா. போன் போடு.” கத்தினார் முருகேசன்.

பத்மாவதி மணியைப் பார்த்தார். பத்தே முக்கால் ஆகியிருந்தது. “இந்த நேரத்துல எடுப்பாங்களாத் தெரிலய. சித்ரா போனப் போடும்மா?’ என்றார்.

அதற்குள் சித்ரா போன் செய்திருந்தார்.

“ஹலோ..”

“சொல்லுங்க... “

“நா உங்க ஹாஸ்டல்ல தங்கியிருக்குற பூங்குழலியோட அம்மா பேசுறேன்.”

“பூங்குழலியா... ரூம் நம்பர்? “

“ஏழாவது ரூம்..”

“அவங்களா, ஊருக்குப் போறேன். மண்டேதான் வருவேன்னு சொல்லிட்டு போய்ட்டாங்களே “

“அப்படியா..”

“ஒங்கக் கிட்ட சொல்லலயா?”

“ஆமா, போன் சுவிட்ச் ஆப்னு வருது”

“ஓ....”

“சரிங்க”

தன்னையே மூன்று பேரும் பார்த்துக் கொண்டிருந்ததைப் பார்த்து விட்டு “ஊருக்குப் போறதா சொல்லிட்டு போய்ட்டாளாம். திங்கக்கிழமைதான் வருவாளாம்” என்றார் சித்ரா. அவள் குரல் அழுதது போல் இருந்தது.

முருகேசன் எழுந்து கொண்டார். பூசைப்பழத்தைப் பார்த்து "யப்பா. பொய்யப் பாத்தீங்களா? ஒரு வேளை அவ அண்ணன் கலைச்செல்வனப் பாக்க போயிருப்பான்னு நினைக்கிறேன். காலைல நா சபாபதி மாமாக் கிட்டப் பேசி, அவர் மூலமா கலைச்செல்வன்கிட்ட பேசச் சொல்றேன். அங்கயும் போகலன்னு வச்சுக்குங்க, அப்புறம் என்னய விட்ருங்க. நீங்களே பாத்துக்குங்க" கும்பிடு போட்டு புறப்படப் போனார்.

"இருடா. எதுக்கு இப்ப குதிக்கிற. பூங்குழலி பேசுனதுல இருந்து பாத்தா அவளுக்கும் மாப்பிள்ளைக்கும் ஏதோ பிரச்சின. அத என்னன்னு பாக்குறத விட்டுட்டு நீ பாட்டுக்கு பேசிட்டுப் போற. எனக்கென்னன்னு அப்படி போறதா சொந்தமும், பாசமும்? உக்காரு" நிதானமாகவும் கொஞ்சம் அதட்டலாகவும் சொன்னார் பூசைப்பழம். முருகேசன் வேண்டா வெறுப்பா நின்றான்.

"யம்மா சித்ரா. நீ ஒன்னும் கவலப்படாத. இதெல்லாம் சின்ன விஷயந்தான். சரியாப் போகும். இந்தக் காலத்துப் பசங்களும் பொண்ணுகளும் எல்லாம் தங்களுக்குத் தெரியும்னு நினைக்குறாங்க. அவங்களே முடிவெடுக்குறாங்க. சம்பந்தப்பட்ட மத்தவங்களப் பத்தி யோசிக்குறதே இல்ல. நாமதான் பொறுமையா நல்லது கெட்டத எடுத்துச் சொல்லணும்." சொல்லி விட்டு முருகேசனைப் பார்த்து, "இதச் சொல்லவா இந்த ராத்திரில வந்தே. இப்பவே முடிவெடுக்க வேண்டிய விஷயமா இது? போய்ப் படுங்க. காலைல பேசிக்கலாம்" சொல்லிவிட்டு எழுந்து உள்ளே சென்றார்.

முருகேசன் ஒன்றும் சொல்லாமல் அங்கிருந்து சென்றார். புல்லட் சத்தம் அதிர்ந்து மெல்ல மெல்ல தேய்ந்தது.

"இதுக்குத்தான் இவளுவள வைக்கிற இடத்துல வைக்கணும். படிச்சு கிழிச்சது போதும்னு சொல்லி நிறுத்தியிருக்கணும். வீட்டுலயிருந்தா இந்த ஆட்டம் போடுவாளா? செத்த நாய் போல சொன்னதக் கேட்டுட்டு தலைய ஒழுங்கா நீட்டுவா. நாலு எழுத்தப் படிச்சிட்டு, நாலு காச சம்பாதிச்சதும் திமிரப் பாரு. இந்தக் கல்யாணம் நடந்து முடிறதுக்குள்ள இன்னும்

என்னவெல்லாம் செய்ய காத்திருக்காளோ.” புடவைத்தலைப்பால் முகத்தையும், கழுத்தையும் துடைத்துக்கொண்டார் பத்மாவதி.

“சும்மா சும்மா இப்படியே பேசாதீங்கம்மா. ஊருல நாட்டுல எல்லாப் பொண்ணுகளும்தான் வேலைக்குப் போறாங்க. கை நிறைய சம்பாதிக்காங்க. நல்லாதான் இருக்காங்க. போஸ்ட்மேன் பொண்ணு போன வருசம் கல்யாணமாச்சு, மெட்ராஸ்லதான் வேலை பாக்கா. ஜம்முனு இருக்கா. பூவு கூட படிச்ச சௌம்யா பெங்களூர்ல காரும் பங்களாவுமா வசதியாத்தான் இருக்கா. பொம்பளைங்க படிக்கக் கூடாது, வேலைக்கு போகக் கூடாதுன்னு சொல்லாதீங்க.” சித்ரா எரிச்சல் பட்டார்.

“அவங்கள மாதிரி இல்லய ஓம்பொண்ணு. வானத்துலயிருந்து நேரே குதிச்ச மாதிரில்லா பவுசுல இருக்கா. செல்லம் கொடுத்து செல்லம் கொடுத்து ஓம்புருஷன் சின்ன வயசுலயே கெடுத்துல்லா வச்சிருக்காரு.” கோபத்தை ரவிச்சந்திரன் மீது கொட்ட ஆரம்பித்தார் பத்மாவதி.

அங்கே இங்கே சுற்றி பத்மாவதி இந்த இடத்திற்குத்தான் வருவார். வாக்குவாதம் செய்ய அது நேரமில்லை என அமைதி காத்தார் சித்ரா.

“அப்பங்காரன் காதலிச்சவள விட்டுட்டு இன்னொருத்திய கல்யாணம் பண்ணிக்கிட்டான். மகங்காரன் யார் பேச்சையும் கேக்காம காதலிச்சவளக் கல்யாணம் பண்ணிக்கிட்டான். மகக்காரி கல்யாணம் பண்ண இருந்தவன விட்டுட்டு காதலிச்சவனோட போய்ட்டா போலுக்கு. நல்ல குடும்பம்டா சாமி”.

ஏற்கனவே அலையரசனோடு சென்னையில் பூங்குழலி பைக்கில் சுத்துவதாக ஊருக்குள் ஒரு பேச்சு எப்போதோ நுழைந்து, இருக்கும் இடம் தெரியாமலிருந்தது. அதைப் பிடித்துக்கொண்டு ஜாடை மாடையாகப் பேச ஆரம்பித்தார் பத்மாவதி.

“அம்மா, நிறுத்துறீங்களா. இப்பிடிப் பேசினீங்களா செத்துப் போயிருவேன்” கத்தி கூப்பாடு போட்ட பிறகுதான் பத்மாவதி நிறுத்தினாள். சித்ரா எழுந்து மாடிக்குச் செல்லும் படிக்கட்டில் முதல் படியில் உட்கார்ந்து கொண்டார். ஹாலின் வெளிச்சம் முழுமையாக அங்கு பரவியிருக்கவில்லை. மூச்சு வாங்கியது.

பத்மாவதி பாசம் கொட்டி திக்குமுக்காட வைப்பார். இல்லையென்றால் எண்ணெய்ச்சட்டியாக கொதித்து நெருங்க முடியாமல் விரட்டுவார். இவரிடம் மல்லுக்கட்டுவது உறவுகளில் சேதங்களையே ஏற்படுத்தும். அப்படியேதும் ஏற்படாமல் தங்களை கட்டுப்படுத்திக் கொள்ள அந்த வீட்டு மனிதர்கள் பழகிப் போனார்கள். பத்மாவதி ஜாலியாக இருந்தால் அந்தக் குடும்பமே சந்தோஷமாக இருக்கவும், அவர் எரிச்சலில் புலம்ப ஆரம்பித்தால் அனைவரும் அமைதி காக்கவும் செய்தார்கள். வீட்டிற்கு அதுவே விதியாகிப் போனது. பொண்டாட்டிக்கு அடங்கியவர் என நாலு பேர் பேசுவதினால் தனக்கு ஒன்றும் குறைந்து விடப் போவதில்லை எனும் தெளிவோடு இருந்தார் பூசைப்பழம். முருகேசனும் மூன்று பெண் குழந்தைகளும் அவரது வார்த்தைக்கு மறு பேச்சு பேசுவதில்லை. நாளடைவில் தனக்குத்தான் அந்த வீட்டில் எல்லா நியாயங்களும் தெரியும் என தன்னையே பீடமாக்கிக் கொண்டார். மிகச் சாதாரணமாக அவரை கிண்டல் செய்தும், மறுத்தும் பேச ஆரம்பித்தது அந்த வீட்டுக்கு மூத்த மருமகனாக வந்த ரவிச்சந்திரன்,

சமயம் கிடைக்கும் போதெல்லாம் கிண்டல் செய்வது போல ரவிச்சந்திரனை பத்மாவதி மட்டம் தட்டுவதும், அவரும் சிரித்துக் கொண்டே பத்மாவதியின் வாயடைப்பதுமாய் பனிப்போர் நடந்தது. இருவருக்கும் இடையில் “விடுங்க”, “விடுங்க” என்று சித்ரா பதறிப் போய் நிற்பார். தன் கணவன் மீது அம்மாவுக்கு இருக்கும் வெறுப்பு சித்ராவுக்குத் தெரியும். மகன் கலைச்செல்வனையும் சுத்தமாய் ஒதுக்கிவிட்டார். மகளோடும் அப்படியொரு நிலைமை ஏற்பட்டுவிடக் கூடாது என கவலைப்பட்டார். பூங்குழலி மட்டும்தான் வாழ்வின் ஒரே அர்த்தமாய் இருந்தாள்.

“எடும்மா, எடும்மா” என தனக்குள் வேண்டிக்கொண்டே போன் செய்து பார்த்தார். சுவிட்ச் ஆப் ஆகியிருந்தது. இனி அவளாக பேசினால்தான் உண்டு. அருகில் இருக்கும்போது கொஞ்சித் திரிகிறவள், ஊட்டிவிடச் சொல்கிறவள், மடியில் வந்து படுத்துக் கொள்கிறவள் எப்படி தூரத்தில் போனதும் யாரோ போல நடந்து கொள்கிறாள். வீட்டுக்கு வந்து செல்லும் ஒவ்வொரு

முறையும், அவள் நின்ற இடம், உட்கார்ந்த இடம், படுத்த இடம் பார்த்து பார்த்து நினைவுகளைச் சுமந்து அலையும் அவரது ஏக்கத்தை அறியாமல் இருக்கிறாள். அவளுக்கு ஒரு குழந்தை பிறந்து, இப்படிப் பிரிந்து இருக்கும்போதுதான் தெரியும்.

பத்மாவதி வந்து நின்றார். "எம்மேல கோவமா?" அருகில் வந்து தரையில் உட்கார்ந்து கொண்டார். மகளின் கைகளை பற்றிக்கொண்டார்.

"நாங் கோபப்பட்டு இந்த வீட்டுல என்னாகப் போகுது?" வறண்ட குரலில் ஏறிட்டுப் பார்த்தார் சித்ரா.

"தங்கமே, அப்படியெல்லாம் சொல்லாத. ஒரு சுகமும் இல்லாம, வாழ்க்கையெல்லாம் எம்புள்ள கஷ்டப்படுதேன்னு கோபத்துல பேசிட்டேன்." பத்மாவதியின் கண்கள் கெஞ்சின.

அம்மாவிடமிருந்து விலகி ஹாலில் வெறும் தரையில் படுத்துக் கொண்டார். பத்மாவதி எழுந்து சென்று இரண்டு தலையணைகளை எடுத்து வந்து ஒன்றை சித்ராவின் தலைப்பக்கம் வைத்து விட்டு இன்னொன்றை தனக்கு வைத்துக் கொண்டு அருகில் படுத்துக் கொண்டார்.

வேதக்கோயிலில் பதினோரு மணி அடித்தது. தூக்கம் வராத எத்தனையோ இரவுகளில் அலைக்கழிக்கும் நினைவுகளை சமாதானம் செய்வதாக இந்த சத்தம் ஒலிக்கும். எப்படியும் விடிந்துவிடும் என நம்பிக்கையளிக்கும். பாதி ராத்திரியில் விழிக்கும்போது 'இன்னும் விடியவில்லை தூங்கு' என தட்டிக் கொடுப்பது போலிருக்கும். இன்று துயரத்தின் நரம்புகளை மீட்டிக் கொண்டிருந்தது. இரண்டு மணி அடிக்கும் வரைக்கும் நினைவுகளாய் இருந்தன.

ஐந்து தடவை மணிச்சத்தம் கேட்கவும் விழிப்பு வந்து எழுந்து உட்கார்ந்தார். பூங்குழலிக்கு போன் செய்தார். ரிங் சத்தம் போனது. அப்பாடா என மூச்சு விட்டு காத்திருந்தார். பாதியில் அழைப்பு நின்றது. மீண்டும் போன் செய்தார். போன் சுவிட்ச் ஆப் ஆகியிருந்தது. ஒன்றும் புரியவில்லை.

தனது அம்மாவோ, தம்பியோ நினைக்கிற மாதிரி பூங்குழலி மனம் போன போக்கில் முடிவெடுக்கிறவள் இல்லை என்பதில்

உறுதியாக சித்ரா இருந்தார். கல்யாணத்திற்கு அவள் சம்மதித்தது, நிச்சயதார்த்தத்தில் சந்தோஷமாக வந்து நின்றது எல்லாமே உண்மை. அப்போது அவளுக்குள் வேறு எந்த முடிவும் இல்லை என்று நிச்சயமாய் நம்பினார். இருந்திருந்தால் முகத்துக்கு நேரே சொல்லக் கூடியவள் அவள். மாப்பிள்ளையோடு கோயிலுக்குப் போய்ட்டு வா என்று சொன்னதற்கு மறுப்பு சொல்லவில்லை, பிறகு என்ன ஆனது என்பதுதான் சித்ராவுக்கு பிடிபடவில்லை.

எழுந்து தலையை முடிந்து கொண்டதிலிருந்து பத்மாவதி எரிச்சலில் என்னென்னவோ பேச ஆரம்பித்தார். பூசைப்பழம் எதுவும் பேசாமல் நடமாடிக் கொண்டிருந்தார். சித்ராவுக்கு உள்ளுக்குள் பயம் வர ஆரம்பித்திருந்தது. அந்த வீட்டு மனிதர்களின் முகங்களில் இருந்த அருளையெல்லாம் சந்தேகங்கள் இழுக்கச் செய்திருந்தன.

பத்து மணிக்கு மேல் முருகேசன் வந்தார். சபாபதியிடம் பேசியதை சொன்னார். கல்யாண அழைப்பிதழ் கொடுப்பதை நிறுத்தி வைக்கப் போவதாக நரேனோட அப்பா மூர்த்தி சொன்னதையும் சொன்னார்.

கலைச்செல்வன் வீட்டுக்கும் பூங்குழலி போகவில்லை என்றதும் இருந்த ஒரே நம்பிக்கையும் அறுந்து வெலவெலத்துப் போனார் சித்ரா. சுற்றிலும் என்ன நடக்கிறது என்று புரிந்து கொள்ள முடியாமல் போவது அச்சத்தையும், சந்தேகங்களையும் பெருக்கி விடுகின்றன, "கடவுளே! கடவுளே" என முணுமுணுத்தபடி பூங்குழலிக்கு போன் செய்து பார்த்தார்.

"அப்பா, முத பத்திரிகை நாம சபாபதி மாமாவுக்குக் கொடுத்ததோட சரி. இன்னும் ஊருக்குள்ள கொடுக்க ஆரம்பிக்கல. நாமளும் நிறுத்தி வைக்கலாம்னு தோணுது" என்றார் முருகேசன்.

சித்ரா விசும்ப ஆரம்பித்தார்.

"அழு, நல்லா அழு. அழுறதுக்குப் பெறந்தவதான நீ. சுத்தி சுத்தி அவ எங்க வருவான்னு எனக்குத் தெரியாதா. இந்த எழவ நிச்சயதார்த்தத்துக்கு முந்தியே சொல்லியிருக்க வேண்டியதுதான" பத்மாவதி தலையிலடித்துக் கொண்டார்.

“படிச்சிருந்தா, சம்பாதிச்சா போதுமா, அறிவிருக்கா ஓம்பொண்ணுக்கு. எவ்வளவு அசிங்கம். ஊருல தலை காட்ட முடியுமா? அவளுக்கென்ன மெட்ராஸ்ல தலைய விரிச்சுப் போட்டுட்டு அவ பாட்டுக்கு அலைவா. ஊர்ல இருந்து கேக்கிறவங்களுக்கு பதில் சொன்னாத்தான தெரியும்.” கத்தினார் முருகேசன்

அதற்கு மேல் யோசிக்க முடியாமல் பத்மாவதி நடுவீட்டில் வைத்து அவர் மண்டைக்குள் இருந்ததை கொட்டி விட்டார். கோயிலிலோ, ரிஜிஸ்டர் ஆபிஸிலோ பூங்குழலி யாரையோ கல்யாணம் பண்ணிக் கொண்டு விட்டாள் என திட்டவட்டமாக சொன்னார்.

அப்படியெல்லாம் இருக்காது என சொல்லத் தோன்றினாலும், அடக்க மாட்டாமல் “கடவுளே..!” என சத்தம் போட்டார் சித்ரா. யாருடைய முகத்திலும் விழிக்கப் பிடிக்காமல் எழுந்து போய் தனது அறையில் ஒரு மூலையில் போய் உட்கார்ந்து கொண்டார். ஆத்திரம் அடங்காமல் மூச்சு இறைத்தது. இந்த ஊர்க்காரன், கூட ஒரே ஆபிஸில் வேலை பார்க்கிறான் என்றதும் அலையரசன் நம்பரை கேட்டு வாங்கியிருந்தது நினைவுக்கு வந்தது. மொபைலில் தேடினார். இருந்தது. போன் செய்தார்.

“ஹலோ..”

“நா பூங்குழலியோட அம்மா பேசுறேன். அலையரசனா?”

“ஆமா, ஆண்ட்டி, நல்லாயிருக்கீங்களா?”

“இருக்கேம்ப்பா....” குரல் உடைய ஆரம்பித்தது. கட்டுப்படுத்தினார்.

“சொல்லுங்க ஆண்ட்டி...”

“தம்பி, பூங்குழலிக்கு போன் செஞ்சா நேத்துலயிருந்து எடுக்கவேயில்ல. என்னன்னு தெரில...” இழுத்தார். யாரோடோ சித்ரா பேசும் குரல் கேட்கவும் பத்மாவதி அறைக்குள் வந்து எட்டிப் பார்த்தார்.

“நரேனோட கோயிலுக்கு போறேன்னு சாயங்காலம் சீக்கிரமே போய்ட்டா. அப்புறம் தெரிலய. நா விசாரிச்சுப் பாக்குறேன்.”

“தம்பி, வேற ஒன்னும் பிரச்சின இல்லய..”

“இல்லய. என்ன ஆண்ட்டி?”

“அவள நெனச்சு ரொம்ப கஷ்டமாயிருக்கு. உனக்கு போன் செஞ்சா ஏங்கிட்ட கொஞ்ச பேசச் சொல்லுய்யா..”

“சரி ஆண்ட்டி, கவலைப்படாதீங்க.”

அழைப்பைத் துண்டித்து விட்டு அமைதியாக உட்கார்ந்திருந்தார்.

“யாரு போன்ல..” பத்மாவதி கேட்டார்.

பதில் சொல்லாமல் அமைதியாக இருந்தார்.

“யாருக்கிட்ட சித்ரா பேசுனா?” முருகேசனும் அங்கு வந்தார்.

“தெரில. சொல்ல மாட்டேங்குறா?”

தன் மகளிடம் தெரிந்த இறுக்கமும் முகத்தில் தெறித்த கோபமும் பத்மாவதியால் நெருங்க முடியாததாய் இருந்தது. சித்ரா கொஞ்ச நேரம் அங்கேயே உட்கார்ந்திருந்தார். ஏதோ நினைத்துக் கொண்டவராய் எழுந்து வேகமாக பூசைப்பழத்திடம் சென்று, “அப்பா, ஆள் ஆளுக்கு கண்டபடிக்கு எம் பொண்ணப் பத்தி பேசுறத நிறுத்தச் சொல்லுங்க. யார் கூடயோ போய்ட்டா, கல்யாணம் பண்ணிக்கிட்டான்னு இன்னொரு தடவ யாராவது பேசுனா இந்த வீட்டுல இருக்க மாட்டேன் பாத்துக்குங்க. அப்படி யார் கூடயும் போறதா இருந்தா அதயும் எல்லார்ட்டயும் சொல்லிட்டுத்தான் போவா.” வெறி பிடித்த மாதிரி முகமும், பேச்சும் இருந்தது.

“சித்ரா! என்னடி பேசுற..” வேகமாக வந்த பத்மாவதியைப் பார்த்து பூசைப்பழம் “கையெடுத்துக் கும்பிடுறேன். நிப்பாட்டு தாயி. நிதானம் தவறி யாரும் பேசாதிங்க. அப்புறம் சரியே செய்ய முடியாமப் போயிரும். கல்யாணத்துக்கு இன்னும் ஒரு மாசம் இருக்கு. அதுக்குள்ள எவ்வளவோ யோசிக்கலாம். பேசலாம். சரி பண்ணலாம். விடுங்க” சத்தம் போட்டார்.

சித்ராவின் போன் அடித்தது. எடுத்துப் பார்த்தார். பூங்குழலிதான் “ஸ்பீக்கரில் போடு” என்றார் முருகேசன்.

ஸ்பீக்கரில் போட்டு அழைப்பை ஏற்று "யம்மா, பூவு.." என்று பெருங்குரலில் அழைத்தார்.

"பூவு! என்னம்மா. போன் சுவிட்ச் ஆப்லயே இருக்கு."

"அத விடுங்க. அழுதீங்களா? அலையரசன் சொன்னான்"

"நீ செஞ்ச காரியத்துக்கு நா வேறென்ன செய்ய?"

"நீயும் பாட்டியும், நரேனோட அம்மாவும் சேந்து செஞ்ச காரியத்துக்கு நா வேறென்ன செய்ய?"

"என்னம்மா இப்படில்லாம் பேசுற. எல்லாம் உன் நல்லதுக்குத்தான?"

"ஆமா ரொம்ப நல்லதுக்கு. எரிச்சலா வருது. இப்ப என்ன? நரேனோட அம்மா புலம்பி இருப்பாங்க அதான கேக்கப் போறீங்க?"

"ஏம்மா இப்படி கொதிக்குற மாதிரி பேசுற. அவங்க பெரியவங்க. அவங்கக் கிட்ட அப்படி பேசலாமா?"

"மொதல்ல என்ன நடந்துச்சுன்னு அவங்க பையங்கிட்ட கேட்டுத் தெரிஞ்சுக்கட்டும். பிறகு பேசுவோம்."

"பூவு என்னம்மா சொல்ற?"

"மாப்பிள்ள மனம் கோணாம என்னால நடந்துக்க முடியலன்னு பாட்டிக் கிட்டச் சொல்லுங்க. புரியும் அவங்களுக்கு."

"பூவு..."

"எனக்கு ஒன்னும் ஆகல. நல்லாத்தான் இருக்கேன்."

"இப்ப எங்கம்மா இருக்க?"

"அண்ணன் வீட்டுக்கு வந்துருக்கேன்."

"அங்க வரலன்னு சபாபதி மாமா சொன்னாங்களே?"

"வந்ததச் சொல்ல வேண்டாம்னு அண்ணங்கிட்ட நாந்தா சொன்னேன்."

# 17

# 12 மார்ச், 2016 - சனி

அந்த அடுக்குமாடி குடியிருப்பின் இரண்டாவது தளத்திற்கு லிஃப்ட்டில் சென்று பி2 எழுத்துக்களைத் தேடி காலிங் பெல்லடித்து நின்றிருந்தான் நரேன். வீடுகளின் கதவுகள் உள்ளுக்குள் பூட்டி இருந்தன.

எல்லோருக்கும் தெரிய ஆரம்பித்து விட்டது. தனக்குள்ளேயே அலைக்கழிக்கப்படுவதை நரேனால் தாளமுடியவில்லை. இரவில் அம்மாவிடம் கோபப்பட்டு எரிந்து விழுந்திருந்தான். அதுவும் வதைத்தது. தணியவேத் தணியாமல் பூங்குழலிக்கு அப்படியொரு கோபம் ஏன் என்பது பிடிபடவில்லை. கிஷோரும், பிரசாந்த்தும் எப்போது வந்தார்களோ? அவன் எழுந்திருக்கும் போது தூங்கிக்கொண்டு இருந்தார்கள். கடற்கரையில் எடுத்த செல்பியை அவர்களுக்கும் அனுப்பி இருந்தான். மேற்கொண்டு அவர்கள் கேட்டால் என்ன பேச? விழிக்கும் முன்னால் எங்காவது ஓடிவிட வேண்டும் போலிருந்தது. போதாதற்கு காலையில் அப்பாவின் வார்த்தைகள் ஒவ்வொன்றும் துளைத்துக் கொண்டிருந்தன. கண்ணாடியில் தன் முகம் பார்க்கவேப் பிடிக்கவில்லை. மேலும் அவமானங்களை சந்திக்காமல் எலெக்டிரிக் ட்ரெய்னில் விழுந்தோ, எதாவது மருந்தை கிருந்தை விழுங்கியோ ஒரேயடியாய் போய்விடலாம் என்று கூட தோன்ற ஆரம்பித்தது. பயம் வந்தது. கிளம்பி விட்டான்.

கதவு திறந்தது. பவித்ராதான். பார்த்ததும், “ஹேய், நரேன்!” என ஆச்சரியத்தையும், மகிழ்ச்சியையும் முகமெல்லாம் காட்டி வரவேற்றாள். சமையலறையில் இருந்த பார்வதிக்கு, “அம்மா! யாரு வந்து இருக்கான்னு பாருங்க” குரல் கொடுத்தாள். அவனுக்கு நிம்மதியாகவும் இருந்தது. அவஸ்தையாகவும் இருந்தது. தன் மீது எவ்வளவு அன்பும், அக்கறையும் அவளுக்கு என்று உணர்ந்தான். அதுதான் இங்கு அழைத்து வந்திருக்க வேண்டும்.

"என்ன அப்படியே நிக்குற." பவித்ரா அவனது கையைப் பிடித்துக் கொண்டு "உள்ளே வா" அழைத்துச் சென்றாள். மீண்டும் குழந்தையாகி அவள் பின்னால் சென்றான். பவித்ராவைப் போல பூங்குழலியும் இருக்கக் கூடாதா என்றிருந்தது. பவித்ராவுக்கு சின்ன வயதில் இருந்தே அவனைத் தெரியும். பூங்குழலிக்கு எத்தனை நாளாகத் தெரியும்? என்று நினைக்கவும் பூங்குழலியிடம் நடந்து கொண்டது போல் பவித்ராவிடம் நடந்து கொண்டதில்லை என்பதும் உறைத்தது. சின்ன வயதிலிருந்து பார்த்துப் பார்த்துப் பழகிய கண்களில் இதுவரை அவளது உடல் குறித்த பிரக்ஞையும் கள்ளமும் புகுந்ததில்லை. ச்சே, எப்படியெல்லாம் நினைக்கத் தோன்றுகிறது என உடனே கேவலமாக உணர்ந்தான்.

"ம்... பூங்குழலியோட நேத்து பிரதர் செம்ம மூட்ல இருந்தாப்பல தெரிஞ்சுது" அவனைப் பார்த்தாள். சலனமில்லமல் இருந்தான். இருவரும் சோபாவில் உட்கார்ந்தார்கள். அவன் முகத்தைக் கூர்ந்து பார்த்து, "அந்த போட்டோவ பாத்ததும், நம்ம நரேன் வளந்துட்டான்னு தோணிச்சு.ஹேய், மேன்" கலகலவென இருந்தாள்.

பார்வதி சமையலறையிலிருந்து வெளியே வந்து, "வாப்பா நரேன். எப்படியிருக்கே?" என்றார். "நல்லாயிருக்கேன் ஆண்ட்டி. நீங்க எப்படியிருக்கீங்க." எழுந்து நின்றான்.

"உக்காருப்பா. கல்யாணத்துக்கு இன்னும் ஒரு மாசம் இருக்கா?" புன்னகைத்தார். ஒன்றும் சொல்லாமல் நெளிந்தான்.

"அம்மா, சனி ஞாயிறுக்கு வாயேன்னு எத்தனை வாரம் கேட்டிருப்பீங்க? நானும்தான் கூப்பிட்டேன். வந்தானா? இப்ப பாருங்க தன்னாலே வந்திருக்கான். குடும்பஸ்தன் ஆகப் போறான்ல. பொறுப்பு?" கலாய்த்தாள். சோபாவின் ஒரு ஓரமாய் நரேன் அமர்ந்தான்.

"நம்மளப் பாத்தாதான் சின்னப்பையன் மாதிரி கூச்சம். அமைதி எல்லாம். வரப் போறவக் கிட்ட ஆளு வேற லெவல்ல இருக்காரு." சிரித்தாள். அவனோ சிரிப்பது போல ஏதோ சம்பந்தமில்லாமல் செய்து கொண்டிருந்தான்.

"சாப்பிடுறியா நரேன்" பார்வதி கேட்டார்.

“இல்ல, பரவாயில்ல ஆன்ட்டி”

“என்ன பரவாயில்ல. நாங்களும் இன்னும் டிபன் பண்ணல பிரதர். வா சேந்து சாப்பிடுவோம்.” அவன் கன்னத்தில் செல்லமாய் தட்டினாள். சரி என்பதாய் தலையாட்டினான். பார்வதி உள்ளே சென்றார். அம்மாவுக்கு உதவி செய்ய பவித்ராவும் எழுந்தாள்.

“பவிக்கா..” அவள் கையைப் பிடித்தான்.

ஆச்சரியமாக நரேனின் முகத்தைப் பார்த்து, “என்னடா?” கனிவாக கேட்டாள்.

“நீ உக்காரேன்.” என்றான். நரேனின் முகம் வெளிறி இருந்தது. சொல்ல முடியாத வேதனையை அடக்கிக் கொண்டிருந்தது தெரிந்தது.

“என்ன ஆச்சு நரேன்.” பக்கத்தில் அமர்ந்து ஆதரவாய் அவன் முதுகில் கை வைத்தாள்.

“எனக்கே என்னைப் பாக்க அசிங்கமாயிருக்கு..” அதற்கு மேல் சொல்ல முடியாமல் முகத்தை கைகளால் மூடிக்கொண்டான்.

“நரேன்.” அவன் தோளைப் பிடித்து அசைத்து மேலும் நெருக்கமாக உட்கார்ந்தாள். “என்னடா...”

நிமிர்ந்து முகத்தைப் பார்த்தவன் அழுகையை அடக்கிக் கொண்டு ஈனக்குரலில் நேற்று மாலை பூங்குழலியை சந்தித்தலிருந்து இன்று காலை மூர்த்தி போன் செய்தது வரை எல்லாவற்றையும் கொட்டித் தீர்த்தான் “செத்துரலாம் போலயிருக்குக்கா” வாய்விட்டு அழுதான்.

“அடச் சீ பைத்தியமே.” கோபத்தில் வெடித்தாள். அவனுக்கு தொண்டை காய்ந்து பேச முடியாமல் இருந்தது. தள்ளி மேஜையில் இருந்த பாட்டிலைப் போய் எடுத்து தண்ணீர் குடித்தான். திரும்ப வந்து உட்கார்ந்தான். தலையைக் குனிந்து கொண்டான்.

“இன்னும் நீ அந்த மூனாங் கிளாஸ் பையனாவே இருக்க உன்னப் போய் பெரிய மனுஷனாய்ட்டேன்னு சொன்னேம் பாரு.” என்றாள். தலை நிமிராமல் இருந்தான்.

“இப்ப என்ன நடந்து போச்சு. இடிஞ்சு போன மாதிரி இருக்கே.” எழுந்து நின்று குனிந்து அவன் முகத்தைப் பார்த்து கேட்டாள்.

“இல்லக்கா. யார் முகத்தயும் பாக்க முடியாம எதுவும் பேச முடியாம அவமானமா, அசிங்கமா இருக்கு..” கண்ணீரை புறங்கையால் துடைத்துக் கொண்டான்.

“நரேன்...”

“…………..”

“நரேன் இங்க பாரு... பாருன்னு சொல்றேன்ல.”

நிமிர்ந்தான். முகத்தில் களையே இல்லை. வறண்டு போயிருந்தான்.

“எழுந்து நில்லு.”

திரும்பவும் குனிந்தான்.

“சொல்றேன்ல. எழுந்து நில்லு.”

எழுந்து நின்றான். புரியாமல் அவளைப் பார்த்து விட்டு குனிந்து கொண்டான்.

“வா... பவி அக்காவ ஹக் பண்ணு.” கையிரண்டையும் விரித்து நின்றாள்.

சித்தம் கலங்கியது போல் இருந்தது. எதுவும் செய்யத் தோன்றாமல் அப்படியே நின்றான். அவன் முகத்தை நிமிர்த்தினாள் பவித்ரா. அவளது கண்கள் அவனை நேராக பார்த்தன. அவள் முகம் எல்லாம் மலர்ந்து புன்னகைத்து இருந்தது.

“கமான் நரேன்”

நரேன் பவித்ராவை நெருங்கி பட்டும் படாமல் அணைத்துக் கொண்டு நின்றான்.

“உன்னை அன்பா நேசிக்கிற எல்லா மனுஷங்களயும் நினைச்சுக்க. அம்மாவை, அப்பாவை, என்னை, உன்னை, உன் க்ளோஸ் ஃபிரண்ட்ஸை ... யாரு வேண்ணா இருக்கட்டும், நினைச்சுக்க.” கண்களோடு பேசினாள். கண்ணீராய்க் கொட்டிக்

கொண்டிருந்தது அவனுக்கு. ஒரு குழந்தையைப் போல அவன் முதுகில் தட்டிக் கொடுத்தாள். "எனக்குத் தெரியும் நரேன். நீ ரொம்ப நல்லவன்." என்றாள். தன் மீது இதமான காற்று படர்ந்தது போலிருந்தது அவனுக்கு.

"இன்னிக்கு இருக்கும் கஷ்டம் நாளைக்கு இருக்காது. நிச்சயம் ஒரு சந்தோஷம் வரும். அப்போ இந்த இருட்டு காணாமப் போயிரும். இல்ல அதுவே கூட சுகமாக இருக்கும். நீ இருந்தாத்தானே அதைப் பார்க்க முடியும். அனுபவிக்க முடியும். உன்னையும் வெறுக்காத. உலகத்தையும் வெறுக்காத. உனக்குப் பிடிச்சதுன்னு உலகத்துல இருக்கும். அதை பத்திரமா வச்சுக்க. உனக்குன்னு கொஞ்சம் பேர் எங்கயாவது இருப்பாங்க. அவங்கள நினைச்சுக்க." அவள் பேசப் பேச கரைந்து கொண்டிருந்தான். இளகி அவள் காலடியில் கிடக்க வேண்டும் போலிருந்தது.

"எல்லாத்தயும் கிடந்து உனக்குள்ளயேத் தேடாத. நீ ஒன்னும் சிஸ்டம் இல்ல. எல்லாம் உள்ளுக்குள்ள இன்பில்ட்டா இருக்காது. வெளிய பாரு. உன் கேள்விகளுக்கு அங்கதான் பதில் கிடைக்கும். கூசாமப் பாரு. தைரியமாப் பாரு." அவனை மெல்ல விலக்கி இயல்பாய் சிரித்தாள். அமைதி திரும்பியவனாய், சரி என ஒப்புக்கொண்டவனாய் சோபாவில் உட்கார்ந்தான்.

"எதையும் மனசில் போட்டுக் குழப்பிக்காத. அம்மாவுக்கு எதாவது ஹெல்ப் செய்யணுமான்னு பாக்குறேன். டிவி பாக்குறியா" கேட்டாள். மற்ற சத்தங்கள் எல்லாம் நீங்கி அவள் குரல் மட்டும் தனித்துக் கேட்டது. நிதானத்திற்கு வந்திருந்தான்.

"பவிக்கா.." என்று ஏதோ சொல்ல வந்து முடியாமல் மௌனம் காத்தான்.

"நத்திங் டு வொர்ரி. இரு வர்றேன்" என அவன் தோளைத் தட்டி உள்ளே சென்றாள்.

"நானும் வர்றேன்" அவள் பின்னாலேயே சென்றான். தரையில் உட்கார்ந்து சப்பாத்திக்கு உருட்டிக் கொண்டிருந்தார் பார்வதி.

"அம்மா எழுந்திருங்க, நா செய்றேன்" பவித்ரா போய் வாங்கிக் கொண்டாள். அவனும் போய் அவளுக்கு எதிரே கீழே உட்கார்ந்து

கொண்டான். கொஞ்ச நேரத்துக்கு முன்னால் ஒரு தேவதை போல தன்னை ஆற்றுப்படுத்தியவளா அவள் என்று அதிசயமாக இருந்தது.

சிரித்தாள். “ஞாபகம் இருக்காம்மா. சின்ன வயசுல இதே மாதிரி நம்ம வீட்டு கிச்சன்ல வந்து உக்காந்திருப்பான்ல” கேட்டாள்.

பார்வதியும் சிரித்துக் கொண்டார். “அங்க மட்டுமா. காலையில நீ கோலம் போடும்போதும் வந்து முன்னால வந்து உக்காந்திருப்பான். சந்திராவும், அவங்க வீட்டுக்காரரும் கிடந்து கூப்பிட்டுத்தான் பாப்பாங்க. அசைய மாட்டான். நானும் கோலம் போடுறேன்னு இஷ்டத்துக்கு அங்க இங்க புள்ளி வச்சு என்னா பாடு படுத்துவான்.” என்றார்.

தரையின் குளிர்ச்சி சுகமாய் இருந்தது. அப்படி உட்கார்ந்திருப்பதும், தன்னைப் புரிந்து கொண்டவர்கள் அருகில் இருப்பதும் ஆசுவாசப்படுத்தின. வேறு எங்கும் போகாமல் அவர்களோடு இருந்துவிடலாம் போலிருந்தது.

நரேனின் ரிங்டோன் சத்தம் ஹாலில் கேட்டது. “உன் மொபைலா?” கேட்டாள் பவித்ரா. மனமில்லாமல் எழுந்து சென்றான். கிஷோர் அழைத்துக் கொண்டிருந்தான். எடுத்தான்.

“ப்ரோ, எங்க இருக்க?”

“பவித்ராக்கான்னு சொல்லியிருக்கேன்ல. அவங்க வீட்டுக்கு வந்துருக்கேன்.”

“எப்ப வருவே”

“தெரில. நீங்க ரெண்டு பேரும் எப்ப முழிச்சீங்க?”

விடிகாலைலதான் வந்தோம். மூனு மூன்ற இருக்கும். நீ தூங்கிட்டு இருந்த. பீச்சில எடுத்த போட்டோ சூப்பரா இருந்துச்சு ப்ரோ. அப்புறம் எங்கல்லாம் போனீங்க. என்ன பண்ணீங்க? ஜாலிதானா?”

“படுத்துத் தூங்கு” அழைப்பைத் துண்டித்தான். வாட்ஸப் பார்த்தான். அவன் அனுப்பிய செல்பிக்கு ஆஷா ஹார்ட்டின்

விட்டிருந்தாள். நாளை மறுநாள் ஆபிஸில் அவள் எப்படித் தன்னைப் பார்ப்பாள். பேசுவாள் என யோசித்தவன் டிவி பக்கத்தில் பார்வதி ஆன்ட்டி, பவித்ரா, சுந்தரேசன் அங்கிள் மூவரும் இருந்த போட்டோவைப் பார்த்தான். ஊரில் பார்த்த போட்டோதான். பவித்ரா வெளியூரில் தங்கி கல்லூரிக்குப் போன நாட்களில், அவளைக் காண முடியாமல் எதிர்த்த வீட்டிற்குப் போய் அந்த போட்டோவை ஏக்கத்தோடு பார்த்தது நினைவுக்கு வந்தது. அந்தக் கண்கள் அப்படியே இருந்தன. எத்தனை கொடுமைகளையும், கஷ்டங்களையும் கண்டிருக்கிறது அந்தக் கண்கள். கல்யாணமாகி, முடங்கி, பைத்தியக்காரி பட்டம் வாங்கி அனுப்பப்பட்ட பிறகும் அதே ஒளியோடு கண்கள் இருந்தன. ஊரில் அப்பாவையும், சென்னையில் தன்னோடு அம்மாவையும் வைத்துக்கொண்டு வாழ்வோடு மல்லுக்கட்டி நிற்கிறாள். கண்கள் வாடிப் போகவில்லை. எதையும் ஒளித்து வைக்காத தெளிவும், அன்பும், அப்படியே நிறைந்து இருந்தன. கொஞ்ச நேரத்துக்கு முன்னால் அவனுக்கு எவ்வளவு பெரிய ஆறுதலைத் தந்தன.

“என்ன அப்படி வச்ச கண் வாங்காம பாத்துட்டிருக்க?” பின்னால் பவித்ராவின் குரல் கேட்டதும் திரும்பினான். அதே கண்களோடு சிரித்துக் கொண்டிருந்தாள்.

“இந்த போட்டோ பத்தாம் வகுப்பு படிக்கும்போது எடுத்ததுதானே?”

“ஆமா, ஞாபகம் வச்சிருக்கியே.”

லேசாய் சிரித்துக் கொண்டான். “சப்பாத்தி போட்டாச்சா..”

“உருட்டிக் கொடுத்துட்டேன். இனும அம்மா பாத்துக்கிடுவாங்க.” என்றவள் குரல் கொஞ்சம் தாழ்த்தி, “தாங்ஸ் நரேன்” என்றாள்.

“என்னக்கா?”

“ஒரு கஷ்டம்னதும் என்னப் பாக்கனும்னு உனக்குத் தோனியிருக்கே. சந்தோஷம்டா”

“எனக்கு ஒன்னு உறுத்திக் கிட்டே இருக்கு. தியேட்டர்ல பூங்குழலிக் கிட்ட நா அப்படி நடந்துக்கிட்டது தப்புதானே?”

“தப்புன்னு சொல்ல முடியாது. அது ஒரு இண்டிமஸியான மொமண்ட். உனக்கு அந்த அர்ஜ் இருந்திருக்க வேண்டாம். நீ அவள சரியா ரீட் பண்ணலன்னுத் தோனுது” நிறுத்தினாள். யோசித்தபடியே “உன்னோடு செல்பி எடுக்குறா. முதல்ல சினிமா வேண்டாங்கிறா. பிறகு வர்றா. இயல்பாத்தான் இருக்கு. ஆனா அவள ஏதோ ரொம்ப டிஸ்டர்ப் செய்யுது. உங்க ஆம்பளப் பையன்னு சொன்னது அடியாழத்துலயிருந்து வந்திருக்கு. அதுக்கு நிறைய அர்த்தம் இருக்கு” சொல்லிக்கொண்டே வந்தவள் அவனைத் தொட்டு “ஒருவேள உனக்கும் பூங்குழலிக்கும் கல்யாணமாயிருந்துச்சுன்னு வச்சுக்க. நீ உங்கைய வச்சிட்டு சும்மா இருந்திருப்ப” சிரித்தாள்.

அந்த கேலியைப் பற்றி கவலைப்படாமல் “அம்மா, அப்பா முகத்துல நா எப்படி விழிப்பேன். இதுனால கல்யாணத்துல ஒரு பிரச்சினைன்னா எவ்வளவு அசிங்கம்?” பரிதாபமாக பார்த்தான்.

“லூஸாடா நீ. திரும்பத் திரும்ப அசிங்கம், அசிங்கம்னே சொல்லிட்டிருக்கே. என்ன அசிங்கம் பண்ணிட்டே. அம்மா அப்பாக் கிட்ட சொல்லு. ஆமா தியேட்டர்ல அவ கையப் பிடிச்சு முத்தம் கொடுக்கத் தோணிச்சு கொடுத்தேன்னு சொல்லு. அவளுக்குப் பிடிக்கல. விட்டுட்டேன்னு சொல்லு. ஒன்னு தெரிஞ்சுக்க. தப்புன்னா ஒத்துக்க. தப்பு இல்லன்னா ஒத்துக்காத. சிம்பிள். இப்படிக் கிடந்து அனத்தாத. அதுதான் அசிங்கமாயிருக்கு”

அவள் எரிச்சல் பட்டாலும் மகிழ்ச்சியாகவே இருந்தது. தான் செய்யக் கூடாத தப்பைச் செய்து விடவில்லை என்று நிம்மதியடைந்தான்.

கண்ணை மூடி யோசித்தவள், “பூங்குழலி செட் ஆகலன்னு சொல்றதுக்கு தியேட்டர்ல நீ நடந்துக்கிட்டது காரணமில்லன்னு நினைக்கிறேன். அத ஒரு காரணமா சொல்றா. வேற ஏதோ இருக்கு.” என்றாள். பவித்ராவின் பக்கத்தில் சிறு குழந்தை போல உட்கார்ந்து அவளையேப் பார்த்துக் கொண்டிருந்தான் நரேன்.

“ம்... இப்ப மூஞ்சு பரவாயில்ல. காலிங் பெல்லடிச்சு கதவத் திறந்ததும் பாத்த மூஞ்சி இருக்கே. சகிக்கல. ஏதோ பையன் சகஜமில்லாம இருக்கான்னு நினைச்சேன். செத்துப் போகணும்னு

சொன்னப்போதான் ரொம்ப பயந்துட்டேன். லூஸூ. இனும எப்பவும் அப்படியொரு நினைப்பே வரக் கூடாது. ஒகேவா?" பவித்ராவின் கண்கள் கலங்கியிருந்தன.

"பவி.." பார்வதி அழைத்தார். பவித்ரா சென்றாள். சிறிது நேரத்தில், "நரேன்! டைனிங் டேபிளுக்கு வர்றியா? டிபன் ரெடி" என்று குரல் கொடுத்தாள்.

சாப்பிடும்போது, "எய்யா,. தினமும் வெளியேத்தான சாப்பிடுவ. வீட்டுல சாப்பிடுற மாதிரியா இருக்கும்? இன்னிக்கும் நாளைக்கும் லீவுதான. இங்கேயே இரு" என்றார் பார்வதி.

"அதெல்லாம் இருப்பான்." என்ற பவித்ரா, "நரேன், உள்ள இருக்கும்போது சந்திரா ஆன்ட்டி போன் பண்ணாங்க. நீ இங்கதான் இருக்கேன்னு சொன்னதும் நிம்மதியாய்ட்டாங்க. அவனப் பாத்துக்குங்கன்னு சொன்னாங்க. பாவமா இருந்துச்சு. நீங்க பொண்ணு வீட்டுல யாருக்கும் போன் பண்ணாதீங்கன்னு சொன்னேன். அதுல கொஞ்சம் வருத்தந்தான் அவங்களுக்கு. ஒரு வாரம் போல இதப் பத்தி யாரும் எதுவும் பேசாம இருந்தா நல்லதுன்னு சொல்லியிருக்கேன்" என்றாள்.

"அம்மா வேற எதுவும் கேட்டாங்களா?"

"வேறன்னா... ஓ!" என பார்வதியைப் பார்த்துவிட்டு, "கேட்டாங்க. சொன்னேன்."

தொடர்ந்து சொல்வாள் என எதிர்பார்த்து சாப்பிடாமல் அவளையேப் பார்த்துக் கொண்டிருந்தான்.

"என்ன, சாப்பிடல?"

"அம்மா என்ன சொன்னாங்க?"

"இதுதானான்னாங்க."

அப்பாடா என்றிருந்தது. "ரொம்ப தாங்ஸ்க்கா" சாப்பிட ஆரம்பித்தான். இனி சமாளித்துக் கொள்ளலாம் எனத் தெம்பும் வந்தது.

தட்டில் இரண்டு சப்பாத்தியும், கொஞ்சம் தக்காளித் தொக்கும் வைத்துக்கொண்டு டிவியை ஆன் செய்து அதன் முன்னால் உட்கார்ந்தார் பார்வதி.

“அங்கிள் பாவம், ஊர்ல தனியா இருப்பாங்கள்ள?” கேட்டான்.

“ஆமா. வாலண்டரி ரிடையர்மெண்ட் எழுதிக் குடுத்துட்டு வாங்கன்னா, கேக்க மாட்டேங்குறாங்க.” கவலையோடு சொன்னார் பார்வதி. அவரையேக் கொஞ்ச நேரம் பார்த்திருந்த பவித்ரா ஏதோ யோசனையில் சாப்பிடாமல் இருந்தாள்.

“அவளுக்கும் வரனெல்லாம் வருது. கல்யாணம் வேண்டவே வேண்டாங்குறா” பார்வதி அடுத்த கவலையை வெளிப்படுத்தினார்.

“வேண்ணா சொல்லுங்க. யு.எஸ்க்கு போறதுக்கு கம்பெனில ஆஃபர் இருக்கு. நாளைக்கே அக்ரிமெண்ட் போட்டுட்டு போயிர்றேன். நீங்க அப்பாவோட ஊருல போய் இருக்கலாம்.” கோபமாகச் சொன்னாள் பவித்ரா.

“ஏங்க்கா இப்படி பேசுறீங்க?”

“பிறகென்ன? நா யாருக்காக இருக்கேன். அம்மாவுக்காகவும், அப்பாவுக்காகவும்தான். அவங்களே போ, போன்னா. பேசாம அமெரிக்காவை கல்யாணம் பண்ணிட்டு போறேன்.”

“நிறுத்தும்மா, நா வாயேத் தெறக்கல” பார்வதி கோபத்தோடு எழுந்து உள்ளே போனார்.

நரேன் சிறு பதற்றத்தோடு பவித்ராவைப் பார்த்தான். அவளோ சிரித்துக் கொண்டே “தினமும் நடக்குறதுதான். எனக்கு அவங்கள விட்டா கதியில்ல. அவங்களுக்கு என்னை விட்டா கதியில்ல. கொஞ்ச நேரத்துல திரும்பவும் இதே பாட்ட பாடுவாங்க”

“பவிக்கா, நீ ஏன் இன்னொரு கல்யாணம் பண்ணிக்கக் கூடாது?”

“ப்ச் . கல்யாணம் பண்ணி... இன்னொருத்தன் வருவான். ஏதோ பெரிய தியாகம் செஞ்ச மாதிரி பாப்பான். கொடுமை. இல்லண்ணா என்னை மாதிரி டைவர்ஸான ஒருத்தனப் பாக்கணும். அவ எப்படியிருக்கானோ. எதுவும் இல்லாம பிடிச்ச ஒருத்தனோட எந்த கமிட்மெண்ட்டும் இல்லாம ரிலேஷன்ஷிப்ல இருக்குறது கூட பெட்டர்னு தோணுது.”

வருத்தத்தோடும், கொஞ்சம் அதிர்ச்சியோடும் அவளைப் பார்த்தான் நரேன். அந்தக் கண்களில் எப்போதும் போல் அன்பும்

தெளிவும் அப்படியே இருந்தது. அவனைப் பார்த்து சிரித்தது போலவும் தெரிந்தது.

"பவிக்கா... நீ யாரையாவது லவ் பண்றியா?"

"ம்... எல்லாரையும் லவ் பண்ணிக்கிட்டுத்தானே இருக்கேன்." சிரித்தாள்.

"ஜோக் அடிக்காத. உன்ன எல்லோரும் லவ் பண்ணுவாங்க. நீ யாரையாவது லவ் பண்றியா?'

"என்னடா இது வரைக்கும் இப்படில்லாம் கேட்டதேயில்ல. திடீர்னு பெரிய மனுஷனாய்ட்ட ரொம்ப அக்கறையா கேக்குற?"

"நீ எப்பவும் சந்தோஷமா, சிரிச்சுக்கிட்டு இருக்கணும். அவ்வளவுதான்."

"காலேஜ் படிக்கும்போது ரெண்டு மூனு பேரை பிடிச்சுத்தான் இருந்துச்சு. ஒன்னும் க்ளிக் ஆகல."

சிரித்தாள். கண்களில் அப்போது ஒரு வலியும் இருந்து.

# 18

# 14 மார்ச் , 2016 - திங்கள்

காலையில் ஹாஸ்டலுக்கு பூங்குழலி வந்து சேர்ந்த போது மணி ஐந்து ஆகியிருந்தது. அங்கங்கு ரூம்களில் விளக்கு வெளிச்சங்களும், சின்னச் சின்னதாய் பேச்சுச் சத்தங்களும் இருந்தன. கரையத் துவங்கிய இருட்டோடு இளங்காற்று வராண்டாவில் நடமாடிக்கொண்டு இருந்தது. ஒன்றிரண்டு பேர்கள் எதிரே தென்பட்டனர். அவளைப் பார்த்து 'ஹாய்' என்றனர். ரூம் வெளியே பூட்டியிருந்தது. ஸ்ரீஜா இன்னும் வரவில்லை. கதவைத் திறந்து நுழைந்தாள். வெக்கையாயிருந்தது. வெள்ளிக்கிழமை இரவில் வாசமடித்த ஸ்ரீஜாவின் பர்ஃபியூம் இன்னும் மீதமிருந்தது. லைட்டையும், ஃபேனையும் போட்டவள், பையை ஒரு ஓரமாக வைத்து விட்டு, கதவை சாத்திக் கொண்டு அப்படியே படுக்கையில் சாய்ந்தாள்.

கொஞ்ச நேரத்தில் ஸ்ரீஜா வந்துவிடுவாள். அவளிடம் என்ன பேச? மதுரையில் இருந்த இரண்டு நாட்களில் அவளைப் பற்றி நினைவு பெரிதாக வரவில்லை. ஒரே அறையில் தங்கி இருந்ததால் நெருக்கமாகப் பழக முடிந்தது. நாளை அவளோ அல்லது இவளோ வேறு ஒரு அறைக்கு இடம்பெயரக் கூடும். அப்போது வேறு யாரோ அருகிலிருப்பார்கள். கல்லூரியில் இதுபோல் ஒரே அறையில் தங்கியிருந்த சிந்து அவ்வளவு நெருக்கமாயிருந்தாள். அந்த நாட்களில் அவள்தான் உயிரெனத் தோன்றியது. ஸ்ரீஜா வந்த பிறகு அவள் காணாமல் போய் விட்டாள். இழுத்துப் பிடித்துத்தான் நினைவுக்கு கொண்டு வர வேண்டி இருக்கிறது. எல்லா நாட்களும் யார் கூடவே வருகிறார்கள்? அப்பா இறந்த பிறகும் அவர் நினைவாக அலைந்து கொண்டிருக்கும் கல்யாணியின் பித்து மனநிலை அதற்கு வேண்டும் போல.

இன்று திங்கள்கிழமை என்று நினைக்கவே அலுப்பாயிருந்தது. அடுத்த ஐந்து நாட்களுக்கு தயாராக வேண்டும். இரவில் வந்து

படுக்கையில் விழ, காலையில் எழுந்து புறப்பட மட்டுமே ஹாஸ்டலாகி விடும். மற்ற நேரமெல்லாம் சிஸ்டம், பிராஜக்ட், கோடிங், டீம், மீட்டிங், மெயில் என தலை தெறித்துப் போக வேண்டும். மானிட்டர் வெளிச்சத்தில் கண்கள் தகிக்கும். சேரோடு முதுகுத்தண்டும், கழுத்தும் அசையாதிருக்கும். அணிச்சையாக கைகளை உயர்த்தி சோம்பல் முறிக்கச் சொல்லும் உடல். தங்கியிருக்கும் வீடுகளுக்கும், ஹாஸ்டல்களுக்கும் சோர்வடைந்து திரும்ப வேண்டும்.

ஐ.டி துறையில் வேலை பார்ப்பவர்கள் கொட்டிக் கொழிப்பதாக வெளியே நினைத்துக்கொண்டு இருக்கிறார்கள். நேற்று கல்யாணப் பத்திரிகை கொடுக்க வந்த தங்கள் தெருவைச் சேர்ந்தவரிடம் அவளை “தங்கச்சி” என கலைச்செல்வன் அறிமுகப்படுத்தி ‘சென்னைல ஐ.டி கம்பெனில வேல பாக்குறா” என்று சொன்னான். விவஸ்தையே இல்லாமல், “அப்புறம் என்ன, மாசம் லட்சத்துக்கும் மேல இருக்குமே சம்பளம்” அவர் பாட்டுக்கு பேசிக்கொண்டு இருந்தார். என்ன கம்பெனி, என்ன வேலை, என்ன சம்பளம் என்பதை அறியாமலேயே ‘சொர்க்க லோகமாய்’ தங்களுக்குள் சித்தரித்துக் கொண்டிருக்கிறார்கள். கலைச்செல்வனிடம் பூங்குழலி சொல்லி சிரித்தாள்.

“அப்படித்தான் நினைக்குறாங்க. பேங்க் வேலன்னா அஞ்சு வருசத்துக்குன்னு பேச்சுவார்த்தை நடக்கும். என்ன சம்பளம் என முடிவு செய்வாங்க. அது எல்லாருக்கும் தெரியும். கவர்ன்மெண்ட் எம்ப்ளாயிஸ்க்கு பே கமிஷன் அறிக்கை வரும். எல்லாருக்கும் தெரியும். ஆனா உங்க கம்பெனில உன் சம்பளம் பக்கத்து சீட்ல இருக்குறவங்களுக்கே தெரியாதே. உனக்கும் கம்பெனிக்காரனுக்கும் தெரியும். அதப்பத்தி நீயும், கம்பெனியும் மட்டுந்தான பேசி முடிவு செய்றீங்க. அது இன்டிவிஜுவல் பார்கெய்னிங். கலெக்டிவ் பார்கெய்னிங் கிடையாது. அதான் அவ்ளோ இருக்கும், இவ்ளோ இருக்கும்னு ஒவ்வொருத்தரும் கற்பனை செய்றாங்க” என்றான்.

“நாங்க படுற பாடு எங்களுக்குத்தான் தெரியும்”

“வெளியே தெரிற மாதிரியோ, உங்களுக்குள்ளேயேக் கூட நீங்க உங்க பிரச்சினைய பேச முடியாதே. பேசுனா வேலையில இருக்க முடியாது. நீங்க படுற பாடு வெளியே தெரியாதுதான்.

மத்தவங்க பார்வையில உங்களோட லைஃப் ஸ்டைல் சொகுசாத் தெரியுது.”

“ஆமா. டீம்ங்குறது செய்ற வேலைக்கு மட்டுந்தா. மத்தபடி சம்பளம், அலவன்சு, பிரமோஷன், வேலைல இருக்குறது, இல்லாமப் போறது எல்லாத்தயும் அவங்க அவங்க இன்டிவிஜுவலாத்தான் ஃபேஸ் பண்ணிக்கனும்.”

“அதுதான் பிரச்சினையே. ஒரு இன்செக்யூரிட்டி எல்லாருக்குள்ளயும் உக்காந்து மிரட்டிட்டே இருக்கும். எதுவும் நிலையானதா தெரியாது.”

“பேங்க் எக்ஸாம் நடந்தா சொல்லுண்ணா. நானும் எழுதிப் பாக்குறேன்.” என்றாள்.

“இப்போ பேங்க்கையும் ஐ.டி போல மாத்துறதுக்கு ஏற்பாடு செஞ்சிட்டு இருக்காங்க” சொல்லி சிரித்தான். தொடர்ந்து “இந்த இன்செக்யூரிட்டி கூட கல்யாணம் பத்தி உன்ன யோசிக்க வச்சிருக்கும்னு நினைக்கேன்” என்றான்.

“இன்செக்யூரிட்டி, டென்ஷன் இருக்கு. உண்மைதான். ஆனா அதுதான் முக்கிய காரணமாவும் தோணல. நரேன், அவங்க அம்மா, அந்த தொண தொணப்புல்லாம் பிடிக்கல. போரிங்காவும், இரிட்டேட்டிங்காவும் இருக்கு. கல்யாணமான பெறகு ரொம்ப டிஸ்டர்ப் பண்ணும், இருக்குற நிம்மதியும் தொலைஞ்சுருமோன்னு இருக்கு” என்றாள்.

“ம்.. இருக்கலாம்.” சிரித்துக்கொண்டு அமைதியாகி விட்டான் கலைச்செல்வன்

தங்கையும், அண்ணனும் எவ்வளவோ பேசியிருந்தார்கள். ஒருவர் சொன்னதை ஒருவர் ஏற்றுக்கொள்ள முடியாமல் இருந்தபோதும் எரிச்சலோ, கோபமோ, வருத்தமோ யாரிடமும் தலையெட்டிப் பார்க்கவில்லை. இடையில் குறுக்கிடாமல் அவள் சொல்வதையெல்லாம் முழுசாய் கேட்பான். உடனடியாக பதில் சொல்ல மாட்டான். அதுகுறித்து யோசிப்பதாகவும், பிறகு பேசுவதாகவும் அவன் பாவனைகளும் உடல்மொழியும் இருக்கும். சிறிது நேரம் கழித்து ஏற்கனவே அவள் பேசியதற்கு பதில்

சொல்வதாக இல்லாமல் புதிதாக பேச ஆரம்பிப்பது போலிருக்கும். நிதானமாக பேசுவான். அவள் தர்க்கம் செய்ய ஆரம்பித்தால், "யோசிச்சுப் பாரேன். பிறகு பேசுவோம்" என சிரித்துக்கொண்டே அங்கிருந்து எழுந்து கொள்வான். இல்லையென்றால் யாழினியோடு ஒட்டிக்கொண்டு விடுவான். கொஞ்ச நேரம் கழித்து, "சொல்லு" என்பான். கலைச்செல்வனிடம் பேசுவது சலிப்பூட்டுவதாக இல்லை. அந்த நிதானமும், பக்குவமும் அண்ணனுக்கு எப்படி வந்தது என்று தெரியவில்லை.

அலையரசன் போன் செய்து, "அம்மா அழுறாங்க" எனச் சொன்னவுடன் அவள் வேகத்துடன் சித்ராவுக்கு போன் செய்து பேசியதில் கலைச்செல்வனுக்கு சம்மதமில்லை. மெர்சியும் "எதுக்கு இவ்வளவு கோபம்?" என்றாள்.

"அம்மாவப் போட்டு ஆச்சியும், முருகேச மாமாவும் இஷ்டத்துக்குப் பேசுவாங்க. எதுவும் பேச முடியாம பாவம் போல அம்மா இருப்பாங்க. ஒங் கல்யாணத்தோட நீ வீட்ட விட்டு போனதும் அம்மா அழுதுட்டேதான் இருந்தாங்க. பாக்கும் போதெல்லாம் அப்பாவையும், உன்னையும் பாட்டி எதாவது சொல்லிட்டே இருப்பாங்க. எரிச்சலா இருந்துச்சு"

அந்த இடம் கொஞ்சம் இறுக்கமானது. மெர்சியும் கலைச்செல்வனும் ஒருவர் முகத்தை ஒருவர் பார்த்து மௌனம் காத்தார்கள்.

"மெர்சிக்கும் எனக்கும் ஒரே வயசு. அவங்க வீட்டுல அப்போ மாப்பிள்ள பாக்க ஆரம்பிச்சிட்டாங்க. எனக்கு வேற வழி தெரில" கலையரசன் அமைதியான குரலில் சொன்னான்.

"ஐயோ அண்ணா, நா உன்னக் குத்தம் சொல்லல"

"புரியுது. என்ன செய்ய? அப்பா இறந்த பிறகு அவங்கதான நம்மளப் பாத்துக்கிட்டாங்க. உன்ன படிக்க வச்சாங்க"

"அதுக்காக அம்மாவும், நாம எல்லாரும் அவங்களுக்கு அடிமையா இருக்கணுமா, அவங்க சொல்றதத்தான் கேக்கணுமா. அம்மா மட்டும் படிச்சிருந்தாங்கன்னா, எதாவது வேலையப் பாத்துட்டு சொந்தக்கால்ல நின்னுருப்பாங்கதான?"

“அவங்க சொல்றத நானும் கேக்கனுமான்னு சொல்றியே. அந்த கோவத்துலதான் நரேன் வேண்டாம்னு சொல்றியா” கலையரசன் அவளை உற்றுப் பார்த்தான்.

“எங்க விட்டாலும் கடைசில கல்யாணத்துல வந்து நிக்குற.”

“ஆமா பூவு. அதப் பத்தியே நினைச்சுட்டு இருக்கேன்.”

“என்ன நினைக்குற?”

யாழினி ஏதோ பேசிக்கொண்டு கலைச்செல்வனின் முகத்தைத் தன் பக்கம் திருப்பிக்கொண்டு இருந்தாள். மெர்சி எழுந்து யாழினியைத் தூக்கிக்கொண்டு வெளியே சென்றாள்.

“நரேன் பிடிக்கலன்னு நீ சொல்ற காரணத்த ஏத்துக்க முடியல. வேற காரணம் என்னன்னு யோசிக்கிறேன்.”

“உனக்கு ஏன் அப்படி தோனுது?’

“நரேனை ஒன்றிரண்டு தடவைதான் பாத்திருக்கேன், அதுக்குள்ள எப்படி அவனைப் பிடிக்கும்னு நீ கேக்குறது சரி. அப்போ, அதுக்குள்ள எப்படி பிடிக்காமப் போகும்னு நா கேக்குறதும் சரிதான?”

“அவன் பிஹேவ் பண்ணது அப்படி.”

“ஒரு விஷயத்த புரிஞ்சுக்க. உனக்கும் அவனுக்கும் எங்கேஜ்மெண்ட் ஆயாச்சு. அல்மோஸ்ட் கல்யாணம் நடந்த மாதிரி. கடற்கரையில எல்லோரும் பார்க்க உன் தோள் மேலே கை போட்டு செல்பி எடுக்குறான். நீ கோபப்படல. ரொம்ப இயல்பா சிரிக்கிற. தியேட்டர்ல யாருக்கும் தெரியாம உன்னோட கை பிடிச்சு முத்தம் கொடுக்குறான். கோபம் வருது. உனக்கு சம்மதம் இல்லன்னு தெரிஞ்சதும் விலகிர்றான். அவமானப்படுறான். தன்னை நியாயப்படுத்தலயே. இதுல என்ன தப்பு. நீயே யோசிச்சுப் பாரு.”

“அவங்கம்மாவுக்கும், நம்ம பாட்டிக்கும் இதெல்லாம் தெரியாதுன்னு நினைக்குறியா? அது அசிங்கமாயில்ல?”

“அப்படின்னா உன் கோபம் நரேனின் அம்மா மேலயும் நம்ம பாட்டி மேலயுந்தான இருக்கணும். ஏன் நரேன் மேல?”

“எனக்கும், நரேனுக்கும், நரேனோட அம்மாவுக்கும் போனில் ஒரு மனஸ்தாபம். ஓ.கேவா? அதை சரி செய்யணும்னு ஸாரி கேக்கச் சொல்றாங்க. எனக்குப் பிடிக்கல. சரி, அம்மாவுக்காக கேட்டேன். அதோட விடணும்தானே. என்ன செய்றாங்க. நானும் அவனும் தனியா வெளியே போனா சரியாகும்னு திட்டம் போடுறாங்க. அவன் என்னத் தொட்டு முத்தம் கொடுக்குறான். அதுக்கு என்ன அர்த்தம். ஒரு ஆம்பளத் தொட்டுட்டா, பொம்பள காலாகாலத்துக்கும் அவனுக்கு அடிமை. அப்படித்தான? அதுக்கப்புறம் அவ வாயை மூடிட்டு இருப்பாங்குற நினைப்புதான? ஷிட். அசிங்கமாயில்ல. எவ்வளவு கேவலமா என்னப் பத்தி நினைச்சிருக்கணும். அதுதான் எனக்கு கோபமா இருக்கு. அவங்க நெனைச்ச மாதிரிதான நரேன் இருக்கான்?”

“ஆனா இந்தக் காலத்துல ஒரு ஆண் தொட்டுட்டான்னா பெண் அதோட முடிஞ்சு போறாளா? காலத்துக்கும் கல்யாணி போல பைத்தியமா இருப்பாங்களா? அதெல்லாம் மாறிப் போச்சு. டேட்டிங் போய்ட்டு வந்து பிரேக் ஆயிடுறாங்க. கல்யாணம் பண்ண பிறகு டைவர்ஸ் செய்றாங்க. வேற லவ், வேற கல்யாணம். சாதாரணமா நடக்குது. இவ்வளவு யோசிக்கிற உனக்கு இதெல்லாம் தெரியலயா?”

பூங்குழலி அதற்கு மேல் பேசவில்லை. யோசித்த மாதிரி இருந்தது.

“பரவாயில்ல. யோசி.” கலைச்செல்வனும் அமைதியானான்.

கல்யாணி பற்றி அண்ணன் சொன்னது உறுத்திக் கொண்டிருந்தது. அப்பாவும் கல்யாணியைத் தொட்டிருப்பாரா? ஊர் ஊராய் அலைந்து கொண்டிருக்கும் கல்யாணியின் வாழ்க்கைக்கு அர்த்தம் என்ன?

நேற்று இரவில் பஸ் ஏற்றிவிட அவனோடு கலைச்செல்வன் வந்த போது “நீ என்னிக்காவது அந்த கல்யாணியோட பேசியிருக்கியா?” கேட்டாள்.

“இல்ல. எதுக்குக் கேக்குற?”

“ஏனோ அவங்களோட பேசணும்னு இப்பல்லாம் தோனுது”

கலைச்செல்வனும் எதுவும் பேசவில்லை. பஸ் புறப்படும்போது ஜன்னல் அருகில் வந்து, "எதுன்னாலும் அண்ணங்கிட்ட பேசு. ஒன்னு புரிஞ்சுக்க. எப்பவும் அண்ணன் உங்கூட இருப்பேன். சரியாம்மா. அடிக்கடி வா" என்றான்.

கலைச்செல்வனோடு அவ்வப்போது பேசியது, மெர்சியின் அன்பான உபசரிப்பு, யாழினியோடு குழந்தையாகிப் போனது என இரண்டு நாட்களும் அமைதியைத் தந்திருந்தன. எப்போதும் வாகனங்களின் சத்தங்களுக்கும் வேகத்துக்கும் இடையே பயணிக்கிறவளுக்கு, சாயங்கால நேரத்தில் பறவைகளின் கீச்சிடல்களோடு, அமைதியான வெளியில் காலாற நடந்து சென்றது போலிருந்தது.

எழுந்து பாத்ரூம் சென்றுவிட்டு வந்தாள். ஐந்தரை காட்டியது. கொஞ்சம் தூங்கலாம் என்றாலும் ஏழு மணிக்கு புறப்பட வேண்டும் என்று மண்டைக்குள் அலாரம் ஓடியது. வாட்ஸப் போனாள். 'உனக்கு கல்யாணமாமே, சொல்லவேயில்ல' என்று வெள்ளிக்கிழமை மதியம் பிரகாஷ் அனுப்பிய மெஸேஜ்க்கு நேற்று "எனக்கே நீ சொல்லித்தான் தெரியுது" என்று பதில் அனுப்பி இருந்தாள். அதற்கு விழி பிதுங்கி நிற்கும் எமோஜி அனுப்பி இருந்தான். லேசாய் சிரித்துக் கொண்டே நகர்ந்தாள். "நேற்று நீயும் அலையும் வீட்டுக்கு வருவீர்கள் என நினைத்தேன். நீ மதுரையில் அண்ணன் வீட்டிற்கு திடீரென்று சென்று விட்டதாக அலை சொன்னான். எனி ப்ராப்ளம்?" என சோஃபியா கேட்டிருந்தாள். ஃபேஸ் புக்கில் மேய்ந்தாள். சுவாரசியம் இல்லாமல் தள்ளிக்கொண்டே வந்தவள் பிரகாஷ் என்று தெரிந்தவுடன் நிறுத்தினாள்.

*அழைக்கும் போதெல்லாம்*
*குரலைக் கேட்கிறேன்*
*நினைக்கும் போதெல்லாம்*
*முகம் பார்க்கிறேன்*

*என்ன செய்தாலும்*
*உன் கை தொட்ட*
*ஸ்பரிசம் மட்டும்*
*கிடைக்கவே இல்லை."*

கவிதை போல எழுதி இருந்தான். நான்கு மணி நேரத்துக்கு முன்பு என காட்டியது. அப்போது இரவு ஒன்றரை மணி போல இருக்கும். அந்நேரத்துக்கு என்ன காதல் கவிதை? ஆறு பேர் லைக் செய்திருந்தார்கள். அதில் பெண்ணின் பெயர் இருக்கிறதா என பார்த்தாள். ஏன் அதையெல்லாம் ஆராயத்தோன்றுகிறது என்பதும் உறுத்தியது. சிரித்துக் கொண்டிருக்கும் அவனது ப்ரொஃபைல் படத்தையேப் பார்த்தாள். வேலை கிடைத்து சென்னையை விட்டு பெங்களூர் சென்றதும் எழுதி இருக்கிறான். அவன் யாரையோ காதலிக்கிறான் என்பது கசப்பாய் இருந்தது.

மொபைலை தள்ளி வைத்து விட்டு கண்களை மூடிக் கொண்டாள். எதுவும் சுவாரசியமில்லாமல் போயிருந்தது. முந்தாநாள் அம்மாவிடம் பேசிய பிறகு யாரிடமிருந்தும் இப்போது வரை போன் வரவில்லை. அவர்களும் யோசிக்கிறார்கள் போல. நல்லது என முணுமுணுத்துக் கொண்டாள். கண்கள் களைப்படைந்திருந்தன.

அசந்து தூங்கியிருக்க வேண்டும். மொபைல் சத்தம் போட்டதும் பதறி எழுந்து பார்த்தாள். மணி ஆறு. கலைச்செல்வன் அழைத்துக் கொண்டிருந்தான். "சொல்லுண்ணா" என்றாள்.

"எப்பம்மா சென்னைக்குப் போய்ச் சேந்தே?"

"அஞ்சு மணிக்கு." அவள் குரல் தளர்ந்திருந்தது.

"தூங்குறியா... அப்புறமா பேசுறேன்."

"இல்லண்ணா, ஏதோ சொல்ல வந்தே.."

"நேத்து உன்னை பஸ் ஏத்திட்டு வந்த பிறகு அம்மா போன்ல பேசினாங்க.நாலு வருசத்துக்கப்புறம் அம்மாக் குரலைக் கேட்டேன்."

பூங்குழலிக்கும் குரல் கம்மியது. "ம்.. சொல்லுண்ணா"

"உன்னப் பத்தித்தான் பேசினாங்க. உனக்கு புத்திமதி சொல்லி கல்யாணத்துக்கு சம்மதிக்க வச்சிருப்பான்னாங்க."

பூங்குழலி அமைதியாக இருந்தாள்.

"அன்னிக்கு நீ அம்மாக்கிட்ட போன்ல பேசுனத வீட்டுல எல்லோரும் ஸ்பீக்கர்ல கேட்டாங்களாம். கோபமா

இருக்காங்களாம். ஓம் பேச்சக் கேப்பா ஒந்தங்கச்சின்னு அழுதாங்க.”

“நீ என்னண்ணா சொன்ன?”

“நா உங்கிட்ட பேசியிருக்கேன். கொஞ்சம் பொறுமையா இருங்கன்னு சொல்லியிருக்கேன். நீயும் யோசி.”

“இல்லண்ணா. கல்யாணம் பண்ணனும்னு தோனல.”

“உனக்கு நரேன் பிடிக்கலையா? இல்ல, கல்யாணமே பிடிக்கலயா?”

“எனக்கு எதுவும் பிடிக்கலண்ணா.” வேண்டா வெறுப்பாக பேசினாள்.

“ஸாரி பூவும்மா. பிறகு பேசுறேன்.”

அண்ணனும் கூட வெறுத்துப் போயிருப்பான். கவிழ்ந்து படுத்துக் கொண்டு அழ ஆரம்பித்தாள். நரேனுடனான கல்யாணத்தில் ஏன் ஆர்வமும், ஆசையும் கொஞ்சம் கூட இல்லையென்று அவளுக்கேத் தெரியவில்லை. எல்லோரும் சொல்கிறார்கள் என்று அவர்களுக்காக செய்து கொள்ளும் காரியமாக மட்டுமே தெரிந்தது. தன்னைப் பற்றி யாரும் கவலைப்படவில்லை போலவும், தனித்து விடப்பட்டது போலவும் உணர்ந்தாள்.

அறையின் கதவு தட்டப்பட்டது. முகத்தைத் துடைத்துக் கொண்டு போய் திறந்தாள்.

“ஹேய் பேபி” சந்தோஷத்தோடு பாய்ந்து அப்படியே அவளைக் கட்டிப்பிடித்து அழுத்தமாய் முத்தம் கொடுத்தாள் ஸ்ரீஜா. அவளைத் தள்ளிவிட்டு கேவலோடு போய் படுக்கையில் விழுந்தாள் பூங்குழலி.

“என்னாச்சு... இன்னும் கோபம் தீரலியா” என்றவள் கதவை சாத்திவிட்டு வந்து, அவள் தலையைத் தூக்கி தன் மடியில் வைத்துக் கொண்டு முகத்தையேப் பார்த்தாள்.

எழுந்திருக்க வேண்டும், அவளிடம் கோபம் கொள்ள வேண்டும் என்று நினைத்தாலும் முடியவில்லை. அவள் மடியில்

இருக்க வேண்டும் போலிருந்தது. அந்த நேரத்தில் பெரும் ஆறுதலாய் இருந்தது.

"ஸ்ரீ, உன்னைப் பாத்தாலே உற்சாகமா இருக்கு. உங்கிட்ட கோபப்பட்டு சண்டை போட நினைச்சாலும் முடியல. எப்படி உன்னால இப்படி இருக்க முடியுது. உங்கிட்டயிருந்து எனக்கு கொஞ்சம் தாயேன்" என்றாள்.

# 19

# 14 மார்ச், 2016 - திங்கள்

சனியும், ஞாயிறும் பவித்ராவோடு இருக்கும் வரை அமைதியாகவும், நிதானமாகவும் இருந்தது. நேற்று இருட்டிய பிறகுதான் தன் அறைக்குத் திரும்பினான். கிஷோரும், பிரசாந்த்தும் அப்போதுதான் எழுந்து குளித்து வெளியே செல்வதற்கு தயாராய் இருந்தார்கள். அவனைப் பார்த்ததும் "வா ப்ரோ, சரியான நேரத்துக்குத்தான் வந்த" என உற்சாகமானார்கள். பீர் அடிப்பதற்கு அழைத்தார்கள்.

"இல்ல, துணி துவைக்க வேண்டியிருக்கு, நீங்க போய்ட்டு வாங்க" என்றான்.

"அந்த செல்பிக்கே பார்ட்டி வைக்கணும் ப்ரோ" கெஞ்சினார்கள். ஐநூறு ருபாய் கொடுத்து ஒருவழியாய் அனுப்பி வைத்து பிக்கல் பிடுங்கல்களிலிருந்து தப்பித்தான். இரண்டு மூன்று மணி நேரம் கழித்து திரும்பியவர்கள் அவர்களுக்குள் சத்தம் போட்டு பேசிக்கொண்டு இருந்தனர். கிஷோர் அவனது மேனேஜரை கோபமாய் திட்டிக்கொண்டே இருந்தான். பிரசாந்த்திற்கு அவனது அம்மாவின் மருத்துவச் செலவுக்கு பணம் அனுப்ப வேண்டியிருந்தது. அதற்கான முயற்சிகளில் தேறாமல் இருந்தான். விரக்தியில் இங்கிலீஷாய் வந்தது. நரேன் இன்னொரு அறையில் போய் படுத்துக் கொண்டான்.

இன்று காலையில் அவனுக்கு முன் கிஷோரும், பிரசாந்த்தும் எழுந்திருந்தார்கள். முகம் பார்த்து பேச முடிந்த சொற்ப நேரங்களிலும் நரேனின் கல்யாணம், பூங்குழலி குறித்த பேச்சே அறையில் வரவில்லை. கிஷோரும் பிரசாந்த்தும் சட்டைகளை அயர்ன் செய்வது ஷூக்களை துடைப்பது என ரொம்பத் தீவீரமாய் காணப்பட்டார்கள். அடுத்த ஐந்து நாட்களும் அப்படித்தான். தீயாய் இருப்பார்கள். நிம்மதியாய் இருந்தது நரேனுக்கு.

பைக்கை வெளியே எடுத்து ஸ்டார்ட் செய்யவும் சந்திரா போன் செய்தார். வெள்ளிக்கிழமை இரவு பேசிய பிறகு அம்மாவிடம் பேசவே இல்லை. சென்னைக்கு வந்து இப்படி இரண்டு நாட்கள் தொடர்ந்து பேசாமல் இருந்ததே இல்லை. பவித்ரா எல்லாவற்றையும் ஏற்கனவே பேசியிருந்ததால் அழைப்பை ஏற்று "சொல்லுங்கம்மா" என்றான்.

"நரேன்! ஆபிஸ்க்கு கிளம்பிட்டியாப்பா?"

"ஆமாம்மா.."

"சாப்பிட்டியா.."

"இனுமத்தான் போற வழில சாப்பிடணும்"

"நீ எதுக்கும் கவலப்படாதப்பா"

"சரிம்மா.... நீங்க சாப்பிட்டீங்களா?"

"இனுமத்தான். சாப்பிட இட்லிய தட்டுல எடுத்து வச்சேன். உன் ஞாபகம் வந்துச்சு."

"அம்மா.."

"சொல்லு நரேன்.."

"கோவமா பேசினதுக்கு மன்னிச்சிருங்கம்மா." இளகிப் போயிருந்தான்.

"உன்னப் போயி அவ தப்பா நெனச்சிட்டாளேன்னுதாங் கவல. கடவுள்தான் நல்ல புத்திய எல்லாருக்கும் குடுக்கணும். உடம்பப் பாத்துக்க."

"சரிம்மா.."

"ரோட்ல பாத்துப் போப்பா. வச்சிர்றேன்"

அம்மாவின் பேச்சில் இருந்த கனிவும், உருக்கமும் அலைக்கழித்தது. இந்தக் கல்யாணத்தின் மீது எவ்வளவு ஆசை வைத்திருந்தார்கள். அதைப் பற்றியே நினைத்துக் கொண்டு, கனவு கண்டு, பேசிக்கொண்டு இருந்தார்கள். ரோட்டில் போகும் வழியெல்லாம் அம்மாவையே நினைத்துக் கொண்டிருந்தான். போனில் கேட்ட அம்மாவின் குரலில் அந்த ஆசையெல்லாம் விட்டுப் போயிருந்தது. அவனது கம்பெனிக் கட்டிடத்திற்குள்

நுழைந்து நான்காவது தளத்திற்குச் செல்ல லிஃப்டுக்காக காத்திருக்கும் வரை அவஸ்தையாய் இருந்தது.

மேல் நோக்கி நகரும்போது நரேனுக்கு ஆஷாவின் நினைவு வந்தது. இரண்டு நாட்களாய் இல்லாமலிருந்தது. அவள் முகத்தை எப்படிப் பார்ப்பது என தவிக்க ஆரம்பித்தான். தயக்கத்துடன் ஆபிஸுக்குள் நுழைந்தான். அவள் இருந்த இடத்தை தவிர்த்து ஜேக்கப் அருகே இருந்த வழியில் சென்று தனது சேரில் அமர்ந்து கொண்டான். கொஞ்ச நேரத்தில், “குட்மார்னிங் நரேன்” என பின்னால் ஆஷாவின் குரல் கேட்டது. தலையை மட்டும் ஒரு கணம் திருப்பி, “குட்மார்னிங்” சொல்லி வேகமாய் சிஸ்டத்திற்குள் புகுந்து கொண்டான்.

அவனருகே குனிந்து, “வேணும்னே என்னை அவாய்ட் பண்ணித்தானே உள்ள வந்தே? அப்போ நான் அசிங்கமானவ அப்படித்தானே?” முணுமுணுத்த குரலில் அழுத்தமாய் கேட்டாள்.

கொஞ்சம் தள்ளி இருந்த இர்ஃபான் அவர்களை பார்ப்பதை ஆஷா கவனித்தாள். நிமிர்ந்து அவனது சேரை லேசாக சுழற்ற, அது திரும்பி அவளுக்கு நேராய் நின்றது. “என்னாச்சு, கண்ணு கூசுதா?” என்றாள்.

“இல்லய” அவள் முகத்தைப் பார்த்துவிட்டு குனிந்து கொண்டான்.

“என்னாச்சு ஆஷா?” இர்ஃபான் சிரித்துக் கொண்டே கேட்டான்.

“என் மூஞ்சைப் பாக்க பிடிக்கலயாம். குட்மார்னிங் கூட இந்த ஃபெல்லோக்கு சொல்ல முடில.” சத்தமாய்ச் சொன்னாள்.

அவசரமாய் எழுந்து நின்று, “இப்ப என்ன? நேரமாய்ட்டுன்னு வேகமா வந்து உட்காந்தேன். குட்மார்னிங். சொல்லியாச்சு. போதுமா” என சொல்லி சேரைத் திருப்பி கம்ப்யூட்டரைப் பார்த்து உட்கார்ந்தான். மேலும் சிலர் நடக்கிற கலாட்டாவைப் பார்க்க ஆரம்பித்தார்கள்.

“ஒரு வீக்கோட பிகினிங்கையே அப்செட் பண்ணிட்டான். அவனுக்குன்னு ஒரு கேர்ள் வந்தவுடனே நாம எல்லாம்

கண்ணுக்குத் தெரியல. என்ன?" அதட்டிக்கொண்டே சேரை மறுபடியும் சுழற்றி தன் பக்கம் அவனைத் திருப்பினாள்.

நரேனுக்கு எரிச்சலாய் இருந்தது. "விடு ஆஷா. வேல இருக்கு" திரும்பப் போனான்.

சேரை விடாமல் பிடித்துக்கொண்டு, "லுக் ஹியர். வந்த புதுசுல பயந்து பயந்து என்னை நீ சைட் அடிச்ச காலமும் உண்டு. அதையெல்லாம் மறந்துராத ஜெண்டில்மேன்" என்றாள்.

சுற்றிலும் மொத்தமாய் சிரித்தார்கள். தாங்க முடியாமல், "டோண்ட் யூ ஹெவ் எனி மேனர்ஸ்? எனி சென்ஸ்? ஸ்டுப்பிட் மாதிரி பிஹேவ் பண்ற? நீ கிட்டிங் பண்ண நாந்தான் கிடைச்சேனா?" சத்தமாய் கத்தினான்.

ஆஷா அதிர்ந்து போனாள். அந்த இடம் அப்படியே அமைதியானது. சட்டென சேரிலிருந்து கைகளை எடுத்துக் கொண்டாள். "ஸாரி... ஸாரி.." அவன் முகத்தைப் பார்க்கக் கூட முடியாமல், கொஞ்ச தள்ளி இருந்த தன் இருக்கைக்கு வேகமாய்ச் சென்று உட்கார்ந்தாள். தன் சேரைத் திருப்பிக்கொண்டு உட்கார்ந்தான் அவன். யாருக்கும் எதுவும் சொல்லத் தோன்றவில்லை. ஆஷா எழுந்து ரெஸ்ட் ரூம் போவதைப் பார்த்தார்கள்.

நரேனுக்கு தலை முழுவதும் ஜிவ்வென்று இழுத்தது. அங்கு இங்கு முகம் திருப்பாமல் சிஸ்டத்தையே பார்த்துக் கொண்டிருந்தான். டெவலப் செய்யப்பட்டிருந்த வெப்சைட்டின் செயல்பாடு, எளிதில் கையாளும் வகையில் வடிவமைப்பு, வேகம் என ஒவ்வொன்றாய் டெஸ்ட் செய்து குறைகளை டாகுமெண்ட்டேஷன் செய்ய வேண்டியிருந்தது. வேலைக்கு முழுவதுமாய் தன்னைக் கொடுக்க முடியாமல் திணறினான். தான் நடந்து கொண்டதும் கத்தியதும் வந்து வந்து உறுத்தியது. எல்லோரிடமும் இருந்த அமைதி அதை நினைவுபடுத்திக் கொண்டே இருந்தது. சேரை விட்டு எழாமல் வேலையிலேயே கவனமாய் இருப்பது போலிருந்தான்.

பனிரெண்டு மணிக்கு ராஜேஷும், இர்ஃபானும் டீ குடிக்க அழைத்தார்கள். "வேலையிருக்கு. நீங்க போய்ட்டு வாங்க..."

இருந்து கொண்டான். வெளியே டீக்குடித்துக் கொண்டிருப்பவர்கள் அவனையும் ஆஷாவையும் பற்றித்தான் பேசுவார்கள். எவ்வளவு டீக்கள் குடித்திருக்கிறான்? பேசட்டும் என இருந்தான்.

ஒரு தடவை ரெஸ்ட் ரூமுக்குப் போனது, அப்புறம் லஞ்ச்சுக்கு எழுந்ததோடு சரி. பொதுவாகவே அதிகம் தன் இருக்கையை விட்டு எழ மாட்டான். தேவையில்லாமல் யாரிடமும் பேச மாட்டான். இருந்த கொஞ்ச நஞ்ச சகஜத்தையும் இழந்து போனான். மதியத்திற்கு மேல் ஒரு தடவை ஆஷா அவனைத் தாண்டி சதீஷிடம் சென்று ஏதோ பேப்பர்களை வைத்துக்கொண்டு பேசிச் சென்றாள். அப்போது மட்டும் திரும்பி அவளைப் பார்த்தான். வழக்கமான சிரிப்பும், கிளர்ச்சியுமான முகம் இல்லை. வாடிப் போயிருந்தாள்.

அவளிடம் "ஸாரி" சொல்ல வேண்டும் போலிருந்தது. எதுவோ தடுத்தது. ஆரம்பத்தில் யாரிடமும் பழகாமல் கூச்சம் கொண்டு இந்த ஆபிஸில் தனித்து நின்றபோது, வேலை தெரியாமல் தவித்தபோது அவள்தான் சரி செய்தவள். தன்னம்பிக்கை தந்தவள். எது வேண்டுமானாலும் பேசக் கூடிய மனுஷியாய் இருந்தாள். அவள் வீட்டுக்குச் சென்றிருக்கிறான். அம்மா, அப்பா, குழந்தை எல்லோரும் தெரியும். சென்னையில் அவன் அதிகம் பேசிப் பழகியது அவளோடுதான். அதற்கு முன்பும் நிறைய கேலி கிண்டல் செய்திருக்கிறாள். அப்போதெல்லாம் இயல்பாகவும், ஒரு சந்தோஷத்தோடும் எடுத்துக் கொண்டவன்தான்.

இன்றைக்கு அப்படி வழக்கம் போல இருக்க முடியாமல் போய்விட்டது. கொதித்து விட்டான். வெளியே யாரிடமும் இதுவரை அப்படி நடந்து கொண்டதேயில்லை. அவனுக்கே அது விசித்திரமாயிருந்தது. அவளைப் போய் காயப்படுத்தி விட்டோமே என குற்ற உணர்வு கொண்டான். அவள் முகத்தைப் பார்க்க சங்கடமாயிருந்தது.

சிஸ்டத்தில் நேரத்தைப் பார்த்தான் நரேன். மணி ஏழை நெருங்கியிருந்தது. காலை பத்து மணிக்கு வந்து உட்கார்ந்தவன். ஓரளவுக்குத்தான் வேலை முடிந்திருந்தது. நாளைக்குள் ரிப்போர்ட் கொடுக்க வேண்டும். இன்றைக்கு அதற்கு மேல் முடியாது போல

சோர்வு அழுத்தியது. டீமில் மற்றவர்கள் கிளம்பி விட்டிருந்தார்கள். ஜேக்கப், சுதா, ஆஷா இருந்தார்கள். ஆஷா போனதும் கிளம்பலாம் என காத்திருந்தான். அவள் முகம் பார்த்து "பை" சொல்ல தெம்பில்லை.

காலையில் இருந்து பூங்குழலியின் நினைவு வரவேயில்லை என்பது ஆச்சரியம் போலிருந்தது. பூங்குழலி கலைச்செல்வன் வீட்டிற்கு சென்றது, தன் அம்மா சித்ராவிடம் போனில் பேசியது, அவள் சரியாகும் வரை இன்விடேஷன் கொடுக்கப் போவதில்லை என முடிவெடுத்திருப்பது வரை முருகேசன் எல்லாவற்றையும் மூர்த்தியிடம் சொல்லியிருந்தார். அவர் நேற்று பவித்ரா வீட்டில் அவன் இருக்கும்போது போன் செய்து சில நாட்கள் அமைதியாய் இருப்போம், என்ன நடக்கிறதென்று பார்ப்போம் என பேசியிருந்தார்.

பூங்குழலி மதுரையிலிருந்து சென்னை வந்திருப்பாள். வேலைக்குச் சென்றிருப்பாள். அவள் மீது கோபமும், எரிச்சலும் வந்தது. தனக்கு எந்த வாய்ப்பும் கொடுக்காமல் அவமானப்படுத்தி விட்டாள் என்றிருந்தது. அப்படித்தானே ஆஷாவும் தன் மீது கோபம் அடைந்திருப்பாள் என உடனே தோன்றியது.

ஹீல்ஸ் சத்தம் ஒலிக்க ஆஷா அவனைக் கடந்து சென்று அறையை விட்டு வெளியேறினாள். வேறு வழியாகவும் சென்றிருக்கலாம். "நான் போகிறேன்" என்பதை அவனிடம் சொல்லாமல் சொன்னாள். கதவைத் திறந்து வெளியேறும் வரை அவளைப் பார்த்துக் கொண்டிருந்தான் நரேன். சிறிது நேரத்திற்கு பின் சிஸ்டத்தை அணைத்துவிட்டு ஜேக்கப்பிடமும், சுதாவிடமும் "பை" சொன்னான். "என்னாச்சு உனக்கு. ஆஷா ரொம்ப டிஸ்டர்ப் ஆகிட்டா" என்ற ஜேக்கப்புக்கு பதில் ஒன்றும் சொல்லாமல் வெளியேறினான்.

வராண்டாவில் நடந்த போது கண்ணாடி தடுப்புகளின் வழியே வெளியுலகம் தெரிந்தது. இரண்டு நாட்களுக்கு முன்பு வெள்ளி இரவு தான் தங்கியிருந்த வீட்டில் இருந்து பார்த்ததைவிட நகரம் கீழே இருந்தது. இருட்டில் எங்கும் வெளிச்ச சிதறல்களாகவும், புள்ளிகளாகவும் விரிந்து பரந்து கிடந்தது. தினமும் பார்ப்பதுதான்

என்றாலும் ஏதோ பெருஞ்சோகத்தோடு காணப்பட்டது இன்று. ரொம்ப கீழே வாகனங்கள் சின்னப் புள்ளிகளாய் நகர்ந்து கொண்டிருந்தன.

லிஃப்ட்டில் இறங்கி கட்டிடத்தை விட்டு வெளியே வந்தான். பைக்கை ஸ்டார்ட் செய்து கம்பெனியின் வாசலைத் தாண்டி ரோட்டுக்கு வந்தான். சோடியம் வெளிச்சம் நிறைந்திருந்த அந்த இடத்தில் வலது பக்கம் கொஞ்சம் தள்ளி ஆஷா ஒரு ஆட்டோவுக்கு கை காட்ட அது நிற்காமல் சென்றது. பைக்கைத் திருப்பி அவளருகே சென்றான். “ஸாரி ஆஷா” என்றான்.

அவனைக் கண்டுகொள்ளாமல் வேறு ஆட்டோ வருகிறதா என பார்த்துக் கொண்டிருந்தாள். “உன் வண்டிக்கு என்னாச்சு?” என்றான். அவள் அதற்கும் பதில் சொல்லவில்லை. பைக்கை விட்டு இறங்கினான். “மன்னிச்சிரு ஆஷா. இப்படி ஒருநாளும் யார்க்கிட்டயும் நடந்துக்கிட்டதேயில்ல. ஸாரி.. ஸாரி.” சொல்லிக்கொண்டே இருந்தான். பக்கத்தில் இரண்டு மூன்று பேர் அவர்களைப் பார்த்துக் கொண்டிருந்தார்கள். அவன் கை பிடித்து,“போதும் நிறுத்து. வண்டி எடு” சொல்லி, அவன் ஸ்டார்ட் செய்யவும் பின்னால் ஏறிக் கொண்டாள் ஆஷா.

“தாங்ஸ் ஆஷா” என்றவன் கிளம்பினான். “வண்டில வரல?” கேட்டான்.

“காலைல புறப்படும் போது ஸ்டார்ட் ஆகல. கால் டாக்ஸிலதான் வந்தேன். இப்பவும் புக் பண்ணேன். வர அரை மணி நேரம் ஆகும்னு காட்டிச்சு. சரி ஆட்டோல்ல போயிருவோம்னு பாத்தேன்.” என்றாள்.

அதற்கு மேல் இருவரும் பேசிக்கொள்ளவில்லை. பைக்கின் பின்னால் உட்கார்ந்திருக்கும் இரண்டாவது பெண் ஆஷா. இதுவரை வேறு யாரையும் உட்கார அனுமதித்ததில்லை என்று பூங்குழலியிடம் சொன்னது நினைவுக்கு வந்தது.

“வீட்டுக்குத்தான?” கேட்டான்.

“ம்” என்றவள் அவன் தோள் மீது கை வைத்துக் கொண்டாள். அன்றைக்கு பூங்குழலி ஒருதடவை கூட தன் தோளில் கை வைக்கவில்லை என்பதை உணர்ந்தான்.

“இன்விடேஷன் அடிக்கக் கொடுத்திருந்தியே. வாங்கிட்டியா?”

“இல்ல” என்றான்.

“அப்புறம் என்னாச்சு நரேன் வெள்ளிக்கிழம” ஆஷா கேட்டாள்.

“புரியல...”

“பூங்குழலியோட செல்ஃபி எடுத்தத அனுப்பியிருந்தே. பிறகு என்னாச்சு?”

“ஒன்னுமில்ல. அவ ஹாஸ்டலுக்குப் போய்ட்டா. நா ரூமுக்குப் போய்ட்டேன். தட்ஸ் ஆல்.”

கொஞ்ச நேரம் ஒன்றும் பேசாமல் இருந்தவன், “ஆஷா, எதாவது ஒரு ரெஸ்டாரண்ட்ல காஃபி சாப்பிடலாமா?” கேட்டான்.

“ஷ்யூர்.” என்றாள்.

ரோட்டிலிருந்து கொஞ்சம் உள்ளே தள்ளி, அமைதியாக, தேவையான வெளிச்சத்தில் இருந்த ரெஸ்டாரண்ட்டில் நிறுத்தினான். இருவரும் ஒரு டேபிளில் எதிரெதிரே அமர்ந்தார்கள். வந்த சர்வரிடம், “இரண்டு காஃபி” சொன்னான் நரேன். ரோட்டையும், அதில் செல்கிற வாகனங்களையும் ஆஷா பார்த்துக் கொண்டிருந்தாள். மெல்ல அவள் கண்களில் ஈரம் படிவதைப் பார்த்தான்.

“இப்ப சொல்லு நரேன், எதுக்கு என்னைப் பாக்காம காலைல போனே?” முகத்தில் அழுகையும், கோபமும் சேர்ந்தே இருந்தது.

“விடு ஆஷா. உன் முகத்தப் பாக்க ஏனோ சங்கடமாயிருந்துச்சு.”

“நா தப்பானவன்னு நினைக்கிறேல்ல..?”

“மேனேஜரோட உன்னப் பாத்தத தாங்க முடில. மனசால ஏத்துக்க முடில.”

“தாங்ஸ் நரேன். உண்மையச் சொன்னதுக்கு.”.

சர்வர் காபி வந்து கொடுத்தான். இருவரும் குடிக்க ஆரம்பித்தார்கள். அவள் இயல்பாகிக்கொண்டு இருந்தாள்.

“யெஸ். ஐ ஹட் செக்ஸ் வித் ஹிம். தப்பாத் தெரில நரேன்.” அவள் தீர்க்கமாய் இருந்தாள்.

நரேனால் அவள் முகத்தைப் பார்க்க சங்கடமாயிருந்தது.

"என்னைக் கல்யாணம் பண்ணி குழந்தையைத் தந்தவன் ரெண்டு பேர் சம்பாத்தியத்தையும் ஒரே ஆளா சம்பாதிக்கிறதுக்கு அமெரிக்கா போனான். என்னை வேலையை விட்டுட்டு அமெரிக்கா வரச் சொல்றான். அப்படி ஒன்னு நடந்துச்சுன்னா நா காலம் பூரா அவன டிபண்ட் பண்ணித்தான் இருக்கணும். இங்கேயே ரெண்டு பேரும் சம்பாதிச்சு சந்தோஷமா இருக்கலாம்னு சொன்னத கேக்கல. ரெண்டு வருஷமாச்சு. செக்ஸ் வச்சுக்காமயா அங்க இருப்பான்?"

அவள் காபி குடிக்காமல் பேசிக்கொண்டு இருந்தாள். கையைக் காட்டி குடிக்கச் சொன்னான் நரேன்.

அதைக் கவனிக்காமல் "மாஸ்டர்பேட் பண்ணலாம். ஹோமோ செக்ஸ் வச்சுக்கலாம். ஏதோ ஒரு பெண்ணோட இருக்கலாம். ஏன் செக்ஸ் டாய் யூஸ் பண்ணலாம். செக்ஸ் இல்லாம அவன் இருப்பானா?"

ஆஷா இப்படியெல்லாம் பேசுவாள் என அவன் எதிர்பார்க்கவில்லை. ரொம்ப தீவிரமாக பேசிக்கொண்டு இருந்தாள்.

"அந்த மேனேஜருக்கு நானும், எனக்கு அவனும் செக்ஸ் டாய்னு நினைச்சுட்டுப் போயேன். அதுக்கு மேல எனக்கு அவனுக்கும் ஒன்னும் இல்ல. போதுமா? ஜஸ்ட் செக்ஸ். அதுக்கு ஏன் முகம் சுழிக்கிறீங்க?" முகமெல்லாம் கோபத்தில் பொங்கிக் கொண்டு இருந்தது.

நரேன் வாயடைத்துப் போயிருந்தான்.

"அதுக்காக நா ஒன்னும் அலையவும் இல்ல. மேனேஜருக்காக உருகவும் இல்ல. யாருக்கும் துரோகம் செய்றதாவும் நினைக்கல. என்னோட அம்மா, அப்பா, குழந்தைய எல்லாம் நாந்தா பாத்துக்குறேன். முக்கியமா பணத்துக்காக நா இதச் செய்யல. அவந்தான் பணத்துக்காக பொண்டாட்டி, புள்ள, அம்மா, அப்பா எல்லாத்தயும் விட்டுட்டுப் போயிருக்கான்."

படபடவென்று பேசியவள் காபியைக் குடித்தாள். ஆறிப் போயிருந்தது. "சூடா இன்னொரு காபி சொல்றியா?" கேட்டாள்.

நரேன் சர்வரை அழைத்துச் சொன்னான்.

“ஆபிஸ்ல என்னைப் பத்தி என்ன பேசுறாங்கன்னும் தெரியும். அதப் பத்தி கவலப்படல. நீயும் அப்படி நினைச்சிராத ப்ளீஸ்.” அவன் கையைப் பிடித்துக் கொண்டாள்.

“இன்னிக்குக் காலைல குனிஞ்சு உன் காதுல பேசுனத, மத்தவங்க ஒரு மாதிரி பாத்தாங்க. அதான் சத்தமா உன்னக் கிண்டல் பண்ணேன். நீ அதுக்குள்ள பொங்கிட்டே..” பரிதாபமாய் சிரித்துக் கொண்டாள்.

“ஸாரி ஆஷா.” பிடித்திருந்த அவளது கைகளை லேசாய் தட்டிக் கொடுத்தான்.

“சரி. வெள்ளிக்கிழம என்னாச்சு. சொல்லிக் குடுத்த குரு கிட்டயே சரியா பதில் சொல்ல மாட்டேங்குறியே?” கண்ணடித்தாள். வந்த காபியை அவள் குடித்துக் கொண்டு இருக்க, நரேன் எல்லாவற்றையும் சொன்னான்.

“நினைச்சேன். ஏதோ சம்திங் ராங்னு தெரிஞ்சுது. இல்லன்னா நீ காலைல அவ்ளோ கோபப்பட்டிருக்க மாட்ட. அவ கூட சந்தோஷமா இருந்தத நினைச்சு உலகத்தையே மன்னிச்சிருப்பே” கடகடவென சிரித்தாள். எப்போதும் பார்க்கிற ஆஷாவாகி இருந்தாள்.

“பூங்குழலிக்கு வேற ஏதோ கோபமும், காரணமும் இருக்குன்னு நினைக்கேன்” என்றாள்.

“இதத்தான் பவித்ராவும் சொன்னா.”

“இப்ப ரொம்ப ஃப்ரீயா ஃபீல் பண்றேன்.” என்ற ஆஷா அவன் கை பிடித்து முத்தம் கொடுத்தாள்.

ஆச்சரியத்தோடு அவளைப் பார்த்தான் நரேன். “இதுல முழுசும் அன்பு மட்டுந்தான் இருக்கு” எழுந்தாள்.

# 20

# 15 மார்ச், 2016 - செவ்வாய்

தனக்குத்தான் அலாரம் அடிக்கிறது என்ற பிரக்ஞையோடு எரிச்சலும் சேர்ந்தே வந்தது. கண் விழித்தாள் பூங்குழலி. குட்நைட் ப்ளக்கிலிருந்து பழக்கமான சின்ன வெளிச்சம் தெரிந்தது. கட்டிலையொட்டி இருந்த ஜன்னல் ஓரத்தில் தடவி மொபைலை எடுத்துப் பார்த்தாள். சரியாக ஐந்துதான். எழுந்து விளக்கைப் போட்டாள்.

ஸ்ரீஜா ஒருக்களித்து கால்களைச் சுருக்கி சின்னக் குழந்தை போல் தூங்கிக் கொண்டிருந்தாள். ஃபேன் காற்றில் நெற்றியை ஒட்டி சன்னமாய் அசைந்து கொண்டிருந்த தலைமுடிகளில் அவளிடம் ததும்பிக் கொண்டிருக்கும் அமைதி தெரிந்தது. குறும்பு பொங்கும் பார்வையோடும், சிறு புன்னகையோடும் ரசித்தாள் பூங்குழலி.

ஸ்ரீஜாவுக்கு ஒன்பது மணிக்கு கிளம்பினால் போதும். அவள் தூங்கட்டும் என்று அறையின் விளைக்கை அணைத்துவிட்டு பாத்ரூம் விளக்கைப் போட்டாள். அங்கிருந்து கசியும் வெளிச்சத்தில் அறைக்குள் நடமாடப் பழகியிருந்தாள். கம்பெனிக்கு செல்ல கால் டாக்ஸி புக் செய்தாள். பேஸ்ட், பிரஷ்ஷை எடுத்துக்கொண்டு பாத்ரூம் சென்று கதவை மூடிக்கொண்டாள்.

ஆறரை மணிக்கு சிஸ்டம் முன்னால் உட்கார வேண்டும் என்றாலும், கடந்த சில நாட்களாய், ஏழு, ஏழரைக்குத்தான் சென்று கொண்டிருக்கிறாள். நேற்றெல்லாம் கிட்டத்தட்ட எட்டு மணியாகி விட்டது. ஸ்ரீஜா மடியில் அப்படியே படுத்திருக்க வேண்டும் போலிருந்தது. லீவு போட்டு விடலாமா என்று கூட நினைத்தாள். ஸ்ரீஜாதான் சமாதானப்படுத்தி, "நானும் ஆபிஸ் போகணும். வா, இரவு பேசிக்கொள்ளலாம்" என அனுப்பி வைத்தாள்.

ஃபாஸ்டஸ் லியோ கடுப்பாகியிருக்க வேண்டும். முகத்தில் இறுக்கம் தெரிந்தது. மதுரைக்கு அண்ணன் வீட்டுக்குச் சென்றதாகவும், காலையில் பஸ் வர நேரமாகிவிட்டதாகவும் சொல்லி சமாளித்தாள். "இதையே வழக்கமாக்கிடாத. பாத்துக்க." சிரிக்காமல் சொன்னான். மிரட்டல் போலிருந்தது. இனி சரியான நேரத்துக்கு வந்துவிட வேண்டும் என்று அப்போதே உறுதி செய்திருந்தாள். பேசிப் பேசியே ஒரு வழியாக தூங்கும்போது இரவு ஒரு மணிக்கும் மேலாகி விட்டது.

குழந்தை போல் ஸ்ரீஜா தூங்கிக்கொண்டு இருக்கிறாள். எப்படி மனித மனங்களை ஊடுருவிப் பார்த்து விடுகிறாள் என்று ஆச்சரியமாய் இருந்தது. படுத்துக் கிடந்து எல்லாவற்றையும் பூங்குழலி சொல்லி முடித்த பிறகு "நா ஒன்னு கேப்பேன். மறைக்காம பதில் சொல்லணும்" கேட்டாள் ஸ்ரீஜா. சரியென்று தலையாட்டினாள் பூங்குழலி.

"தியேட்டரில் அந்த இருட்டில் நரேன் உன் பக்கத்தில் உட்கார்ந்திருக்கும் போது அவன் உன்னைத் தொடுவான்னு எதிர்பார்க்கவே இல்லையா?" மிக நெருக்கமாக பூங்குழலியின் கண்களைப் பார்த்து கேட்டாள்.

"அப்படில்லாம் நான் யோசிக்கல" இழுத்தாள்.

"பொய் சொல்ற. அது போல ஒன்றை எதிர்பாத்திருக்கணும். அவன் செட்டாகலன்னு சொல்ல ஒரு காரணம் தேடிட்டு இருந்திருக்கே. அதான் முதல்ல சினிமாவுக்கு வேண்டாம்னு சொன்னாலும், பிறகு போகலாம்னு சொல்லியிருக்கே." என்றாள் ஸ்ரீஜா.

"ம்.. சொல்லு" கவிழ்ந்து படுத்து தலையை நிமிர்த்தி மேவாயில் கை வைத்துக் கொண்டாள் பூங்குழலி.

"உங்க வீட்டுலயும், நரேனோட வீட்டுலயும் சேந்து மொத மொதல்ல திருவேற்காடு கோயில்ல சந்திச்சதப் பத்தி ஏங்கிட்டச் சொன்னது ஞாபகமிருக்கா? அவனால உன் கண்களைப் பாக்க முடியல. செஸ்டைப் பாத்தான்னு சொல்லிச் சிரிச்சே. ஓ.கேவா? இப்ப அஷ்டலட்சுமி கோயிலுக்கு போய்ட்டு கடற்கரைல வச்சு சினிமாவுக்குப் போகணும்னு சொன்னப்ப, அவன் பிளான்

பண்ணி டிக்கெட் புக் பண்ணியது உனக்கு உறுத்தியிருக்கணும். ஓ.கேவா? தியேட்டர்ல முதல்ல சீட்டுல நீ கை வைக்காமத்தான் இருந்திருக்கே. அவன் சம்பந்தமில்லாம சிரிச்சுக்கிட்டு, அன்ஈஸியா இருந்தான்னு இப்போ சொன்ன. ஸோ, அதுக்கப்புறம்தான் வேணும்னே என்ன நடக்குதுன்னு பாப்போம்னு கை வச்சிருக்கே. ஓ.கேவா? எலி வந்து மாட்டிக்கிட்டு. ஹா..ஹ்..ஹ்ஹா" சிரித்தாள் ஸ்ரீஜா. "சரியாச் சொல்லணும்னா. நீ அவன ரீட் பண்ணிட்ட. அவனாலத்தான் உன்ன ரீட் பண்ணத் தெரில."

அந்தந்த நேரங்களில் தனக்குள் ஓடியதை எல்லாம் அப்படியே சொல்கிறாளே என்றிருந்தது. இல்லையென்று மறுக்க வேண்டும் போலவுமிருந்தது. பேசாமல் ஸ்ரீஜாவை வைத்த கண் வாங்காமல் பார்த்திருந்தாள்.

"உங்கண்ணன் கேட்டது சரிதான். உனக்கு கல்யாணமே பிடிக்கல. ஒரு தயக்கம் உனக்குள்ள ஓடிக்கிட்டே இருக்கு."

"எப்படி சொல்ற?"

"இந்தக் கல்யாணப் பேச்சு ஆரம்பமானதும் ஒருநாள் சொன்னே. இப்ப கல்யாணம் பண்ணவே பிடிக்கல.... வீட்டுல அம்மாவும் பாட்டியும் ரொம்ப அனத்துறாங்கன்னே. அப்புறம் ரெண்டு வீட்டுலயும் பாத்துப் பேசுற அன்னிக்கு, ஜஸ்ட் போய்ட்டு வேண்டாம்னுட்டு வந்துருவேன்னே. ஆனா சரின்னு சொல்லிட்டே. கேட்டா அம்மாவுக்காகன்னே. பிறகு ஒரு நாள் இத மாரி பேசிக்கிட்டு இருக்கும் போது, இப்போ கல்யாணம், கல்யாணம்னு அனத்துறவங்க, பிறகு குழந்த, குழந்தன்னு அனத்துவாங்களேன்னு பயப்பட்டே. வேலைல இருக்குற நிலைமைல உடனே குழந்தப் பெத்துக்க முடியாதுன்னு புலம்பின. ரெண்டு நாள்ள குயின் இஸ் ரைட், கிங் இஸ் ராங்ன்னு ஃபேஸ்புக்குல எழுதுன. நரேனுக்கு கம்யூனிகேட் ஆகட்டும்னே எழுதுனே. உங்கம்மா போன்ல வருத்தப்பட்டதும் வேண்டா வெறுப்பா ஸாரி கேட்டே. நரேனோட அஷ்டலஷ்மி கோயிலுக்குப் போன. செல்ஃபில்லாம் எடுத்துக்கிட்ட. அதுல ஒன்ன கவனிச்சியா? நரேன் தனக்கு தெரிஞ்சவங்களுக்கெல்லாம் அந்த போட்டோவ அனுப்பினான். நீ யாருக்கும் அனுப்பல. பிறகுதான்

சினிமாவுக்குப் போறீங்க. எல்லாத்தையும் ஒன்னொன்னா கோத்துப்பாரு. கல்யாணம் பண்ணிக்குவோம்னு நினைக்குற. அடுத்த கொஞ்ச நேரத்துல வேண்டாம்னும் நினைக்குற. இதான் பிரச்சினை.''

ஸ்ரீஜா சொன்னதையெல்லாம் ஒப்புக் கொள்வதாய் அவள் கை பிடித்துக் கொண்ட பூங்குழலி, ''வெல். இதுல ஓரளவுதான் உண்மை. நா இரண்டு மனமா இல்ல. நா நம்பி கொஞ்ச தூரம் போறேன். எதாவது பிடிக்காம நடக்குது. திரும்பிரலாமான்னு நிக்கிறேன். பிறகு தைரியமா ரெண்டு எட்டு எடுத்து வைக்கிறேன். ஏதாவது நடக்குது. நா என்ன செய்ய? நிச்சயதார்த்தம் வரைக்கும் பிரச்சினை இல்ல. அதுக்கப்புறம் நரேன் ஒரு நா போன் பண்ணான். உண்மையில ஏதாவது பேசுவான்னு எதிர்பாத்தேன். பேசக் காணோம். அவனுக்கு இருந்த தயக்கத்த அப்போ கூட ரசிக்கத்தான் செஞ்சேன். அவனுக்கும் சேத்து அவங்கம்மா பேச ஆரம்பிச்சாங்க. அதுதான் எரிச்சலாய்ட்டு. டெய்லி காலைலயும், ராத்திரியும் குட்மார்னிங், குட்நைட்னு மெஸேஜ் போடவும் அப்பப்ப போன் பண்ணி என்ன சாப்பிட்ட, என்ன டிரெஸ் போட்ட, எங்க போனேன்னு கேக்கவும் ஆரம்பிச்சாங்க. நா எங்கம்மா, பாட்டிக்கிட்ட கூட இதெல்லாம் பேசுறது இல்ல. எங்கம்மா நரேன்ட்ட அத மாரி பேசுறாங்களா? கேக்குறாங்களா? நிச்சயம் ஆனவுடன் ஒரு பொண்ணு மேல மட்டும் மாப்பிள்ளை வீட்டுல இந்த அக்கறையும் உரிமையும் எதுக்கு? அதான் குயின் இஸ் ரைட், கிங் இஸ் ராங்னு போட்டேன். அவனுக்குப் புரியட்டும்னு நினைச்சா, அதையே தூக்கிட்டு அவங்கம்மாக்கிட்ட போயி பிரச்சினையாக்கிட்டான். எங்கம்மா வருத்தப்பட்டதும் ஸாரின்னு சொன்னேன். அப்பமாவது யோசிப்பான்னு நினைச்சேன். இல்ல. அஷ்டலஷ்மி கோயிலுக்கு நாங்க புறப்பட்டதுலயிருந்து அவங்கம்மாட்ட பேசிட்டே வந்தான். நா புடவை கட்டிட்டு வரலேன்னு கூட பிட்ட போட்டான். அப்பக்கூட பொறுத்துக் கிட்டேன். சினிமாக்கு போறது பிளான்லயே இல்ல. பரவாயில்லையே, சுயமாவும் ரகசியமாவும் ஒரு முடிவெடுத்திருக்கானேன்னு சம்மதிச்சேன். தியேட்டருக்குள்ள போறதுக்குள்ள என்ன படம் வரைக்கும் டீடெய்லா அவங்கம்மாட்ட சொல்லிட்டான். திரும்பவும் எரிச்சல் வந்தது.

எங்க பாட்டி ஒருதடவை எங்கம்மாக் கிட்டச் சொல்லிட்டு இருந்தாங்க. அந்த கல்யாணிய சின்ன வயசுல எங்கப்பா தொட்டு இருப்பாரு... அதுனாலத்தான் இப்பமும் அப்பா மேல பைத்தியமா அலயறான்னு சொன்னாங்க. அப்ப என்னை அவன் தொட்டுட்டானா நானும் அவம்மேல பைத்தியமா அலைவேன்னுதான எதிர்பாப்பாங்க. அதான் பிரேக்கிங் பாயிண்ட். அதுக்குப் பிறகு சுத்தமா நம்பிக்கை போச்சு. இனும செட்டாகாதுன்னு தோனிச்சு."

ஸ்ரீஜா அமைதியாகி யோசித்தாள்.

"ஸ்ரீ, கல்யாணம் பத்தி நீ என்ன நினைக்குற. மகேஷைக் கல்யாணம் பண்ணிப்பியா? சந்தோஷமா இருப்பியா?"

"ஏங்கதை வேற. கல்யாணம் பத்தி அம்மாவும் கவலைப்படப் போறதில்ல. அப்பாவும் கவலைப்படப் போறதில்ல. சொந்தம் அது இதுன்னு எந்த நெருக்கமுமில்ல. பாட்டி மட்டும் உயிரைக் கைல பிடிச்சுக்கிட்டு ஊர்ல இருக்காங்க. நா வாழுறதுதான் வாழ்க்க. எந்த கம்பல்ஷனும் இல்ல. ஓ.கேவா? நா மகேஷக் கல்யாணம் பண்ணிக்குவேன். ஒரு நல்ல பார்ட்னரா இருப்பான்னு நம்புறேன். நாலு வருஷமா பழக்கம். சின்சியரானவன். கவிதை, ரசனைக்கான ஆள் இல்லதான். பட் கேரிங்கா இருப்பான். அவங்கிட்டயும் நா கேரிங்கா இருக்கணும்னு நினைப்பான். ஏமாத்தத் தெரியாது. அது போதும்னு நினைக்கிறேன். பிடிக்கலயா? ஒத்து வரலியா? ரெண்டு பேரும் பை சொல்லிற வேண்டியதுதான். பிரச்சினையில்ல. தட்ஸ் ஆல்."

"மகேஷ் வீட்டுல?"

"மகேஷ் சொல்லிட்டான். ஒன்னு தெரிமா. மகேஷ்க்கு ஸ்லைட்டா ஆட்டிசம் உண்டு. அவன நல்லா கவனிச்சா தெரியும். லேசுல மத்தவங்கக் கூட கலந்து பழக மாட்டான். பிடிச்சவங்கக் கூட நல்லா பழகுவான். தனக்குள்ளயேச் சொல்லி சிரிச்சுக்குவான். அவங்கம்மாவும் அப்பாவும் என்னை நம்புறாங்க. வீட்டுக்கு வரச் சொல்லி இருக்காங்க. போகணும். ஒருவேளப் பிடிக்கலன்னாலும் பரவாயில்ல. அவனுக்காக உருகவோ, மருகவோ கிடையாது."

ஸ்ரீஜாவின் கைகளை எடுத்து தன் மீது வைத்துக் கொண்டாள் பூங்குழலி. “எல்லாத்தையும் நீ ஈஸியா பாக்குற. எடுத்துக்குற. சந்தோஷமா இருக்க.” பூங்குழலி கண்களை மூடியிருந்தாள்.

“பேபி... தூங்கிட்டியா?”

“இல்ல... யோசிச்சுட்டு இருக்கேன்.

பூங்குழலியின் முடியைக் கோதி விட்டவாறு, “யெஸ். யோசி. வர்றது வரட்டும், கல்யாணம் செஞ்சுக்கன்னும் சொல்ல மாட்டேன். கல்யாணம் செய்ய வேண்டாம்னும் சொல்ல மாட்டேன். ஏன்னு எனக்கேத் தெரிலன்னு மட்டும் சொல்லாத. அது டேஞ்சர். ஓகேவா? தெளிவா முடிவெடு. அதை போல்டா ஃபேஸ் பண்ணு.”

இரவில் ஸ்ரீஜாவோடு பேசியதிலிருந்தும் எந்த முடிவுக்கும் வரமுடியவில்லை. கலைச்செல்வன் சொன்னது போல் இன்னும் யோசிப்போம் என்று நினைத்தாள்.

டிரெஸ் செய்து கண்ணாடியில் முகம் பார்க்க வேண்டும். எப்படியும் உள்பக்கம் பூட்டிக்கொள்ள ஸ்ரீஜாவை எழுப்பி சொல்லத்தான் வேண்டும். அறையின் விளக்கைப் போட்டாள்.

ஸ்ரீஜா அசையாமல் படுத்திருந்தாள். இரவில் அவள் சொன்ன அந்த வண்ணத்துப் பூச்சிகள் நினைவில் பறக்க ஆரம்பித்தன. நேற்று காலை பூங்குழலி புறப்பட்டுச் சென்ற பிறகு கொஞ்சம் நேரம் ஓய்வாக இருந்துவிட்டு ஸ்ரீஜா ஆபிஸ் செல்ல புறப்பட்டு வெளியே வந்திருக்கிறாள். வராண்டாவை ஒட்டிய அசோகா மரங்களைச் சுற்றிச் சுற்றி இரண்டு வண்ணத்துப் பூச்சிகள் பறந்திருக்கின்றன. ஒரு கணத்தில் இரண்டும் ஒன்றாகி, ஒரே வண்ணத்துப் பூச்சி போலாகி ஸ்லோ மோஷனில் பறந்திருக்கின்றன. “காத்திலேயே பறந்துட்டு லவ் செய்யுதுங்க. ஐய்யோ!” சொல்லிய அவள் முகத்தில் அப்படியொரு குதூகலத்தையும், பரவசத்தைப் பார்க்க முடிந்தது. “பூவில் தேனை உறிஞ்சும் குழல். பூங்குழலின்னாலும் வண்ணத்துப் பூச்சிதான்” என்றாள். கண்கள் சொருக பாடினாள்.

*நான் பகல் இரவு.... நீ கதிர் நிலவு*
*என் வெயில் மழையில் உன் குடை அழகு*
*நீயும் நானும் சேர்ந்து செல்லும் நேரமே*
*நீலம் கூட வானில் இல்லை எங்கும் வெண்மேகமே*
*போகப் போக ஏனோ நீளும் தூரமே*
*மேகம் வந்து போகும் போக்கில் தூறல் கொஞ்சம் தூறுமே*

குரலில் மயக்கமும், பறக்கும் சுகமும் இருந்தது. அமைதி கொண்டு மெலிதாய் மாயப் புன்னகை பூத்து அப்படியே கிடந்தாள். கண்விழித்து வண்ணத்துப் பூச்சிகளைத் தொடர்ந்தாள்.

அந்த வண்ணத்துப் பூச்சிகளும் கொஞ்ச நேரம் அப்படியே போய் தரையில் விழுந்து அசையாமல் கிடந்திருக்கின்றன. படிகளில் கீழிறங்கிப் போய் பார்த்திருக்கிறாள். ஒரே ஒரு வண்ணத்துப் பூச்சியாகத்தான் தெரிந்திருக்கிறது. அருகில் செல்லவும் சட்டென சிறகசைத்து ஒரு வண்ணத்துப் பூச்சி பறந்து எங்கோ சென்றிருக்கிறது. ஒரு வண்ணத்துப் பூச்சி தரையிலேயே அப்படியே கிடந்திருக்கிறது.

“ஹேய், மை டியர் பட்டர்ஃப்ளை!” ஸ்ரீஜாவை எழுப்பினாள். கண் விழித்ததும் அவளைப் பார்த்து சிரித்தாள். கையிரண்டையும் நீட்டி அழைத்தாள்.

“அடி படுவே. நா கிளம்புறேன். கதவை உள்ள லாக் பண்ணிக்க. கால் டாக்ஸி வெயிட் பண்ணுது. வர்றேன். ஈவ்னிங் மீட் பண்ணுவோம்” சொல்லி கிளம்பினாள்.

காரில் ஜன்னல்கள் திறந்தே இருந்தன. “மேடம், ஏசி போடணுமா” டிரைவர் கேட்டார்.

இல்லையென்று சொல்லிவிட்டு மொபைலை பார்த்தாள். மணி ஐந்தே முக்கால். மூன்றரை மணி நேரம்தான் தூங்கியிருந்தாலும் களைப்பே இல்லை. வெளியே பார்த்தாள். காலைக் காற்று அவ்வளவு இதமாகவும் சிலிர்ப்பாகவும் இருந்தது. குருநானக் சாலையில் பிளாட்பாரத்தில் ஷூக்கள் போட்டுக்கொண்டு அங்கங்கு நடந்து கொண்டும், ஓடிக்கொண்டும் மனிதர்கள் இருந்தார்கள். அதைத் தாண்டி வேளச்சேரி மெயின் ரோட்டிற்கு வந்ததும் வாகனங்களும், மனிதர்களும், டீக்கடைகளும்

தென்பட்டாலும் போக்குவரத்து பெரும்பாலும் குறைவாகவே இருந்தது.

அங்கங்கு பிச்சைக்காரன், மாப்ள சிங்கம், போக்கிரி ராஜா, காதலும் கடந்து போகும் போஸ்டர்கள் ஒட்டப்பட்டு இருந்தன. மதுரையில் அண்ணனோடு படம் பார்க்க வேண்டும் என்று நினைத்து மறந்து போனோமே என்றிருந்தது. ஸ்ரீஜாவோடு ஒருநாள். போய் பார்க்க வேண்டும். விஜய்சேதுபதியிடம் அலையரசனின் சாயல் தெரிந்தது. அலையரசன் ஒழுங்காக தலை வார மாட்டான், பர்ஃப்யூம் போட மாட்டான். மடிப்புக் கலையாமல் ஷர்ட் போட மாட்டான்

நேற்று லஞ்ச் நேரத்தில் பக்கத்தில் உட்கார்ந்திருக்கும் போது அப்படித்தான் இருந்தான். "என்னாச்சு... சனிக்கிழமை ஒங்கம்மா போன் பண்ணவுடன பதறிட்டேன்" என்றான்.

சோஃபியாவும் அவளைப் பார்த்தாள். "ரூம்ல கூட இருந்த ஸ்ரீஜாவும் ஊருக்குப் போய்ட்டா. தனியே இருக்க போர் அடிச்சுது. அதான் திடீர்னு அண்ணனைப் பாக்க மதுரைக்கு கிளம்பிட்டேன். போனும் சார்ஜ் இல்லாம ஆஃபாய்ட்டு. அம்மா பயந்துட்டாங்க" என்று சாதாரணமாகச் சொல்லி முடித்துக் கொண்டாள். அவர்களிடம் விளக்கமாக எதையும் சொல்லிக் கொள்ளவில்லை. ஒரு முடிவெடுத்துவிட்டு சொல்லிக் கொள்ளலாம் என்றிருந்தாள்.

"ஸாரி சோஃபியா. அதான் சனிக்கிழமை உன் வீட்டுக்கு வர முடியாமப் போய்ட்டு. சரி. விக்னேஷ் எப்படியிருக்கான்?" கேட்டாள்.

"பெட்டரா ஃபீல் பண்ணேன். சனி ஞாயிறு ரெண்டு நாள் நானும் வீட்டுல இருந்தேன். கொஞ்சம் இயல்பா இருந்தான். தண்ணி கூட அடிக்கல. குழந்தைகளோடட விளையாடிக்கிட்டு இருந்தான். ம் பாப்போம்."

"குட்.." என்ற பூங்குழலி அப்போதுதான் அந்த கேள்வியை சட்டென்று அலையரசனிடம் கேட்டாள்.

"உங்க வீட்டுல இருந்து ரெண்டு மூனு மாசத்துக்கு முன்னால என்னை பெண் கேட்டு வீட்டுக்குப் போனாங்களாமே, தெரியுமா?"

எதிர்பார்க்காத அலையரசன், திகைத்தான். “அப்படியா!” என ஆச்சரியப்பட்ட சோஃபியா சிரித்தாள்.

“எனக்குத் தெரியும்னு உனக்கும் தெரியும். உனக்குத் தெரியும்னு எனக்கும் தெரியும். அதப் பத்தி பேசாம இருக்குறதே நல்லதுன்னு நினைச்சேன். எங்க வீட்டுல ஓங்கிட்டத்தான் மொதல்ல கேக்கச் சொன்னாங்க. மாட்டேன்னுட்டேன். நீ எனக்கு நல்ல ஃபிரண்டு. அத ஸ்பாயில் பண்ண விரும்பல. அப்புறம்தான் உங்க வீட்டுல போய் கேட்டிருக்காங்க.” நிதானமாகச் சொன்னான்.

பூங்குழலி இடது கையால் அவனைத் தொட்டு சினேகமாய் புன்னகைத்தாள். இப்போது நினைக்கும் போதும் அந்த புன்னகை வந்தது.

கால் டாக்சியிலிருந்து இறங்கி கம்பெனிக்குள் நுழைந்தாள். லிஃப்டுக்காக காத்திருந்தாள். கீழே வந்து கதவு திறக்கவும், “வாங்க பூங்குழலிம்மா. இன்னிக்கு கரெக்ட் டைமுக்கு வந்துட்டீங்க” இஸ்மாயில் சிரித்தார். பூங்குழலியும் புன்னகைத்தாள். லிப்டில் வேறு யாரும் கூட இருந்தால் அன்னியோன்யமாய் சிரிக்கவோ பேசவோ மாட்டார். நேற்று பேசிக்கொள்ள முடியவில்லை.

“எப்படியிருக்கீங்க. சனி ஞாயிறு லீவு எப்படிப் போச்சு.”

“எங்க போக? வீட்டுலத்தான். அன்னிக்கு ஒரு நா தானே வீட்டோட , குழந்தைங்களோட இருக்க முடியுது. ‘காதலும் கடந்து போகும்’ படம் பாத்தேன்.. ஜாலியா இருந்துச்சு.” சிரித்தார்.

இந்த ‘காதலும் கடந்து போகும்’ விடாமல் துரத்துகிறதே என நினைத்தாள். லிஃப்ட் நின்றது. “வர்றேன் இஸ்மாயில்” வெளியேறினாள்.

உள்ளே நுழைந்தவளுக்கு அக்னேஷ் பிரின்சியா, சாந்தி, சந்தானம் எல்லாம் புன்னகையோடு குட்மார்னிங் சொல்லிவிட்டு தங்கள் சிஸ்டத்துக்குள் நுழைந்து கொண்டார்கள். பாஸ்டஸ் லியோ தூரத்தில் இருந்து பார்த்தே தம்ஸ் அப் காட்டி “குட்” என்றான்.

சிஸ்டம் ஆன் செய்து மெயிலைப் பார்க்க ஆரம்பித்தாள். ஒரு மணி நேரம் போல ஆகியிருக்கும். பக்கத்தில் இருந்த மொபைல் வெளிச்சம் கொண்டு அதிர்ந்தது. அலையரசனிடம் இருந்து போன். பேசிய நிமிடத்தில் "அய்யோ" என வாய்விட்டு கதறி விட்டாள். எல்லோரும் திரும்பிப் பார்க்க பூங்குழலி எழுந்து லியோவிடம் சென்று, சோஃபியாவின் கணவன் விக்னேஷ் தூக்க மருந்து சாப்பிட்டு விட்டதையும், ஆஸ்பத்திரியில் கிரிட்டிக்கலா இருப்பதையும் தனக்கு ஒருநாள் லீவு வேண்டுமென்பதையும் பதறியபடி சொன்னாள்.

"லுக். இன்னிக்கு மதியம் ரெவ்யூ மீட்டிங் இருக்கு. எவ்வளவு முக்கியம்னு உனக்குத் தெரியும். அதற்கான டேட்டாவையும் டீட்டெய்ல்ஸையும் மட்டும் பிரிப்பேர் செஞ்சு அக்னேஷ்ட்ட கொடுத்துட்டு போ. நாளைக்குக் கூட லீவு எடுத்துக்க."

வேறு வழியில்லாமல் திரும்பவும் சீட்டில் வந்து உட்கார்ந்தாள். என்னவென்று கேட்ட சந்தானத்திடமும், அக்னேஷ் பிரின்சியாவிடமும் விஷயத்தைச் சொன்னாள். அவர்களும் களையிழந்து போனார்கள்.

அலையரசனுக்கு போன் செய்து மூன்று மணி நேரத்தில் வருவதாகச் சொன்னாள். சிஸ்டத்தின் முன் உட்கார்ந்து கைகள் நடுங்க வேலை பார்க்க ஆரம்பித்தாள். "ஐயோ, சோஃபியா இரண்டு குழந்தைகளை வைத்துக் கொண்டு என்ன செய்வாள்?" உள்ளுக்குள் அரற்றியபடி இருந்தாள்.

# 21

# 17 மார்ச், 2016 - வியாழன்

"நேத்திலயிருந்து லியோ எல்லார்ட்டயும் வள்வள்னு விழுறான். இன்னிக்கு ஈவ்னிங் திரும்பவும் மீட்டிங் வச்சிருக்கான்." சீட்டில் உட்கார்ந்ததும் காத்திருந்தவன் போல் சந்தானம்.

"எதும் ப்ராப்ளமா?" கேட்டுக்கொண்டே சிஸ்டத்தை விழிக்கச் செய்தாள் பூங்குழலி.

"முந்தாநாள் நீ போன பிறகு நம்ம மீட்டிங் நடந்துச்சு. அதுக்கப்புறம் டீம் ஹெட் எல்லோரையும் வச்சு பிராஜக்ட் மேனேஜர் மீட்டீங் நடத்துனாரு. அங்க என்ன நடந்துச்சுன்னு தெரியல."

பாட்டில் தண்ணீர் குடித்தாள். அக்னேஷும், முரளியும் சிஸ்டமே கண்ணாயிருந்தார்கள். "நம்ம டேட்டா ஒன்னும் டிலே ஆகலயே?"

"ஆகல. நேத்துலயிருந்து சாந்தியும் லீவு. அதுல எதுவும் கடுப்பான்னு தெரில"

விரல்களெல்லாம் கீ போர்டில் கிடந்து துடிதுடிக்க வேலையில் மூழ்கினாள். "சோஃபியாம்மா வீட்டுக்காரர் எப்படி இருக்காங்க?" லிப்டில் இஸ்மாயில் போல் கேட்பதற்கு இங்கு யாரும் இல்லை. அவரது முகத்தில் தெரிந்த வருத்தமும், அக்கறையும் அவ்வளவு உண்மையாய் இருந்தது.

பூங்குழலி ஆஸ்பத்திரிக்கு பதறிச் சென்றதிலிருந்து நிதானமற்று கடந்த இரண்டு நாட்கள் இன்று தணிந்திருந்தது. முந்தாநாள் ஆஸ்பத்திரிக்கு பூங்குழலி சென்றபோது சோஃபியா இருந்த நிலைமைக்கு, நேற்று சாயங்காலம் அவளிடம் தைரியம் சொல்லி திரும்பும்போது இருந்த நிலைமை எவ்வளவோ பரவாயில்லை.

ஐ.சி ரூமிற்கு வெளியே சோஃபியா இரண்டு குழந்தைகளோடு பரிதாபமாக உட்கார்ந்திருந்தாள். நெருங்கிப் போய் கையைப்

பிடித்ததும் வாயைப் பிளந்து கதற ஆரம்பித்தாள். அணைத்து வைத்துக்கொண்டு தைரியம் சொல்லி சமாதானப்படுத்தினாள். மூத்த பையனும் என்னவென்றே தெரியாமல் அழுதான். குழந்தைகளுக்கு பிஸ்கெட் கொடுத்து, சிறியவனை தூக்கி வைத்துக்கொண்டாள். பூங்குழலியை அழுத்திக் கொண்டிருந்த கல்யாணம் குறித்த சிந்தனைகள் எல்லாம் காணாமல் போய்விட்டன.

அலையரசன்தான் நடந்ததைச் சொன்னான். முந்தின நாள் ஆபிஸ் விட்டு வந்ததிலிருந்து விக்னேஷ் ஒரு மாதிரியாக இருந்திருக்கிறான். இரவு உணவுக்கு எதாவது ஓட்டலுக்குப் போகலாம் என அழைத்துச் சென்றிருக்கிறான். பொதுவாக வெளி இடத்தில் குழந்தைகள் செய்யும் சேட்டைகளில், நச்சரிப்புகளில் எரிச்சலடைகிறவன் நேற்று அமைதியாகப் பார்த்துக் கொண்டிருந்திருக்கிறான். இரவில் குழந்தைகள் ஐஸ்கிரீம் சாப்பிடக் கூடாது என்கிறவன் வாங்கிக் கொடுத்திருக்கிறான். வீட்டுக்கு திரும்பிய சிறிது நேரத்தில் குழந்தைகள் தூங்கியிருக்கிறார்கள். அவனிடம் தெரிந்த வித்தியாசமான நடவடிக்கைகளை உணர்ந்து சோஃபியா கேட்டிருக்கிறாள். ஏதோ சொல்லி மழுப்பி விட்டு, தனது பால்யக் காலங்களை அசை போட்டு பேசிக்கொண்டு இருந்திருக்கிறான். கேட்டுக்கொண்டே அவள் தூங்கி இருக்கிறாள்.

சின்னக் குழந்தை அழவும் இடையில் விழித்திருக்கிறாள் சோஃபியா. அப்போது மணி இரண்டே முக்கால். விக்னேஷ் பால்கனியில் வெறும் தரையில கண்கள் விழித்திருக்க மல்லாக்க படுத்திருந்ததைப் பார்த்திருக்கிறாள். அதிர்ச்சியோடு, “படுக்கலயா” கேட்டிருக்கிறாள், “தூக்கம் வரல, நீ போய் படு, வர்றேன்” சொல்லியிருக்கிறான். தூக்கமாயிருக்கவே அவளும் போய் படுத்திருக்கிறாள். காலையில் எழுந்து பார்க்கும்போது பக்கத்தில் விக்னேஷ் அசந்து தூங்கிக்கொண்டு இருந்திருக்கிறாள். தூங்கட்டும் என்று எழுப்பாமல், படுக்கையறை சாத்தி வைத்து, வீட்டு வேலைகளைப் பார்த்துக் கொண்டும், குழந்தைகளை கவனித்துகொண்டும் இருந்திருக்கிறாள்.

ஆபிஸ்க்கு கிளம்பித் தயாரானவுடன் விக்னேஷை எழுப்பி இருக்கிறாள். அசையவேயில்லை. பயம் வந்து உலுப்பியிருக்கிறாள்.

அப்படியே இருந்திருக்கிறான். அதிர்ச்சியோடு அலறி பக்கத்து வீட்டுக்காரரர்களை அழைத்திருக்கிறாள். ஆம்புலன்சுக்கு போன் செய்து ஆஸ்பத்திரிக்கு அழைத்து வந்திருக்கின்றனர்.

தூக்க மாத்திரைகள் அதிகமாக எடுத்திருப்பதால் மூளையின் இயக்கங்கள் குறைந்து இருப்பதாகவும், நினைவு திரும்புவதற்கே ஒரு நாளாகும், தன்னிலைக்கு வர சில நாட்களாகும் என டாக்டர்கள் சொல்லி, தீவீர சிகிச்சை பிரிவில் பராமரித்து வருகின்றனர்.

சோஃபியாவுக்கு மாதம் முப்பத்தைந்தாயிரம் சம்பளம். விக்னேஷுக்கு அறுபதாயிரம் போல இருக்கும். வில்லா, கார், ஃப்ர்னிச்சர் மீது இருக்கும் கடன்களுக்கே அறுபதாயிரத்துக்கு மேல் கட்ட வேண்டி இருந்தது. மேலும் சில கடன்களும் இருந்திருக்கின்றன. திங்கள்கிழமை வேலையை விட்டு நீக்கியிருக்கிறார்கள். அதுதான் விக்னேஷை தூக்க மாத்திரைகளை மொத்தமாய் விழுங்கச் செய்திருக்க வேண்டும்.

அலையரசன் சொன்ன பிறகுதான் சோஃபியாவுடன் மிக நெருக்கமாகப் பழகியும் அவளது உலகத்தை அறிந்துகொள்ளாமல் இருந்திருக்கிறோம் என்பது பூங்குழலிக்கு உறைத்தது. “அலை! வில்லாவும், காரும் இல்லாமல் வாழ முடியாதா?” சாதாரணமாகக் கேட்டாள் பூங்குழலி. அலையரசன் அந்த நேரத்திலும் லேசாய் சிரித்தான்.

தகவலறிந்து திருச்சியிலிருந்து விக்னேஷின் அப்பாவும் அம்மாவும் மதியம் வந்தார்கள். அம்மாவும், அப்பாவும் நாகர்கோவிலிலிருந்து புறப்பட்டு நாளை காலை வருவார்கள் என சோஃபியா சொன்னாள். குழந்தைகளைப் பராமரிக்கவும், வீட்டிலிருந்து உணவு, தேவையானவைகளை கொடுத்து விடவும் அவர்களால் முடியும் என்றாலும், பூங்குழலி கூடவே இருந்தாள். சோஃபியா நிலைகுத்திப் போயிருந்தாள். குழந்தைகளை அடிக்கடி கட்டி கட்டிப் பிடித்துக் கொண்டாள்.

அன்று சாயங்காலம் விக்னேஷ் கண் விழித்து விட்டதாகவும், தொந்தரவு செய்யாமல் பார்த்து விட்டு வாருங்கள் எனவும் டாக்டர் சொன்னார். ஒரு நிம்மதியோடு மற்றவர்கள் உள்ளே

செல்ல, சோஃபியா மட்டும் சின்னப் பையனை மடியில் வைத்துக்கொண்டு வெளியிலேயே இருந்தாள். பூங்குழலி எவ்வளவோ அழைத்துப் பார்த்தாள். அசையாமல் அப்படியே இருந்தாள். உள்ளே சென்றவர்களும் வெளியே வந்து சொல்லிப் பார்த்தார்கள். எந்த பதிலும் சொல்லாமல் அவர்களோடு வந்த மூத்தவனையும் அருகில் இழுத்து வைத்துக்கொண்டு தலையைக் கோதி விட்டுக் கொண்டிருந்தாள்.

“பிள்ளையப் பாத்ததும் கெடந்து அழுகிறான். உன்னயக் கேட்டான்” விக்னேஷின் அப்பா அவளருகே உட்கார்ந்து சொன்னார்.

“விடுங்க மாமா. எங்க போயிடப் போறோம். பாப்பேன். இப்போ வேண்டாம்” பிடிவாதமாகச் சொல்லிவிட்டாள்.

“இன்னுங் கொஞ்ச நேரத்துல ஐ.சி.யூவிலிருந்து தனி ரூமுக்கு மாத்திருவாங்க. சோஃபியா அப்ப பாத்துக்கட்டும்” இறுக்கத்தை தளர்த்திட நினைத்தார்.

“நல்லது மாமா. நீங்களும் அத்தையும் அவரப் பாத்துக்குங்க. நா குழந்தைங்கள அழைச்சிட்டு வீட்டுக்குப் போய்ட்டு வர்றேன்.” எழுந்து நின்றாள் சோஃபியா. யாரும் பேசாமலிருந்தார்கள்.

அவளிடம் சொல்லிவிட்டு விக்னேஷை பார்க்கச் சென்றாள் பூங்குழலி. அலையரசனும் கூடவே வந்தான். யாரோ அருகில் நிற்பதை உணர்ந்து விழித்துப் பார்த்தான். அவமானம், குற்ற உணர்வு கொண்டு பார்க்க முடியாமல் உடனே கண்களை மூடிக்கொண்டான். பேச ஒன்றுமில்லாமல் இருவரும் அவனருகே நின்றிருந்தார்கள். ஆசுவாசப்படுத்திக்கொண்டு விழித்த விக்னேஷ், “அவளுக்கு எம்மேல கோபம். பாக்க வரல” மெல்லச் சொன்னான். சோஃபியாவோடு வருவதாய்ச் சொல்லிவிட்டு வெளியே வந்தார்கள்.

அலையரசன் வீட்டுக்குக் கிளம்பினான். அடுத்தநாள் ஆபிஸ் செல்ல வேண்டி இருப்பதைச் சொன்னான். சோஃபியாவோடும் குழந்தைகளோடும் பூங்குழலி கிளம்பினாள். ஆட்டோவில் பேசிக்கொள்ளவில்லை. புழுக்கத்திலிருந்து வெளியே வந்ததாய் உணர்ந்தாள். எரிச்சலையும், சலிப்பையும் தரும் நகரத்தின்

சாலைப் பயணம் கூட நிதானமாக மூச்சு விடக் கூடியதாக அந்த நேரத்தில் தோன்றியது. சோஃபியா குழந்தைகளை அணைத்தபடி வெளியே பார்த்துக்கொண்டு வந்தாள். அவளது கோபம் பிடித்திருந்தது. குழந்தைகளும் வேடிக்கை பார்த்துக்கொண்டு வந்தார்கள். அடர்ந்த மரங்களுக்குள் தெரு விளக்குகள் புதைந்திருந்த, சந்தடிகள் அடங்கிய குடியிருப்புப் பகுதிக்குள் செல்லும்போது, சோஃபியா "ரொம்ப தேங்கஸ் பூங்கி" என்று அவளது கைகளை பற்றிக்கொண்டாள். இளகியபடி இருந்தாள். அவளது முதுகில் மெல்லத் தட்டிக்கொடுத்து புன்னகைத்தாள் பூங்குழலி.

"வீட்டுக்கு போனதும், அப்படியே ஹாஸ்டலுக்குப் போயிர மாட்டியே, ஏங்கூட இருப்பேல்ல" சோஃபியாவின் முகம் கெஞ்சியது.

"இருக்கேன்" தலையசைத்தாள். சோஃபியா லேசாய் முகம் மலர்ந்தாள். அதைப் பார்த்து குழந்தைகளும் புன்னகைத்தனர்.

அன்றிரவு குழந்தைகளை தூங்க வைத்து விட்டு நிறைய பேசினாள் சோஃபியா. விக்னேஷின் மீது தனக்கு எதுவுமில்லாமல் போய்விட்டதென்றாள். பிரச்சினை என்று வந்தவுடன் தன்னை, குழந்தைகளை விட்டு விட்டு போகத் துணிந்ததை அவளால் சகித்துக் கொள்ளவே முடியவில்லை. நம்புவதற்கும், பகிர்ந்து கொள்வதற்கும் இனி அவனிடம் என்ன இருக்கிறது என கேட்டாள். "அன்னைக்கு ராத்திரியெல்லாம் செத்துப் போவோம்னு நினைச்சுட்டுத்தான எங்க கூட இருந்திருக்கான்?" வெறித்தாள்.

"காலல எந்திச்சதும் அவன் தூங்கிக்கிட்டிருக்கான்னு நினைச்சுட்டு முத்தங் கொடுத்தேன். ஆக்சுவலா அப்போ அவஞ் செத்துட்டு இருந்துருக்கான்." கத்தி அழுதாள். அவளைக் கட்டிப் பிடித்துக் கொண்டாள் பூங்குழலி. எழுந்து போய் தண்ணீர் குடித்து விட்டு "இந்தக் குழந்தைங்க மட்டும் இல்லன்னா, அவனை டைவர்ஸ் பண்ணிட்டு போயிருவேன்" என்றாள்.

படுத்துக் கொண்டு தூங்காமல் பேசிக்கொண்டே இருந்தாள் சோஃபியா. "எங்க அம்மாவுக்கும் அப்பாவுக்கும்

தொட்டதுக்கெல்லாம் சண்டதான். அதப் பாத்து பாத்து வெறுத்துப் போயிருந்தேன். எனக்கு கல்யாணம் ஆகும்போது எங்க ரெண்டு பேருக்குள்ள அப்படி சண்டயே வரக்கூடாதுன்னு ஆசைப்பட்டேன். இப்போ என்ன ஆச்சு, பாரு. எங்க சண்டையோடத்தான் நீகூட ஒருநா வீட்டுக்கு வந்தே. யோசிச்சுப் பாத்தா எல்லாச் சண்டயும் என்னை அவன் புரிஞ்சுக்கலையேன்னுதான் நடந்துருக்கு.''

எதையோ யோசித்துக் கொண்டிருந்த மாதிரி கொஞ்ச நேரம் மேலேயே பார்த்துக் கொண்டிருந்தாள் சோஃபியா. "அவனுக்கும் எனக்கும் கல்யாணமாகி அஞ்சு வருஷமாது. ஐநூறு தடவைக்கு மேலே செக்ஸ் வச்சிருப்போம். அதுல என்ன ஞாபகத்துல இருக்குனு பாத்தா உண்மையாவேத் தெரில. இரண்டு வருசத்துக்கு முந்தி கார் வாங்குன புதுசுல திருச்சிக்குப் போனோம். விழுப்புரத்தைத் தாண்டும்போது, ரொம்ப நேரமா உக்காந்துட்டு வர்றியே, ரெஸ்ட் ரூம் போகணுமான்னு கேட்டான். என் ஜென்மத்துக்கும் அத மறக்க முடியாது. சந்தோஷமாயிருக்குறது, நல்லாயிருக்குறதுக்கெல்லாம் ஒரே அர்த்தம்தான். ஒருத்தரை ஒருத்தர் புரிஞ்சுக்குறதுதான். பகிர்ந்துக்கிறதுதான். அவனுக்கு நல்லாயிருக்கிறதுன்னா கார், பங்களான்னு இருக்குறதுதான் போல''

இதுபோல நல்லாயிருக்கவும், சந்தோஷமாயிருக்கவும்தான் தனக்கும் கல்யாணத்தை வீட்டில் ஏற்பாடு செய்கிறார்கள் என பூங்குழலிக்குத் தோன்றியது. சோஃபியாவோடு ஆஸ்பத்திரியில் இருக்கும்போது சித்ரா போன் செய்தது நினைவுக்கு வந்தது. "வேலையா இருக்கேன். பிறகு பேசுறேன்'' சொல்லி இருந்தாள்.

அந்த இரவு தூங்கிய மாதிரியே இல்லை. யோசனைகளாய் இருந்தன. காலையில் சோஃபியாவின் அம்மாவும், அப்பாவும் வந்து விட்டார்கள். மதியம் வரை அங்கு இருந்து விட்டு பூங்குழலி ஹாஸ்டலுக்கு கிளம்பத் தயாரானாள்.

"உன் கல்யாண ஏற்பாடுகள் எப்படி போகுது?'' சோஃபியா கேட்டாள்.

"கேம்லயிருந்து எக்ஸிட் ஆகலாம்னு தோணுது பட்டி'' சிரித்தாள். சோஃபியா அவளை உற்றுப் பார்த்தாள்.

அப்படியெல்லாம் முடிவு எடுக்காதே என்று அவளால் சொல்ல முடியவில்லை.

ஹாஸ்டலுக்குச் சென்றவுடன் அப்படியே படுக்கையில் சாய்ந்தாள். களைப்பாய் இருந்தது. கொஞ்ச நேரம்தான் தூங்கி இருப்பாள். போன் அழைத்தது. சித்ராதான். கண் எரிச்சலோடு எடுத்தவள், தனக்கு இப்போது திருமணம் வேண்டாம் எனவும், இன்னும் இரண்டு மூன்று வருடங்கள் போகட்டும் எனவும் சொன்னாள்.

"பூவு, என்ன சொல்ற?" சித்ரா பதறினாள். "நிச்சயதார்த்தம் நடந்து இன்விடேஷன்லாம் அடிச்சாச்சு... இப்ப வேண்டாம்னா என்ன நினைப்பாங்க?"

"யார் என்ன நினைப்பாங்கன்னு நா வாழ முடியாது. இப்பமே நிப்பாட்டுறது நல்லது. இந்தக் கல்யாணம் சரிப்பட்டு வராது."

"அப்ப எதுக்குடி சரின்னு சொன்னே?" சித்ராவின் குரலில் கோபம் தெரிந்தது.

அமைதியாகி நிதானமாக பேசினாள். "தெரியாமச் சொல்லிட்டேம்மா. அதுவும் உங்களுக்காகத்தான் சரின்னு சொன்னேன். அது என்னோட தப்பாவே இருக்கட்டும். நிச்சயம் செஞ்சாச்சுன்னா கல்யாணம் பண்ணித்தான் ஆகணுமா?"

"இப்ப என்ன நடந்துச்சுன்னு வேண்டாம்னு சொல்ற? பூவு இதப் பாரு.... உன் நல்லதுக்குத்தான் சொல்றேன்.."

"எது நல்லதுன்னு எனக்குத் தெரியும். நீங்களும் உங்க அம்மா அப்பாவும் கவலைப்பட வேண்டாம்."

"படிச்சிருக்கோம், சம்பாதிக்கிறோங்குற திமிர்லதான் இப்படி பேசுற. பெத்த அம்மாவக் கூட மதிக்க மாட்டேல்ல..."

பூங்குழலி அழைப்பைத் துண்டித்தாள். திரும்பவும் சித்ராவிடமிருந்து போன் வந்தது. எடுக்கவில்லை. ஒரு மணி நேரம் கழித்து முருகேசன் அழைத்தார். போனை எடுக்கவில்லை. சித்ரா, முருகேசன், சந்திரா, நரேன் எல்லோர் நம்பரையும் பிளாக் செய்தாள். மாறி மாறி பேசி கடைசியில் கலைச்செல்வன் மூலமாய் வருவார்கள் என்று தெரியும். வந்தால் பேசிக்கொள்வோம்

என அமைதியானாள். நேற்று முழுவதும் யாரிடமிருந்தும் போன் வரவில்லை.

மதியம் டைனிங் ஹாலில் அலையரசன் மற்றும் சந்தானத்தோடு உட்கார்ந்திருக்கும்போது கலைச்செல்வனிடமிருந்து போன் வந்தது. "அண்ணா, லஞ்ச்ல இருக்கேன். முடிஞ்சதும் நானே கூப்பிடுறேன்." என்றாள்.

கொஞ்ச நேரம் கழித்து போன் செய்தாள். எடுத்தான்.

"அண்ணா, சொல்லு"

"நாலு நாள் ஆச்சு. ஊர்லயிருந்து யாரும் பேசுனாங்களா, என்ன நடந்துட்டு இருக்கு. ஒன்னுமே தெரில. அதான் போன் பண்ணேன்."

"ஆபிஸ்ல வேல ஹெக்டிக்கா இருக்கு. கூட வேலை பாத்த ஃபிரண்டோட ஹஸ்பண்ட் தூக்க மாத்திர சாப்பிட்டுட்டான். அவ கூட ஆஸ்பத்திரில இருந்தேன்.. அதான் போன் பண்னலண்ணா"

"ஓங்கிட்ட யாரும் போன் பண்ணாங்களா?"

"நேத்து அம்மா பண்ணாங்க. கல்யாணம் வேண்டாம்னு சொல்லிட்டேன்."

"ஏம்மா...."

"நல்லா யோசிச்சிட்டேன். ஆரம்பத்துலயிருந்தே தப்புத் தப்பாத்தான் இருக்கு. இருக்குற நிம்மதியும் போயிருமோன்னு பயமாவும் இருக்கு. நம்பிக்கையே வர மாட்டேங்குது. வேண்டாம்னு ரொம்ப ஸ்ட்ராங்கா தோனுது. ப்ளிஸ், புரிஞ்சிக்க அண்ணா!"

"நா என்ன சொல்லண்ணு தெரில. ஊர்ல எல்லாரும் உன்னைத் தப்பாப் பேசுவாங்க. அம்மாவ நினைச்சாத்தான் கவலையா இருக்கு."

"எனக்கும் கவலையா இருக்கு. அம்மாவுக்காக என்னோட லைஃபை விட்டுத் தர முடியாது. சரியாக கொஞ்ச நாள் ஆகும். பாப்போம்."

“சரிம்மா.... டேக் கேர்.” கலைச்செல்வன் நிறுத்திக் கொண்டான். மொபைலை சுவிட்ச் ஆப் செய்து விட்டு, பூங்குழலி மீட்டிங் ஹாலுக்குச் சென்றாள்.

போன வாரம் டீம் கொடுத்த டேட்டாவில் பிழைகள் இருப்பதாக பிராஜக்ட் மேனேஜர் ரிப்போர்ட் செய்திருப்பதாகச் சொன்னான் லியோ. என்ன டாஸ்க் என்பதை புரிந்து கொள்வதில் பிரச்சினை இருப்பதை சுட்டிக்காட்டினான். அதனால் ஒவ்வொருவரின் வேலையிலும் முரண்பாடுகள் வெளிப்பட்டு இருப்பதை விளக்கினான். டீம் மெம்பர்களுக்குள் கம்யூனிகேஷன் சரியாக இருந்திருந்தால் இந்த பிரச்சினை முன்னுக்கு வந்திருக்காது என்பதையும் குறிப்பிட்டான். அவரவர்கள் தங்கள் தரப்பையும், கொடுத்த டாஸ்க்கிலேயே குழப்பங்கள் இருந்ததையும் சொன்னார்கள். எப்படி சரிசெய்வது, மூன்று நாட்களுக்குள் சரி செய்து கொடுப்பது, யார் யாருக்கு என்னென்ன பணிகள் என்பதெல்லாம் விரிவாக திட்டமிடப்பட்டது.

அவரவர் இருக்கைகளுக்குத் திரும்பும்போது மணி ஆறாகி இருந்தது. பூங்குழலி போனை ஆன் செய்தாள். அமுதா சித்தியிடமிருந்து மட்டும் பதினாறு மிஸ்டு கால்கள் இருந்தன. அவரிடமிருந்து போன் வருவதே அபூர்வம். எப்போதாவது போன் செய்து மேடவாக்கத்தில் இருக்கும் தன் வீட்டுக்கு சனி ஞாயிறு லீவில் வருமாறு அழைப்பார். இப்போது கல்யாணம் பற்றி பேசுவதற்காக இருக்கலாம். அதற்காக இத்தனை முறையா? என்று யோசிக்க வைத்தது. அமுதாவிற்கு போன் செய்தாள்.

“எத்தன தடவ போன் செய்றது...?” எடுத்தவுடன் கோபமாகவும், பதற்றமாகவும் பேசினார் அமுதா.

“என்ன சித்தி.... என்ன ஆச்சு..”

“ஒங்கம்மாவுக்கு உடம்பு முடியலயாம். ஆஸ்பத்திரில அட்மிட் பண்ணியிருக்காங்களாம். மத்தியானத்திலயிருந்து முருகேசனும் பாட்டியும் மாறி மாறி போன் செஞ்சாங்களாம். எல்லாத்தையும் நீந்தா பிளாக் பண்ணி வச்சுட்டியாமே...”

பூங்குழலி அதிர்ந்து போனாள். “அம்மாவுக்கு என்ன சித்தி. எப்படியிருக்காங்க..” படபடத்தாள்.

"நீ உடனே ஹாஸ்டலுக்குப் போய் ரெடியாகு. நானும் சித்தப்பாவும் கார்ல உன்னைக் கூப்பிட வர்றோம். ஊருக்குப் போவோம்."

"சித்தி...... அம்மாவுக்கு ஒன்னும் ஆகலயே.." அழ ஆரம்பித்தாள்.

"ஒன்னும் ஆகாது. பயப்படாதே. ஆஸ்பத்திரில உம் பேரத்தான் சொல்லிக்கிட்டு இருக்காளாம். இதோ கிளம்பி வர்றோம்."

அவளது குரலில் இருந்த அதிர்ச்சியையும், கலங்கிப் போன முகத்தையும் பார்த்து சந்தானமும், பிரின்சியாவும் "என்னாச்சு பூங்குழலி" அருகில் வந்தார்கள். சொன்னாள். குரல் கம்மிப் போனது. "ஒன்னும் ஆகாது. கிளம்பு.." என்றார்கள். கண்களை மூடிக்கொண்டு நெற்றி சுருங்க, ஆழமாய் காற்றை உள்ளிழுத்துக் கொண்டாள். எழுந்து லியோவைப் பார்க்கச் சென்றாள்.

"கொஞ்ச நாளாவே நீ ஒர்க்ல கான்சண்ட்ரேட் பண்ண முடியாம இருக்குறதா ஃபீல் பண்றேன். நியாயமான பர்சனல் ரிசன்ஸ் இருக்கும். லியோ அதப் புரிஞ்சுக்குவான். கம்பெனி புரிஞ்சுக்காது. சோஃபியாவுக்கு ஒன்னுன்ன உடனே புறப்பட்டே. நா அதைப் பத்தி பேசல. அலையரசன் அடுத்த நா டூட்டிக்கு வந்துட்டானே. சோஃபியாவோட ரிலேட்டிவ்ஸ்தான் வந்திருப்பாங்களே. நீ எதுக்கு அடுத்த நா அங்க லீவு போட்டு கூட இருக்கணும்." லியோ பேசப் பேச அமைதியாக நின்றாள் பூங்குழலி.

"எவ்வளவு சீரியஸா டிஸ்கஸ் பண்ணோம்? இப்பப் பாரு, நீ ஊருக்கு கிளம்பற. நீ இருந்து முடிக்க வேண்டிய வேல இருக்கு. என்ன செய்ய? நீயே சொல்லு."

"ப்ளீஸ்" என்றாள். வேறு எதுவும் சொல்ல முடியவில்லை.

"சீட்ல போய் இரு. ஹெச். ஆர்ட்ட பேசிட்டு சொல்றேன்."

பூங்குழலி இருக்கைக்குத் திரும்பினாள். அந்த துயரமான சூழலில் அவமானமாக இருந்தது. எந்த ஆதரவும் காட்ட முடியாமல் பக்கத்து இருக்கைகளில் இருந்தவர்கள் அவளைப் பார்த்துக் கொண்டிருந்தனர்.

கொஞ்ச நேரத்தில் லியோ அழைத்து, “உனக்காக ரொம்ப ரிக்வஸ்ட் பண்னேன். நாளைக்கு லீவு எடுத்துக்க. திங்கட்கிழமை ஜாய்ன் பண்ணனும். ஓ.கே வா?”

அப்போதைக்கு நிம்மதியாய் இருந்தது. திங்கட்கிழமை என்ன செய்வது என்று ஊருக்குப் போனால்தான் தெரியும். பார்த்துக் கொள்ளலாம் என நினைத்துக் கொண்டாள்.

“தாங்ஸ்” என்றாள்.

“ஊருக்கு போய்ட்டு அம்மா எப்படி இருக்காங்கண்ணு போன் பண்ண மறக்க வேண்டாம்” என்றவன் கொஞ்சம் நிறுத்தி, “எதையும் ரொம்ப காம்ப்ளிகேட் பண்ணிக்க வேண்டாம். இதை உன்னோட அட்டிட்டியூட வச்சு சொல்றேன்.” அவளுடைய பதிலை எதிர்பாராமல் எழுந்து வெளியே சென்றான்.

# 22

# 18 மார்ச், 2016 - வெள்ளி

அமுதாவின் போன் சத்தமிட்டதும் பூங்குழலிக்கு விழிப்பு வந்தது. "ஆத்தூர் தாண்டிட்டோம்." அமுதா சொல்லிக்கொண்டு இருந்தார். வெளியே நன்றாக விடிந்திருந்தது. தாமரை அடர்ந்த குளமும், அந்த சின்னத் திரடும், அதில் ஆலமரமும். வந்தது. சரியாக இந்த இடத்திற்கு வந்ததும் விழிப்பு வந்து விடுகிறது. அருகில் போய்ப் பார்க்க வேண்டும் என ஒவ்வொருமுறைத் தோன்றினாலும் பார்க்க முடிந்ததில்லை. கல்யாணியோடும் அதுபோல பேச வாய்க்காது போல என நினைத்துக் கொண்டாள். காரில் டிரைவர் அதே வெறுத்துப் போன பார்வையோடு ஸ்டிரியங்கை பிடித்து இருந்தார்

அம்மாவுக்கு உடல்நிலை சரியில்லை என பொய் சொல்லி தன்னை அழைத்துச் செல்கிறார்கள் என்பது ஹாஸ்டலிலிருந்து இரவில் காரில் புறப்பட்ட கொஞ்ச நேரத்தில் பூங்குழலிக்கு புரிந்து விட்டது. அம்மா நலமாய் இருக்கிறார்கள் என்பதும் திங்கட்கிழமை ஆபிஸ் சென்றுவிடலாம் என்பதும் நிம்மதியைத் தந்தது.

நேற்று ஹாஸ்டலுக்குச் சென்றவுடன் முதலில் கலைச்செல்வனுக்கு போன் செய்து அம்மாவின் உடல்நலம் பற்றி சொல்லியிருந்தாள். அவனுக்குத் தெரிந்திருக்கவில்லை. கவலைப்பட்டவன், தானும் புறப்பட்டு வருவதாகச் சொன்னான்.

ஹாஸ்டலுக்கு அமுதா சித்தியும் சித்திரைப்பாண்டி சித்தப்பாவும் காரில் வந்தார்கள். ஸ்ரீஜா கார் வரை வந்து தைரியம் சொன்னாள். டிரைவரும், சித்திரைப்பாண்டியும் முன்னால் இருக்க, பூங்குழலி பின்னால் அமுதாவின் பக்கத்தில் உட்கார்ந்து கொண்டாள். போனில் பேசிய பதைபதைப்பு இருவரிடமும் தென்படாதது வித்தியாசமாய் இருந்தது. சித்தியிடம் அவரது

மகள் சுபாஷிணி பற்றி கேட்டாள். அவளுக்கு கல்லூரி இருப்பதால் சித்திரைப்பாண்டி சித்தப்பாவின் அண்ணன் வீட்டில் விட்டுவிட்டு வந்திருப்பதாகச் சொன்னார்.

பெருங்குளத்தூரைத் தாண்டியதும் போனில் யாரிடமோ அமுதா "சென்னையைத் தாண்டி வந்துட்டிருக்கோம்", "ஆமா பூங்குழலி எங்க கூடத்தான் வர்றா" என்றார். சித்ராவைப் பற்றி எதுவும் பேச்சில்லை. இடையில் பூங்குழலியை ஒருதரம் பார்த்துக் கொண்டார். சித்திரைப்பாண்டி ஒரு வார்த்தையும் பேசாமல் பிடித்து வைத்ததைப் போலிருந்தார்.

அடுத்து கலைச்செல்வன் போனில் அழைத்து விசாரித்தான்.

"ஆமாண்ணா, சித்தி சித்தப்பாவோட கார்ல போய்ட்டிருக்கேன்."

"நா விடிகாலைல மதுரையிலயிருந்து கிளம்பி வர்றேன்."

"சரிண்ணா"

"அப்புறம் சபாபதித் தாத்தாவுக்கு போன் பண்ணேன். அம்மாவ ஆஸ்பத்திரியில அட்மிட் பண்ணியிருக்கிறது அவங்க யாருக்குமே தெரியாதாம். அமுதாச் சித்திக்கிட்ட எந்த ஆஸ்பத்திரின்னு கேட்டுச் சொல்றியா?"

போன் அழைப்பைத் துண்டிக்காமல், "சித்தி! அம்மாவ எந்த ஆஸ்பத்திரில அட்மிட் பண்ணியிருக்கு?" கேட்டாள். சித்திரைப்பாண்டி தொண்டையைச் செருமியவாறு பின்பக்கம் திரும்பி அமுதாவைப் பார்த்தார்.

"எந்த ஆஸ்பத்திரின்னு கேக்கலயே." தடுமாறியது தெரிந்தது.

"அவங்களுக்கும் தெரியலயாம். முருகேசன் மாமாக்கிட்ட கேட்டுச் சொல்றேன்." அழைப்பைத் துண்டித்தாள்

எதுவும் பேசாமல் கொஞ்ச நேரம் வெளியேப் பார்த்துக் கொண்டு வந்த பூங்குழலி ஒரு முடிவுக்கு வந்தவள் போல அமுதா பக்கம் திரும்பி "இந்த டிராமா நல்லாவா இருக்கு சித்தி? அம்மாவுக்கு உடம்பு சரியில்லன்னு பொய் சொல்லி இப்படி கூட்டிட்டு போறது அசிங்கமா இல்ல?" கேட்டாள்.

“எங்களுக்கென்ன தெரியும். முருகேசந்தான் சொன்னான்.” என பட்டும் படாமல் பேச ஆரம்பித்தவர், சித்திரைப்பாண்டி திரும்பிப் பார்க்கவும் அமைதியானார்.

“இதோ கதவத் திறந்துட்டு குதிக்க முடியும். ஜன்னலை இறக்கிவிட்டு என்னைக் கடத்திட்டுப் போறிங்கன்னு கத்த முடியும். செய்யட்டுமா?” பூங்குழலி குரலை உயர்த்தினாள்.

டிரைவர் வேகத்தைக் குறைத்து சித்திரைப்பாண்டியைப் பார்த்தார். சித்தப்பா ஓரமாய் காரை நிறுத்தச் சொன்னார்.

“நாந்தா அப்பமே சொன்னேன்ல. இதெல்லாம் வேண்டாம்னு உங்கப்பாவும் தம்பியும் கேட்டாங்களா? நல்ல குடும்பம் வந்து வாய்ச்சிருக்கு. இதெல்லாம் எனக்குத் தேவையா?” அமுதாவிடம் சித்திரைப்பாண்டி கத்தினார்.

செய்வது அறியாமல் “ஏம்மா கல்யாணம் வேண்டாம்னுட்ட. வெளில தலை காட்ட முடியலன்னு அப்பாவும் முருகேசனும் கஷ்டப்படுறாங்க. கல்யாணம் நடக்கட்டும்னு ஒரு வார்த்த சொன்னாப் போதும். நாம இப்படியேத் திரும்பிரலாம்.” பூங்குழலியைத் தொட்டு கெஞ்சுவது போல அமுதா சொன்னார்.

கலைச்செல்வனை போனில் அழைத்தபடியே சித்தியிடம் “எனக்கு கல்யாணம் வேணுமா, வேண்டாமான்னு நாந்தா முடிவெடுக்கணும். நீங்க எல்லாரும் ஏன் கஷ்டப்படுறீங்க?” என்றாள். போனில் கலைச்செல்வன் வரவும், “அண்ணா, அம்மா நல்லாத்தான் இருக்காங்க. இவங்க எல்லாம் ஏதோ டிராமா பண்ணி கூட்டிட்டுப் போறாங்க. என்ன பிளான்னு தெரியல. நாளைக்கு ஒருவேளை போன் சுவிட்ச் ஆப் ஆகியிருந்தாலும், போனை எடுக்கலண்னாலும் போலீஸைக் கூப்பிடு” என்றாள்.

“அப்படியெல்லாம் ஒன்னும் நடக்காது. காலைல நா வந்துருவேன், நீ யார்ட்டயும் கோபப் படாத. வார்த்தைகளைக் கொட்டாதே. அமைதியா பேசும்மா” என்றான். சரியென்று அழைப்பைத் துண்டித்தாள்.

“ஹாஸ்டல்ல நீங்கதான் ரிஜிஸ்டர்ல கையெழுத்துப் போட்டு கூட்டிட்டு வந்திருக்கீங்க. எதாவது நடந்தா நீங்கதான் பொறுப்பு.” சொல்லிவிட்டு வெளியே வேடிக்கை பார்க்க ஆரம்பித்தாள்.

“என்னமோ கூட்டிட்டுப் போயி கொலை செய்யப் போற மாதிரில்லா பேசுறா. என்ன ஏதுன்னு உக்காந்து பேசத்தான ஊருக்குப் போறோம்.” என்றார் அமுதா.

“அப்ப சரி,,” என்று காதில் இயர் போனை மாட்டிக்கொண்டு ப்ளே லிஸ்ட்டில் மேய ஆரம்பித்தாள்.

காரை நிறுத்தச் சொல்லி, சித்திரைப்பாண்டி கொஞ்ச தூரம் தள்ளிப் போய் போனில் பேச ஆரம்பித்தார். அமுதாவும் இறங்கி அவர் அருகே சென்றார். டிரைவர் வெறுத்துப் போனவனாய் இறங்கி கதவைச் சத்தம் எழுப்ப சாத்தினார். கைகளை கட்டியவாறு காரில் சாய்ந்துகொண்டு தேமே என நின்றார். இயர் போனை எடுத்துவிட்டு ஜன்னல் கண்ணாடியை இறக்கினாள் பூங்குழலி. “அதெல்லாம் சரிப்பட்டு வராது. ஏடாகூடமா எதாவது செய்வீங்கன்னா இப்பவே சொல்லிருங்க., நாங்க சென்னைக்கே திரும்பிர்றோம்” சித்தப்பா கத்தியது லேசாய் கேட்டது. ஜன்னல் கண்ணாடியை ஏற்றி விட்டு, திரும்பவும் இயர் போனை மாட்டிக் கொண்டாள். அவர்கள் இருவரும் வந்ததும் கார் புறப்பட்டது. அதன் பிறகு யாரும் பேசிக்கொள்ளவில்லை. செங்கல்பட்டைத் தாண்டி ஒரு ஓட்டலில் நிறுத்தி சாப்பிட்டார்கள். மிண்ட்லைம் ஜூஸ் ஒன்றை தனக்கு கேட்டு வாங்கி பூங்குழலி நிதானமாகப் பருகினாள். பிறகு பாட்டு கேட்டுக் கொண்டே தூங்கியிருக்க வேண்டும். மதுரையில் நிறுத்தி டிரைவரும் சித்திரைப் பாண்டியும் டீ குடித்தது கனவு போலத் தெரிந்தது.

போனை எடுத்து ஃபேஸ்புக், இன்ஸ்டாகிராம், வாட்ஸ் அப் எல்லாம் ஒரு சுற்று வந்தாள். “காலையில் ஐந்து மணிக்கு மதுரையிலிருந்து காரில் புறப்பட்டு விட்டேன். ஒன்பது மணிக்குள் ஆறுமுகநேரி வந்துவிடுவேன். அண்ணன் சொல்வதைக் கேள். பொறுமையாக இரு. நரேனிடம் எல்லாவற்றையும் பேசி இருக்கிறேன்” கலைச்செல்வன் ஆறு மணிக்கு வாட்ஸ் அப்பில் அனுப்பி இருந்தான். நேரத்தைப் பார்த்தாள். ஏழைத் தாண்டி இருந்தது.

ஆறுமுகநேரிக்குள் நுழைந்து ஹாரன் அடித்து செல்லவும் பூங்குழலிக்கு இனம் புரியாத ஒரு படபடப்பும், தவிப்பும் கவ்விக்கொண்டது. பார்த்துப் பழைய இடங்கள் மீது கவனம் செல்லவில்லை.

காரிலிருந்து இறங்கினார்கள். வீட்டு வாசல் ஒரு பக்கம் திறந்திருந்தது. ஜன்னல்கள் சாத்தப்பட்ட வீட்டின் உள்ளே இருட்டாய் அமைதி இருந்தது. பக்கத்து வீடுகளில் இருந்து எட்டிப் பார்த்தார்கள்.

ஹாலில் ஈஸிச்சேரில் உட்கார்ந்திருந்த பூசைப்பழம், "வாங்க" என பொதுவாய்ச் சொன்னார். அமுதா கொண்டு வந்த பைகளை தூக்கிக் கொண்டு உள்ளே சென்றார். சித்திரைப்பாண்டி அங்கிருந்த சோபாவில் உட்கார்ந்து கையைக் கட்டிக் கொண்டார். அடுத்தடுத்து அறைகளாய் நீண்ட வீட்டின் உள்ளே சமையலறையில் இருந்து பத்மாவதி எட்டிப் பார்த்து வந்து கொண்டிருந்தார்.

மாடிப்படி ஏறும் இடத்தில் பிரம்பு நாற்காலியில் உட்கார்ந்திருந்தார் சித்ரா. இருபக்கமும் முழங்கைகளை ஊன்றி, விரல்கள் கோர்த்து பொத்தியவாறு இருந்த தோற்றம் சங்கடப்படுத்தியது. உள்ளே வந்தவர்களை திரும்பிக்கூட பார்க்கவில்லை. பேதலித்தவள் போலிருந்தார். பூங்குழலி எதுவும் பேசாமல் அருகே சென்று தரையில் அமர்ந்து அம்மாவின் முகம் பார்த்தாள். சித்ராவின் கண்களில் சத்தமில்லாமல், அசைவில்லாமல் கண்ணீர் வழிந்து கொண்டிருந்தது.

"அம்மாவுக்கு உடம்பு சுகமில்லன்னு தெரிஞ்சதும் அருமை பொண்ணு அப்படியே துடிதுடிச்சு வந்துட்டாளாக்கும். எங்க அந்த மொகத்தக் கொஞ்சம் பாப்போம்" பக்கத்தில் வந்து பூங்குழலியின் மேவாயைத் தூக்கிப் பார்த்தார் பத்மாவதி.

"ஏய், நீ சும்மா இருக்க மாட்டியா? பொறுமையா இருன்னு சொன்னேன்ல." கோபமாய் கத்திக் கொண்டு கையியிலிருந்த பேப்பரை தூக்கி எறிந்தார் பூசைப்பழம். தாத்தாவின் கோபம் பாட்டி மீது இல்லை என்று பூங்குழலிக்குத் தெரியும். வீடே கோபமாய் இருக்கிறது என்பதை அவர் காட்டுகிறார். யார் யார் என்னவெல்லாம் பேசுவார்கள், என்ன கூத்தெல்லாம் நடக்கும் என அவள் அறிந்தே இருந்தாள்.

"என்னமும் பண்ணித் தொலையுங்க" வந்த வேகத்தில் பத்மாவதி உள்ளே சென்றார்.

“இப்பத்தான வந்துருக்காங்க. நாளை வரைக்கு நேரம் இருக்குல்ல.” என்றவர், அமுதாவின் கணவரைப் பார்த்து, “மாப்பிள்ள, தூங்காம வந்திருப்பீங்க. காபி கீபி குடிச்சுட்டு கொஞ்சம் ரெஸ்ட் எடுங்க” என்றார். சித்ராவைப் பார்த்து,“யம்மா, பிறகு நீ மட்டும் அவக்கிட்ட பேசு. எல்லாத்தயும் எடுத்துச் சொல்லு” சொல்லிக்கொண்டே செருப்பைப் போட்டுக்கொண்டு வெளியில் கிளம்பினார்.

தன் உணர்வுகளை அடக்கிக் கொண்டு சித்ரா ஒரு மாதிரி விறைத்துப் போயிருந்தார். அம்மாவின் கைகளைப் பற்றினாள் பூங்குழலி. கையை உதறிவிட்டு அவர் எழுந்து உள்ளே சென்றார். சித்திரைப்பாண்டி அதைப் பார்த்தும் பார்க்காதது போல மாடிப்படி ஏறிக்கொண்டிருந்தார்.

பூங்குழலி மட்டும் அந்த ஹாலில் தனியாக தரையில் உட்கார்ந்திருந்தாள். சரியாக மூன்று வாரத்துக்கு முன்பு இதே வெள்ளிக்கிழமை காலையில் அவளை மொத்த வீடும் தாங்கிக் கொண்டு இருந்தது. அவள் உட்கார்வதை, நடப்பதை, பேசுவதை, சிரிப்பதை எல்லாம் பேசிக்கொண்டும் ரசித்துக்கொண்டும் இருந்தார்கள். வீடு உட்காரச் சொன்னால் உட்கார வேண்டும். நடக்கச் சொன்னால் நடக்க வேண்டும். பேசச் சொன்னால் பேச வேண்டும். சிரிக்கச் சொன்னால் சிரிக்க வேண்டும். அதுவும் எதைப் பேச வேண்டும், எப்படி சிரிக்க வேண்டும் என்றும் இருக்கிறது. அப்போதுதான் வீடு கொண்டாடும். வீடு விரும்பாததைச் செய்யக் கூடாது. செய்தால் இப்படி ஒதுக்கிவிடும். ஐந்து வருடங்களுக்கு முன்பு கலைச்செல்வனுக்கு அதுதான் நேர்ந்தது. பூங்குழலியின் முறை இது. வீட்டின் விருப்பத்துக்கு இணங்காதவர்கள் தெரு, சொந்தம், ஊர் எல்லாவற்றுக்கும் ஆகாதவர்களாகி விடுகிறார்கள். அன்பால் ஒடுக்குவதற்கு உறவுமுறைகளை விட சக்திவாய்ந்தது எதுவும் இல்லை. பாவம், அம்மா என்ன செய்வாள் என பூங்குழலி யோசித்தாள். அங்கிருந்து எழுந்து அம்மாவின் அறைக்குள் சென்று படுத்துக் கொண்டாள்.

“கட்டிக்கப் போறவன் கையைப் பிடிச்சு முத்தங் கொடுத்தா என்னவாம். வந்துட்டா பெருசா காரணத்தைத் தூக்கிக்கிட்டு..” சமையலறையில் பத்மாவதியின் குரல் கேட்டது. அடுத்து

"நாளைக்கு முத ராத்திரில்ல, ஐயய்யோ, அங்க தொட்டுட்டான், இங்க புடிச்சுட்டான்னு கத்துவா போலுக்கு.." பூங்குழலி இருந்த அறையின் வெளியே கேட்டது. இனி அந்தக் குரல் நிற்கவே நிற்காது. வீடு முழுக்க அலைந்து கொண்டேயிருக்கும்.

"இந்தா காபி குடி!" சித்ராவின் குரல் பக்கத்தில் கேட்டது. தம்ளரை வேண்டா வெறுப்பாக நீட்டியது போலிருந்தது. எழுந்து வாங்கிக் கொண்டு அம்மாவின் முகத்தைப் பார்த்தாள். சித்ராவின் கையைப் பிடித்து "உக்காரும்மா" என்றாள்.

அவளருகில் உட்கார்ந்து "பூவு, என்னம்மா இதெல்லாம். ஒரு நா சரின்னு சொல்ற. அடுத்த நா வேண்டாங்குற. இதென்ன விளையாட்டுக் காரியமா? எல்லாருக்கும் உன்னால எவ்வளவு கஷ்டம் தெரிமா?" சித்ரா உருக்கமாய் பேசினார்.

"மொதல்ல ஒத்துக்கிட்டது எந்தப்புத்தான். நா மறுக்கல. அதுக்கு என்ன தண்டன வேண்ணாலும் கொடுங்க. கல்யாணம் பண்ணிக்கிற தண்டன மட்டும் வேண்டாம். ப்ளீஸ் புரிஞ்சுக்குங்கம்மா"

"மாப்பிள்ள நல்ல பையம்மா. நீதான் தப்புத் தப்பா யோசிக்கிற. மாப்பிள்ள வீட்டுல நேத்து கூட பேசினாங்க. இந்தக் காலத்துல இப்பிடி ஒரு பொண்ணான்னு ஆச்சரியமாத்தான் இருக்கு அவங்களுக்கு. உன்ன நல்லாப் புரிஞ்சு இருக்காங்க. நீதான் தேவையில்லாம பயப்படுற..." சித்ரா பேசிக்கொண்டே இருந்தார். வெடுக்கென்று பேச துடித்தாலும் பூங்குழலி அமைதி காத்தாள். தன்னை இந்த வீடு புரிந்துகொள்ளப் போவதில்லை என நிச்சயமாகத் தெரிந்தது.

"நாம் பாட்டுக்கு பேசிட்டே இருக்கேன். சொல்லும்மா?"

"என்ன சொல்லணும்."

"கல்யாணத்த மட்டும் வேண்டாங்காதம்மா. அப்பா தெய்வமா மேலயிருந்து நம்மள பாத்துக்குவாங்க. எல்லாம் நல்லபடியா நடக்கும். நீ ஒன்னும் கவலப்படாதம்மா"

"நா கவலைப் படாம வேற யாரு கவலைப்படுவாங்க.".

அறையைத் தாண்டி சென்ற பாட்டி கொஞ்ச நேரமாய் காணவில்லை என்பதும், கொஞ்ச நேரமாய் அவரது குரல் கேட்கவில்லை என்பதும் அறிந்து, "பாட்டி எதுக்கு ரூமுக்கு வெளியே ஒளிஞ்சு நின்னு ஒட்டு கேக்குறீங்க. நீங்களும் வாங்க." அழைத்தாள் பூங்குழலி.

பத்மாவதி எதுவும் பேசாமல் அறையைக் கடந்து சமையலறை நோக்கி சென்றார். பூங்குழலி எதற்கும் துணிந்து விட்டாள் என்பதை அந்த கணத்தில் புரிந்து கொண்டார் சித்ரா. "நா நல்லாயிருக்குறது ஒனக்கு பிடிக்கலயா? செத்து தொலைய வேண்டியதுதானே நாயே!. எதுக்கு என் வயித்துலப் பிறந்தே?" நெஞ்சில் ஓங்கி ஓங்கி அடித்துக் கொண்டவாறு அழத் தொடங்கினார்.

"சரி உங்க கையால விஷத்தைத் தாங்க. இங்கயே செத்துத் தொலைறேன்." எழுந்து நின்று பூங்குழலி கத்த ஆரம்பித்தாள். அமுதா ஓடி வந்து "அக்கா நீங்க போங்க. பூங்குழலி பேசாம இரு" சித்ராவை அழைத்துக்கொண்டு கதவைச் சாத்திச் சென்றார்.

"அவள எதுக்குக் கூட்டிட்டு வந்தே. அவ சரிப்பட்டு வர மாட்டா. தொலைச்சு தலை முழுகிருவோம்" சித்ரா சத்தமாய் அழ ஆரம்பித்தாள்.

அந்த அறைக்குள் அங்குமிங்குமாய் நடந்த பூங்குழலி தன்னை அமைதிப்படுத்திக் கொண்டு படுக்கையில் கொஞ்ச நேரம் உட்கார்ந்தாள். நிச்சயதார்த்த மோதிரத்தை கழற்றி அங்கிருந்த மேஜையில் வைத்தாள். சட்டென்று பையை எடுத்துக்கொண்டு வாசலை நோக்கி நடக்க ஆரம்பித்தாள். சரியாக அந்த நேரம் முருகேசனும் பூசைப்பழமும் உள்ளே நுழைந்தார்கள்.

"என்ன கல்யாணப் பொண்ணு எங்க கிளம்பிட்டீங்க. கொஞ்சம் உக்கார்றிங்களா. பேசுவோம்" என்றார் முருகேசன்.

"பேசியாச்சு. நா கிளம்புறேன்" என்றாள் பூங்குழலி.

"என்ன பேசினிங்க மகாராணி. ஊரைக் கூட்டி நிச்சயதார்த்தம் பண்ணியாச்சு. நீங்க பாட்டுக்கு கல்யாணம் வேண்டாம்னா என்ன அர்த்தம். ஊருக்கு யாரு பதில் சொல்றது?"

“ஊரைக் கூப்பிடுங்க. நா பேசிக்கிறேன்.” அவர்களைத் தாண்டிச் சென்று கதவைத் திறந்து தெருவில் போய் நின்றாள் பூங்குழலி.

“பூங்குழலி வேண்டாம். இது நல்லாயில்ல. தெருவுல எல்லாரும் பாக்குறாங்க. உள்ளே வா.” கண்டிப்புடன் பூசைப்பழம் அழைத்தார்.

“தெருவுல, ஊருல எப்படிச் சொல்றதுன்னுதான மாமா சங்கடப்பட்டாங்க. எல்லாருக்கும் தெரியட்டும்.”

சித்ராவும், அமுதாவும் வெளியே வந்து பூங்குழலியை வீட்டிற்குள் இழுத்தார்கள். அவள் திமிறிக் கொண்டிருந்தாள். தெருவில் கூட்டம் சேர ஆரம்பித்தது.

“நிச்சயம் செஞ்ச மோதிரத்த கழட்டி வச்சிருக்கியே, இதோ கல்யாண கார்டு எல்லாம் அடிச்சு வந்திருக்கு. கிழிச்சிருவோமா, எரிச்சிருவோமா. சொல்லு” அழைப்பிதழ்களை மொத்தமாய் கொண்டு வந்து பூங்குழலி மேல் கொட்டிவிட்டு தெருவேக் கேட்கும்படி கத்தினார் பத்மாவதி.

“படிச்சு வேல பாக்குற திமிரு இப்படியெல்லாம் பேச வைக்குது.” முருகேசனும் சேர்ந்து கொண்டார்.

“ஆமா மாமா, ஒங்க பொண்ணுங்கள படிக்க வைக்காம, வேல பாக்க விடாம வீட்டுலய வச்சுக்குங்க பாப்போம்.”

“அடச்சீ நாயே..” என்ற முருகேசனின் போன் அடித்தது. “கொஞ்சம் பொறுங்க சம்பந்தி, வேண்டாம்.”, “நாங்க பாத்துக்குறோம். ஒரு பிரச்சினையில்ல”, “பேசிட்டு இருக்கோம். அவ சம்மதிச்சுருவா” சொல்லிக் கொண்டே வந்தவர் போனை காதிலிருந்து எடுத்து உற்றுப் பார்த்தார். பூங்குழலியை நோக்கித் திரும்பி, “திருட்டு நாயி! மாப்பிள்ள வீட்டுல பேசியிருக்கா. போதும், இந்த கல்யாணமே வேண்டாம்னு மாப்பிள்ளையோட அப்பா சொல்லிட்டாங்க” சத்தம் போட்டபடி பாய்ந்து கடும் கோபத்துடன் பூங்குழலியின் செவிட்டில் ஓங்கி அறைந்தார் முருகேசன்.

அவ்வளவுதான். "ஏலேய்.... எம்புள்ள மேலயா கைய வைச்ச செருக்குயுள்ளா. அவள பெத்த அப்பங்கூட அவள ஒருநாளும் தொட்டு அடிச்சதில்ல. தோளுக்கு மேல வளந்த பொண்ண தெருவுல வச்சு அடிக்கிற. அவங்கப்பா மட்டும் இருந்தா உன்ன உயிரோட வுந்திருப்பாவ." ஆங்காரமாய் வீட்டிற்குள் இருந்து வெளியே வந்து முருகேசனை நோக்கி செருப்பை எறிந்தார் சித்ரா.

அந்த இடமே ஸ்தம்பித்துப் போனது.

வீட்டின் முன் கார் வந்து நிற்க, கலைச்செல்வன் இறங்கினான்.

# 23

## 28 மார்ச், 2016 - திங்கள்

ஆட்டோ நின்றது. இறங்காமல் பணத்தை எடுத்து கொடுத்தான் நரேன். வாசல் அருகில் நின்று நாச்சியப்பன் உற்றுப் பார்த்துக் கொண்டிருந்தார். இறங்கியதும் அடையாளம் கண்டு "வாங்க தம்பி, நீங்களாத்தான் இருக்கும்னு நெனைச்சேன்" என்றார் பாசமாய். பையை தோளில் மாட்டிக்கொண்டு புன்னகையோடு உள்ளே நுழைந்தான்.

"பேப்பர்க்காரன இன்னும் காணோம்" என்றவர், "ஊர்ல எல்லாரும் சுகம்தானே" கேட்டார். ஆமாம் என்பதாய் தலையசைத்தான்.

"காபி சாப்பிடுறீங்களா?"

"வேண்டாம். தாம்பரத்துல இறங்கினதும் குடிச்சிட்டுத்தான் வந்தேன்."

பக்கத்தில் வந்து தோளில் தட்டிக் கொடுத்தார். சொன்னதையெல்லாம் மனதில் வைத்துக்கொள், எல்லாம் சரியாகிவிடும் என்ற இதம் தந்தது அவரது கை. சென்ற திங்கள் கிழமை சாயங்காலம் உட்கார வைத்து நிறைய பேசினார். "எல்லாம் நல்லதுக்குத்தான். பிடிக்காம கல்யாணம் செஞ்சு என்ன ஆகப் போகுது?" என சமாதானப்படுத்தி இருந்தார். அதற்கும் மூன்று நாட்களுக்கு முன்பு அந்த வெள்ளிக்கிழமை விடிகாலை ஆறு மணிக்கு பதற்றத்துடன் பூங்குழலியின் அண்ணன் கலைச்செல்வன் பேசியதும், அப்பாவுக்குப் போன் செய்து, "அவளுக்கு பிடிக்காம கல்யாணம் வேண்டாம்ப்பா. அவங்க வீட்டுல சொல்லிருங்க. பூங்குழலியைக் கூட்டிட்டுப் போய் டார்ச்சர் செய்றாங்கன்னு அவ அண்ணன் கலைச்செல்வன் போன் செஞ்சாரு" அதே அர்த்தத்தில்தான் நரேனும் சொல்லி இருந்தான்.

நினைத்துக் கொண்டே நரேன் மாடிப்படி ஏறினான். கிஷோர் பல் துலக்கிக்கொண்டு 'ஹாய் ப்ரோ' என்றான். பிரசாந்த் ஷேவ் செய்து கொண்டிருந்தான். நரேனும் 'ஹாய்' சொல்லிவிட்டு படுக்கையில் அப்படியே சாய்ந்தான். வெள்ளிக்கிழமை இரவு தாம்பரத்தில் அவனை பஸ் ஏற்றி தூத்துக்குடிக்கு அனுப்ப வந்த அவர்களா இவர்கள் என்று இருந்தது. டாஸ்மார்க் பாரில் உட்காரக் கூட இடம் இல்லாமல் ஒரு மூலையில் நின்று கொண்டு பெரும் இரைச்சலுக்கு நடுவில் கெட்ட கெட்ட வார்த்தைகளால் பூங்குழலியை திட்டித் தீர்த்தார்கள். 'கேர்ள்ஸே இப்படித்தான் ப்ரோ. அவளுகள வந்தியா போனியான்னுதான் வைக்கணும். கூடவே இருக்கணும்னு நினைக்கக் கூடாது." பிரசாந்த் அடித்துச் சொன்னான். "ஒரு பீர்தான குடிச்சே, இன்னொன்னு நீ குடிச்சே ஆகணும் ப்ரோ" கிஷோர் அனத்திக் கொண்டே இருந்தான். "பாத்துப் போங்கடா" என அவர்களை கவலையோடு அனுப்பி விட்டு தூத்துக்குடிக்கு ஆம்னி பஸ்ஸில் ஏறினான் நரேன்.

போன திங்கள் போல இன்று இல்லை. மனிதர்களின் முகம் பார்க்க முடிகிறது. புன்னகைக்கவும் பேசவும் வருகிறது. வெளியே தெரியக் கூடாது என ஒன்றை நினைக்கும் வரைக்கும்தான் பயம், பதற்றம், அவமானம் எல்லாம். தெரிந்த பிறகு சாதாரணமாகி விடுகின்றன. அந்த நேரத்தில் எதிர்கொள்ளவும் தாங்கிக் கொள்ளவும்தான் சித்தம் வேண்டும். அருகில் இருப்பவர்கள் அதைத் தர வேண்டும். அம்மாவும், அப்பாவும், பவித்ராவும், ஆஷாவும், நாச்சியப்பனும் தந்திருந்தார்கள்.

ஆபிஸிலும் நண்பர்களுக்கும் தெரிந்து விட்டிருந்தது. சிலர் கேட்டார்கள். "ஆமா, பூங்குழலிக்கு பிடிக்கல" என்று சொன்னான். காரணத்தைத் தெரிந்து கொள்ளும் ஆவலும், விருப்பமும் அவர்களிடம் தெரிந்தது. நரேன் அத்தோடு நிறுத்திக் கொண்டு வேலையில் ஆழ்ந்தான். ஆள் ஆளுக்காய் பேசிக்கொண்டார்கள். சென்ற வருடம் இதே ஆபிஸில் வேலை பார்க்கும் நளினிக்கும் அமெரிக்காவில் வேலை பார்த்த பையனுக்கும் நிச்சயமாகி இருந்தது. இன்விடேஷன் எல்லாம் அடித்து விட்டார்கள். திருமணத் தேதி நெருங்கும் போது நின்று விட்டது. பிடிக்கவில்லை என்று மட்டும்தான் நளினி சொனனாள். இரவில்

இருவரும் வீடியோ சேட் செய்ததாகவும், அவன் தன்னை ஆடையின்றி காட்டியதாகவும், அவளையும் காண்பிக்கச் சொன்னதாகவும், அவள் மறுத்து பெற்றவர்களிடம் சொல்லி விட்டதாகவும் ஒரு கதை வலம் வந்தது. அதுபோல இப்போதும் கதைகள் உருவாகலாம். நரேனின் முதுகுக்குப் பின்னால் பேசப்படலாம். அது பற்றி எல்லாம் கவலைப்படுவதாக இல்லை.

சந்திராவும், மூர்த்தியும் உடைந்து போய் விட்டார்கள். ஊரில் சொந்தக்காரர்களுக்கும், நண்பர்களுக்கும் நிறைய பதில் சொல்ல வேண்டியிருந்தது. அப்பாதான் மாறி மாறி போன் பேசிக்கொண்டிருந்ததாய் சந்திரா கவலையோடு சொன்னார். தன்னைப் பற்றி அவர் சொல்லவில்லை. அந்தத் தெருவில் நடக்க முடியாமல் எப்படி தவித்திருப்பார் அம்மா என்பதை நரேன் அறிவான். ஊருக்குச் சென்றதற்கு அதுதான் முக்கிய காரணம். சனி, ஞாயிறு இரண்டு நாட்களும் அவர்களோடு இருந்தது ஆசுவாசம் தந்தது. வீட்டில் நிலவிய இறுக்கமான அமைதியை ஒருவருக்கொருவர் பிரியமாகவும், அரவணைப்பாகவும் இருந்து கலைத்தார்கள். இரண்டு நாட்களும் மூர்த்தி வெளியே போகவில்லை. தன் மகனோடு இருந்தார். பூங்குழலி, திருமணம் குறித்து பேசவில்லை. அவனது வேலை பற்றி கேட்டுத் தெரிந்து கொண்டார். அவரது பள்ளியைப் பற்றி, மாணவர்கள் பற்றியெல்லாம் பேசுவதற்கு நிறைய இருந்தன. மகனுக்கு பிடித்தமானவைகளை செய்து கொடுப்பதிலும், அவன் சாப்பிடுவதிலும் தன்னைத் தேற்றிக் கொண்டார் சந்திரா. அம்மா, அப்பா, பவித்ராவின் அப்பா சுந்தரேசனோடு உட்கார்ந்து ரம்மி விளையாடியது, தாத்தா நடராஜனோடு உட்கார்ந்து சீரியல்களை கிண்டலடித்தது எல்லாம் இப்போது சுகமாய் இருந்தன.

எழுந்து சோம்பல் முறித்து பல் தேய்க்க வெளிவந்த போது கிட்டத்தட்ட கிஷோர் கிளம்பி இருந்தான். பிரசாந்த் குளித்துவிட்டு ஃபேனுக்கு அடியில் தலையை துவட்டிக் கொண்டிருந்தான். ஆபீஸே சில நாட்களாய் டென்ஷனாய் இருக்கிறது. பிராஜக்ட் முடியாமல் இழுத்துக் கொண்டிருப்பது மொத்த டீமுக்கும் பெரிய தலைவலி. குறிப்பிட்ட காலத்தைத் தாண்டி இரண்டு வாரம் ஆகி விட்டது. கிளையண்ட்டிடம் இருந்து பிரஷர். போன

செவ்வாய்க்கிழமை மீட்டிங் போட்டு பிராஜக்ட் மேனேஜர் கடுமையாய்ப் பேசிவிட்டான். நிமிர முடியாத வேலை. அதுவும் நல்லதற்குத்தான் என நரேன் நினைத்துக் கொண்டான். இந்த வாரத்துக்குள் முடிப்பது என உறுதி கொடுக்கப்பட்டிருக்கிறது. கிளம்பத் தயாரானான்.

பைக்கை எடுக்கும்போது மொபைல் சத்தம் கேட்டது.. எடுத்துப் பார்த்தான். பூங்குழலி! அந்தப் பெயரை நெருக்கமாய் உணர முடியவில்லை. பேசலாமா வேண்டாமா தயங்கினான். ஹெல்மெட்டை கழற்றிவிட்டு பேசினான்.

"நரேன், நா பூங்குழலி"

"ம்... சொல்...லுங்க.."

"உங்களப் பாக்கணும். இன்னிக்கு ஈவ்னிங் எங்க ஆபிஸ் பக்கத்துல எதாவது ரெண்டாரண்ட்டுல காபி சாப்பிடலாமா?"

"ம்..... இல்ல. ஆபிஸ்ல வேல நிறைய "

"அப்ப நா உங்க ஆபிஸ் பக்கம் வரட்டா? ஜஸ்ட் டென் மினிட்ஸ். நீங்க திரும்ப ஆபிஸ்க்கே போயிரலாம்."

"ம்.... எதுக்கு..?"

"நேர்ல பேசுவோம். வந்து கால் பண்றேன். ஓகேவா?" வைத்து விட்டாள்.

நரேனுக்கு ஒன்றும் புரியவில்லை வேலையும் ஓடவில்லை. என்ன பெண் இவள்? எதுவுமே நடக்காதது போல சாதாரணமாகப் பேசுகிறாள். ஆறுமுகநேரியில் அவர்கள் வீட்டில் நடந்ததையெல்லாம் சந்திராவும் மூர்த்தியும் கேள்விப்பட்டு அவனிடம் சொல்லி இருந்தார்கள். அவ்வளவு, கலகம் செய்தவளா? செட் ஆகாது என முகத்தில் அடித்த மாதிரி நடந்து கொண்டவளா?

சிஸ்டத்தில் இருந்தபோது அருகில் வந்த ஆஷாவிடம் சொன்னான். அவளுக்கும் பிடிபடவில்லை. "நானும் வரட்டுமா?" கேட்டாள். மறுத்து விட்டான். அம்மாவிடம் சொல்வோமா எனத் தோன்றியது. இப்போதைக்கு வேண்டாம் என அமைதி காத்தான்.

ஆறரை மணி வாக்கில் பூங்குழலியிடமிருந்து அழைப்பு வந்தது. பேசினான். கீழே காத்திருப்பதாய்ச் சொன்னாள். டீக்குடித்து விட்டு வருவதாய் பெர்மிஷன் சொல்லி வெளியே வந்தான். லிப்டில் இறங்கும்போது முகம் கழுவி தலை கூட வாரிக்கொள்ளவில்லை என்பதை உணர்ந்தான்.

ஒரு ஓரமாய் பூங்குழலி நின்று கொண்டிருப்பதை தூரத்திலேயே கவனித்து விட்டான். அருகில் செல்லும்போது அவளும் பார்த்து லேசாய் சிரித்தாள். "ஹாய்" என்றாள். பதிலுக்கு அவனும் சொன்னான்.

"பக்கத்துல ரெஸ்டாரண்ட் எங்க இருக்கு?" கேட்டாள்.

"இங்கதான். நடந்தே போகலாம்" கைகாட்டியவாறு அழைத்தான். இருவரும் நடந்தார்கள்.

"ஆண்ட்டியும் அங்கிளும் எப்படி இருக்காங்க?"

"இருக்காங்க.."

"ஊருக்குப் போனீங்களா?"

"ஆமா, இந்த வீக் எண்ட்ல போயிருந்தேன்"

"ஓ.."

"உங்க அம்மா எப்படி இருக்காங்க?"

"ஃபைன். அண்ணன் கூட மதுரையில இருக்காங்க. சென்னைல வீடு பாத்துட்டு இருக்கேன். அம்மாவக் கூட்டிட்டு வரணும்."

அதற்கு மேல் உரையாடல்கள் இல்லை. ரெஸ்டாரண்டில் போய் அமர்ந்தார்கள். கூட்டம் அதிகமில்லாமல் ஒரு அமைதி இருந்தது. 'தனிமையே தனிமையே உனக்கென்ன இத்தனை தாகம்... நினைவினால் நனைகிறேன் இதென்ன மந்திர மாயம்" பாடல் ஒலித்துக்கொண்டிருந்தது. நரேன் வெயிட்டரைத் தேடி சுற்றிலும் பார்த்தான்.

"உங்க அம்மாவுக்கும், அப்பாவுக்கும் தேங்ஸ். முடிஞ்சா சொல்லிருங்க. அன்னிக்கு போன் செய்யலன்னா ரொம்ப பிரச்சினையாயிருக்கும்."

அவன் பேசவில்லை. அவளைப் பார்த்துக் கொண்டிருந்தான்.

“உங்களுக்கு இப்போ என்னை பிடிக்காதுன்னு தெரியும். வெறுப்பு கூட இருக்கும். எனிவே, இன்னிக்கு போனை அட்டெண்ட் பண்ணதுக்கும், இங்க வந்ததுக்கும் தாங்ஸ் நரேன். முக்கியமா அன்னிக்கு எங்க அண்ணன் உங்களுக்கு போன் பண்னதும் நீங்க ஓங்க அப்பா அம்மாக் கிட்ட பேசுனதுக்கு”

வெயிட்டர் வந்தார். “காபி” என்றவன் நிறுத்தி அவளைப் பார்த்து “வேற...?” கேட்டான்.

“போதும். காபியே உக்காந்து பேசத்தானே” சிரித்தாள். வெயிட்டரும் சிரித்துக் கோண்டே போனார். அவனுக்கு சிரிப்பு வரவில்லை.

“சரி, நா சொல்ல வந்தத சொல்லிர்றேன். கல்யாணந்தான் நின்னுப் போச்சே. நீங்க யாரோ, நா யாரோதான். ஓ.கேவா? நமக்குள்ள எதுவும் இல்ல. பிறகு கோபம், வெறுப்பு மட்டும் நமக்குள்ள எதுக்கு? இனும சந்திப்போமோ இல்லையோ. அப்புறம் ஏன் எதுவும் பேசாம பிரியணும்னு தோணிச்சு. ஸோ, லெட் அஸ் டிபார்ட் அஸ் ஃப்ரண்ட்ஸ்.” சிரித்துக் கொண்டே தனது கையை நீட்டினாள். தான் போட்ட மோதிரம் அந்தக் கையில் இல்லையென்பதை கவனித்தான்.

நரேன் பதிலுக்கு கைகளை நீட்டவில்லை. அவளுக்கு ஏமாற்றமாக இருந்தாலும் நீட்டியபடி, “ப்ளீஸ்..” என்றாள்.

வெயிட்டர் காபி கொண்டு வந்தார். அவள் கைகளை மடக்கி முன்னல் டேபிளில் வைத்துக் கொண்டு டம்ளரையே பார்த்துக் கொண்டிருந்தாள்.

“புரியல எனக்கு. எல்லாம் முடிஞ்சு பத்து நாள் ஆச்சு. திடீர்னு என்னை கூப்பிட்டு இதையெல்லாம் ஏன் சொல்ற?” காபியை கையில் எடுத்துக் கொண்டு நரேன் கேட்டான்.

“அதுவா...” என்றவள் வாய்விட்டு சிரித்தாள். மொபைலை எடுத்து அதில் இயங்கினாள். “ஓங்க வாட்ஸ் அப் பாருங்க.” என்றாள்.

நரேன் எடுத்துப் பார்த்தான். கவிதை போல சில வரிகள் இருந்தன.

***கைகளை பிடிப்பதென்பது***
***அன்பைத் தெரிவிப்பது***
***அனுமதி கேட்பது***
***எதுவாய் இருந்தாலும்***
***ஏற்றுக் கொள்வது***
***எல்லாவற்றுக்கும் மேலே***
***உன்னை மதிப்பது***

மொபைலில் இருந்து நிமிர்ந்தவன் “புரியல..” என்றான்.

“இத எழுதுனது பிரகாஷ்னு ஒருத்தன். என்னோட ஸ்கூல்ல படிச்சவன். அப்போவே எனக்கு லவ் லெட்டர்லாம் கூட கொடுத்தான். வேலை கிடைச்சு பெங்களூர்ல இருக்கான். இப்போ யாரையோ லவ் பண்றான் போல. சமீபமாய் கவிதையா எழுதி ஃபேஸ்புக்ல போட்டுட்டே இருக்கான். அதுவும் கையை பத்தியே எழுதுறான். இத நேத்துப் பாத்தேன். உங்க ஞாபகம் வந்துச்சு. நா ஓவரா ரியாக்ட் செஞ்ச மாதிரி தோணிச்சு. உங்களை ஒரு தடவைப் பாத்து சமாதானமா, சந்தோஷமாப் பிரியலாம்னு நினைச்சேன். தப்பா?.”

நரேன் யோசித்துக்கொண்டு இருந்தான்.

“இந்தக் கவிதைய படிச்சதும் அன்னிக்கு நீங்க கடற்கரைல எடுத்த செல்பியை ஏனோ பாக்கணும்னு தோணிச்சு. அந்தக் கணத்தில் சந்தோஷம் பொங்க ரொம்ப உண்மையா உங்க முகம் இருந்துச்சு. பிறகு அந்த முகம் என்னவாகியிருக்கும்னு யோசிச்சேன். என்னப் பாக்க எனக்கே அருவருப்பாய் இருக்குன்னு நீங்க அனுப்பியிருந்த டெக்ஸ்ட்டில் அந்த முகம் தெரிஞ்சுது.”

தன்னைப் பற்றி அவள் யோசித்திருக்கிறாள் என்பது அவனை கொஞ்சம் ஆறச்செய்தது. காபியை டேபிளில் வைத்து விட்டு இறுக்கம் தளர்ந்து அவளைப் பார்த்தான்.

“இந்த ஃபீலிங்கும் கூட கல்யாணம் நின்னதாலத்தான் கிடைச்சுதுன்னு நினைக்கேன்.” பூங்குழலியின் கண்களில் மெலிதாய் ஈரம் பளபளத்தது.

நரேன் சினேகமாய் புன்னைத்தாள்.

பூங்குழலி முகம் மலர்ந்தாள்.

"சொன்ன மாதிரி ரொம்ப உடைஞ்சிட்டேன் பூங்குழலி. தாங்கவே முடியல. அசிங்கமா ஃபீல் பண்ணேன். செத்துப் போயிரலாம்னு தோணிச்சு. நல்லவேளை பவித்ரா அக்காவப் பாத்தேன். நீ நல்ல பையன்னு சமாதானம் செஞ்சாங்க. அவங்களை ஹக் பண்ணச் சொல்லி தட்டிக் கொடுத்தாங்க. இல்லன்னா என்ன ஆகியிருப்பேன்னு இப்ப வரைக்கும் நினைச்சுப் பாக்க முடில." கண்கள் குளமாகி இருந்தான்.

"பவித்ரா எப்படி உங்களுக்கு அக்கா? ரொம்ப பிடிக்குமா?" நரேனை இயல்புக்கு கொண்டு வர பேசினாள்.

"ஆமா" என்றவன் சின்ன வயதில் இருந்து பவித்ராக்கா என்று அவள் கை பிடித்து வளர்ந்ததை, அவளுக்குத் திருமணம் ஆனதை, அங்கு பட்ட அவஸ்தைகளை, பைத்தியம் என அனுப்பி விடப்பட்டதை எல்லாம் சொல்லிக்கொண்டே போனான். போன மாதம் இதே தேதியில் அவனோடு பைக்கில் போகும்போது அவள் பவித்ராவைப் பற்றி கேட்டதற்கு, நம்மைப் பத்திப் பேசுவோம் என்ற நரேன் இன்று பவித்ராவைப் பற்றி குரலில் அப்படியொரு அன்பு பொங்க பேசுவதைக் கேட்டாள்.

"இன்னொரு கல்யாணம் பண்ணிக்கலயா அவங்க?"

"இதையேத்தான் நானும் கேட்டேன். வேண்டாம்னுட்டாங்க."

"ஏன்.?"

பவித்ரா சொன்னதை சொல்ல ஆரம்பித்தான். வெயிட்டர் அருகில் வந்து பில்லை நீட்டினான். பூங்குழலி பணத்தைக் கொடுத்து அனுப்பினாள். இருவரும் அரை மணி நேரமாய் சூழல் மறந்து பேசிக்கொண்டு இருப்பதை நரேன் உணர்ந்தான். "பத்து நிமிஷத்தில் வர்றேன்னு வந்தேன். வேலை ஹெவியா இருக்கு." எழுந்து கொண்டான்.

அவளும் எழுந்து கொண்டாள். " ஓ.கே.." என கை நீட்டினாள்.

அவனும் அவள் கையைப் பிடித்து "பை.." என்றான்.

# 24

# 6 ஏப்ரல், 2016 - புதன்

நேற்று இரவு பனிரெண்டு மணிக்கு ஹாஸ்டலில் விழித்திருந்தவர்கள் கூடி ‘ஹேப்பி பர்த் டே பூங்குழலி’ என சேர்ந்திசைக்க, கேக் வெட்டினாள். காலையில் கலைச்செல்வனின் போன் அழைப்பு அவளை எழுப்பியது. கலைச்செல்வன், சித்ரா, மெர்சி எல்லோரும் வாழ்த்தினார்கள். “இந்த வருசமாவது நல்லது நடக்கணும்” அம்மாவின் குரலில் ஏக்கம் மட்டுமில்லாமல், இத்தனை வருசமும் பட்ட துயரம் போதும் என்னும் அர்த்தமும் தெரிந்தது. மதுரையில் அண்ணன் வீட்டில் அம்மா இருக்கிறார்கள் என்பதே சந்தோஷமாய் இருந்து,

அன்றைக்கு காரில் இருந்து ஓடிவந்து கலைச்செல்வன் அம்மாவின் கைகளை பிடித்துக் கொண்டதும், “ஏ யெம்புள்ளா....!” என வாய் பிளந்து சித்ரா அழுதார்.

“ஆமா ஒம்புள்ளத்தான் உனக்கு இத்தன நாளும் சோறாக்கி போட்டான் பாரு” பாய்ந்து வந்தார் பத்மாவதி.

“புருஷனையும் பறிகொடுத்துட்டு புள்ளகளயும் கண்காணாம போக விட்டுட்டு நா மட்டும் இருந்தா என்ன, செத்தா என்ன? தெய்வமே நான் என்ன பாவஞ் செஞ்சேன்!” என தலையில் அடித்துக்கொண்டு தெருவில் உட்கார்ந்து சித்ரா ஓலமிட்டார்.

“அம்மா, ஒரு நிமிஷம் கூட இங்க இருக்க வேண்டாம். வாங்க” கலைச்செல்வன் அவளைத் தூக்கினான். பூங்குழலியும் அருகில் போய் அம்மாவின் கை பிடித்தாள். மறு பேச்சில்லாமல் சித்ரா ஆறுமுகநேரியிலிருந்து தன் குழந்தைகளோடு புறப்பட்டதை யாரும் எதிர்பார்க்கவில்லை. அந்த வீடும், தெருவும் வெறித்துப் பார்த்தது. பூசைப்பழமும், முருகேசனும் ஒன்றும் பேச முடியாமல் ஒடுங்கியிருந்தார்கள்.

“ஏளா, இத்தன நாளும் உம்மகன் எங்க போயிருந்தான்? நாங்க இல்லண்னா தெருவுலதான உங்குடும்பமே நின்னிருக்கும். நினைச்சுப் பாத்தியாடி..” கைகளை வீசிக் கிடந்து அரற்றிக் கொண்டிருந்தார் பத்மாவதி.

அம்மாவோடும் அண்ணனோடும் மதுரைக்குச் சென்று அந்த சனி ஞாயிறு கூடவே இருந்துவிட்டு பூங்குழலி வந்தாள். யாழினி தன் புதுப்பாட்டியோடு ஒட்டிக்கொண்டு கேள்விகளால் சித்ராவின் உலகத்தை புதுப்பித்துக் கொண்டிருந்தாள். அதைத்தான் எதிர்பார்த்திருந்தவர்கள் போல கலைச்செல்வனுக்கும் மெர்சிக்கும் முகமெல்லாம் பூத்திருந்தது. வீடே நிறைந்து போனதாய் உணர்ந்தார்கள். “அம்மா, இதெல்லாம் கொஞ்ச நாளைக்குத்தான். சென்னைல வீடு பாப்பேன். ஏங்கூட வந்துரணும்” எனச் சொல்லியிருந்தாள் பூங்குழலி. சென்னையில் தனியே இருக்கும் மகளோடு சென்று இருக்க வேண்டும் என சித்ராவுக்கும் எண்ணம் இருந்தது. கடந்த இருபது நாட்களில் தினமும் அம்மாவோடு பேசி வருகிறாள். அவளுக்கே ஆச்சரியமாக இருந்தது.

காலையில் ஆபிஸில் சிஸ்டத்தை ஆன் செய்ததும், அன்றைய வெல்கம் மெஸேஜாக, பூங்குழலி பிறந்தநாள் செய்தியும் அதற்கு வாழ்த்தும் திரையில் தோன்றியது. கம்பெனியில் பணிபுரியும் அனைவரது பிறந்த நாளையும் அப்படி அறிவிப்பது சம்பிரதாயமான காரியமாக இருந்தாலும், அதில் ஒரு மகிழ்ச்சி கிடைப்பதை பூங்குழலி உணர்ந்தாள். அந்த தளத்தில் அவளைப் பார்த்த அனைவரும் அவரவர் வார்த்தைகளில் வாழ்த்துகளை வெளிப்படுத்தினர்.

சென்ற வாரத்தில் இருந்து புது பிராஜக்டில் வேலை. பூங்குழலியின் ஆபிஸ் நேரம் மாறி விட்டது. அடித்துப் பிடித்து காலை ஏழு மணிக்கு வர வேண்டியதில்லை. பத்து மணிக்கு வந்தால் போதும். இதனைச் சொல்லும்போது லியோ அவளைப் பார்த்து சிரித்தாள். ஆபிஸ் கலகலப்பாக இருந்தது.

மத்தியானம் ஒரு மணி போல இருக்கும். ஸ்ரீஜாவின் போன் அழைத்தது. “உன் பிறந்தநாளை முன்னிட்டு ஹாஸ்டல் சப்பாத்தியிலிருந்து தப்பலாமே பேபி” சிரித்தாள்.

"எங்க போகலாம்?"

"எதாவது ஒரு நல்ல ஓட்டல். மகேஷைக் கூட்டிட்டு வர்றேன்."

"ம்... நா அலையோட வர்றேன். சோஃபியா வர மாட்டான்னு நினைக்கேன்."

"ஓ.கே, எந்த ரெஸ்டாரண்ட் போலாம்னு கொஞ்ச நேரத்துல சொல்றேன். ஓ.கேவா?

"டபுள் ஓ.கே. மை பேபி!" சிரித்தாள்.

இரண்டு வாரங்கள் லீவில் இருந்த சோஃபியா சென்ற புதன் வேலைக்கு மீண்டும் வந்தாள். எதையோ பறி கொடுத்தவளாய் இருந்தாள். வழக்கம் போல் அலையரசனும் பூங்குழலியும் அவளோடு பழகி இயல்புக்கு கொண்டு வர முயற்சித்தாலும் அவளால் உயிரற்ற புன்னகைகளையே காட்ட முடிந்தது. பூங்குழலியின் திருமணம் நின்று போனதை அலையரசன் மூலம் கேள்விப்பட்டிருந்தாள். "அப்படியா" என கேட்டுக்கொண்டதைத் தவிர சொல்வதற்கு அவளிடம் ஒன்றுமில்லை.

இந்த திங்கள்கிழமைதான் சோஃபியாவிடம் பழைய முகம் லேசாய் எட்டிப் பார்த்தது. வில்லாவை விற்று கடனை அடைப்பது என்றும், இன்னொரு வேலை கிடைக்கும் வரை தெரிந்த நண்பரின் பிஸினஸ் கன்சல்டன்சியில் குறைந்த சம்பளம் என்றாலும் விக்னேஷ் வேலைக்குச் செல்வதென்றும் அவளும் விக்னேஷும் பேசி முடிவெடுத்திருப்பதாகச் சொன்னாள். விக்னேஷ் மீது இருக்கும் வெறுப்பு தணிந்து, குழந்தைகளுக்காக சேர்ந்து இருக்க அவள் முடிவு செய்திருந்தாள். இதுபோன்ற டின்னருக்கு வந்து இயல்பாய் இருக்கும் மனநிலையும் சூழ்நிலையும் விக்னேஷுக்கு இல்லை. தான் மட்டும் சென்றால் அவனுக்கு ஒருவித தாழ்வு மனப்பான்மை ஏற்படும் என சோஃபியா உணர்ந்தாள். யாரும் அவளை வற்புறுத்தவில்லை.

நரேனிடமிருந்து போன் வந்தது. புன்னகையோடு எடுத்தாள். "ஹேப்பி பர்த் டே" சொன்னான்.

"தேங்யூ ஸோ மச். உங்களுக்கு எப்படித் தெரியும்?"

"உலகத்துக்கே தெரியுதே. ஃபேஸ்புக்ல பாத்தேன்." சிரித்தான். அவன் இயல்பாகி விட்டான் என்பது புரிந்தது.

"ஓ..... எப்படியிருக்கீங்க?"

"ஃபைன். வீடு பாத்தாச்சா?"

"ம்... இன்னும் இல்ல. சொல்லி வச்சிருக்கேன். பாப்போம்."

"ஓ.கே... ஸீ யூ."

"நரேன்... ஒரு நிமிஷம். ஈவ்னிங் ஃப்ரீயா?"

"என்ன.."

"ஒன்னும் இல்ல. என்னோட பர்த் டேவுக்கு சின்னதா ஒரு டின்னர். ஆபிஸ்லயும், ஹாஸ்டல்லயும் குளோசா இருக்குற ரெண்டு மூனு ஃபிரண்ட்ஸ்தான். வாங்களேன்."

"ம்...."

"என்ன யோசிக்கிறீங்க...?"

"இல்ல. என்னோட ஆபிஸ் ஃப்ரண்ட் ஆஷான்னு... வீட்டுல டிராப் பண்றியான்னு கேட்டிருந்தா"

"அவங்களயும் கூட்டுட்டு வாங்களேன்."

"வேண்டாம். அது சரியா இருக்காது. ஆஷாவும் அன்ஈஸியா ஃபீல் பண்ணுவா. ஒன்னு செய்றேன். அவள டிராப் பண்ணிட்டு வேண்ணா வர்றேன். ஓட்டல் எங்கே?"

"ஆஷா வீடு எங்கே?. அந்த ஏரியாவில ஒட்டல்னா உங்களுக்கு வசதியா இருக்கும்."

"அடையாறு"

"சரி. நா உங்களுக்கு இன்ஃபார்ம் பண்றேன். கண்டிப்பா வரணும்"

"கண்டிப்பா.."

"இப்போல்லாம் ஒங்க பைக்ல மத்த கேர்ள்ஸும் அலவ்டா?"

"................"

“ஹேய். ஜஸ்ட் ஃபார் ஃபன்யா” சத்தமாய் சிரித்தாள்.

அவனும் சிரித்துக் கொண்டான்.

ஸ்ரீஜாவிடம் நரேன் போன் செய்ததையும், அவனையும் டின்னருக்கு அழைத்திருப்பதையும் சொன்னாள். அடையாறு பக்கத்துல நல்ல ஓட்டல் சொல்லச் சொன்னாள்.

“ஆஹா, பேபிக்கு என்ன ஆச்சுன்னு தெரியலயே?” பலமாய் சிரித்தாள்.

“போன் பண்ணி கிரிட் பண்னதும் கூப்பிடனும்னு தோணிச்சு. அவ்வளவுதான். ரொம்ப யோசிக்காத.”

“சரி வரட்டும். என்னோட பேபி கையப் பிடிச்சு கிஸ் பண்ண அந்த ராஸ்கலை நானும் பாக்குறேன்.”

சிரித்துக் கொண்டே “ஓட்டலையும் டைமையும் சொல்லித் தொலை!” முடித்துக் கொண்டாள்.

ஏன் சட்டென நரேனை அழைக்கத் தோன்றியது என அவளும் யோசித்துப் பார்த்தாள். பிடிபடவில்லை. நரேனை நேரில் பார்க்க வேண்டுமென ஸ்ரீஜா முன்பு ஒருமுறை சொல்லியிருந்தாள். அது ஞாபகத்திலேயே இல்லை. பத்து நாட்களுக்கு முன்பு அவனைப் போய்ப் பார்த்து பேசி வந்த பிறகு பவித்ராவின் ஞாபகம் சில நாட்கள் இருந்தது. ஸ்ரீஜாவிடம் கூட அவளைப் பற்றி சொல்லியிருந்தாள். நரேனைப் பற்றி நினைவு ஒன்றும் பெரிதாக இல்லை. அவனைக் கூப்பிட்டது அவளுக்கே விசித்திரமாய்த்தான் இருந்தது.

அலையரசனின் பைக்கில் ஓட்டலுக்கு சென்றபோது நரேன் அங்கு காத்திருந்தான். “இவந்தான் அலை. எங்க ஊர்தான். ஸ்கூல்ல ரெண்டு வருஷம் சீனியர். எங்க கம்பெனியில இன்னொரு டீம்ல இருக்கான். வெரி குட் அண்ட் கேரிங் ஃப்ரண்ட். ரொம்ப சப்போர்ட்டா இருப்பான். அப்புறம்... அவங்க வீட்டுலயிருந்து எங்க வீட்டுக்கு பெண் கேட்டுப் போன கதையும் உண்டு...” சிரித்தாள்.

“ரொம்ப முக்கியம் இதெல்லாம்..” சிரித்துக் கொண்டே அலையரசன், “ஹாய்..” என நரேனின் கை பற்றி சிரித்தான்.

“ஸ்ரீஜாவக் காணோம்.” என பூங்குழலி ஸ்ரீஜாவுக்கு போன் செய்தாள். நரேனும் அலையரசனும் பரஸ்பரம் தங்கள் கம்பெனி, வேலைகள் குறித்து பேசிக்கொண்டு இருந்தனர்.

“டிராஃபிக்ல மாட்டிக்கிட்டா போல. அரை மணி நேரம் ஆகுமாம். வாங்க நாம அங்க உக்காந்து பேசிட்டிருக்கலாம்” என விளக்குகள் வரிசையாப் போட்டு, புல்வெளியில் காலியாய் இருந்த பெஞ்ச்சை நோக்கி நடந்தாள். அலையரசனுக்கு போன் வர, அவன் அங்கேயே நின்று பேச ஆரம்பித்தான்.

நரேனும், பூங்குழலியும் உட்கார்ந்தார்கள். தங்களைப் பற்றி, குறிப்பாக முடிந்து போன கல்யாணம் பற்றி பேச்சே வந்துவிடக் கூடாது என இருவரும் கவனமாயிருந்தார்கள்.

“ஆஷா என்ன பண்றாங்க..” எதாவது பேசுவோம் என பூங்குழலி ஆரம்பித்தாள்.

“என்னோட டீம் மேட். வெரி சின்சியர் அண்ட் ஷார்ப். ஆரம்பத்துல சென்னையும் இந்த ஆபிஸும் என்னை பயமுறுத்திச்சு. யார்ட்டயும் பேச கூச்சப்பட்டு தயங்குவேன். அவ தான் எல்லாத்தையும் உடைச்சா. உனக்கு அலையரசன் மாதிரி எனக்கு சப்போர்ட்டா இருந்தா. பயந்து பயந்து அவள சைட் அடிச்சிருக்கேன். வாங்கிக் கட்டிக் கிட்டேன்.” என்ற போது பூங்குழலி வாய்விட்டு சிரித்தாள்.

“இண்ட்ரஸ்டிங்...” என்று அவனைப் பார்த்தாள். இன்னும் சொல் என்று தூண்டியது.

“கேர்ள்ஸக் கண்டா எதுக்கு ஒடுங்கிப் போற. வா எங்கூடன்னு டைனிங் டேபிள்ள கேர்ள்ஸுக்கு மத்தியில உட்கார வச்சு பேசிட்டு இருப்பா.”

“ம்... ஆஷாவுக்கு கல்யாணம் ஆய்ட்டா..”

“ஆமா. குழந்தை இருக்கு. ஹஸ்பெண்ட் யு.எஸ்ல இருக்காரு. இவ அவளோட அப்பா அம்மா கூட இருக்கா” சொல்லி யோசிக்க ஆரம்பித்தான்.

“எதும் ப்ராப்ளமா“ என்று கேட்டவளிடம் எதையும் மறைக்கத் தோன்றவில்லை நரேனுக்கு. ஆஷாவின் கணவன் அவளது

வேலையை விட்டு விட்டு யு.எஸ்க்கு அழைத்தது, அவள் மறுத்து இங்கு இருப்பது, ஆஷாவையும், மேனேஜரையும் பார்த்தது, அவன் கோபப்பட்டது, அவளோடு இது போல ஒரு ரெஸ்டாரண்டில் வைத்துப் பேசியது எல்லாவற்றையும் கொட்டிக் கொண்டிருந்தான்.

“ஆபிஸ்ல அவளப்பத்தி நிறைய கதை சொல்வாங்க. எனக்கு ஏனோ அவளத் தப்பாவே நினைக்கத் தோணல” இளகிப் போயிருந்தான். தனக்குப் பிடித்தமானவர்களைப் பற்றி அடி ஆழத்திலிருந்து அவனது வார்த்தைகளும் குரலும் வெளிப்படுவதை அறிந்து கொண்டிருந்தாள் பூங்குழலி. பவித்ராவோடும், ஆஷாவோடும் அவனைப் பார்க்கும்போது புதுசாகவும், உண்மையாகவும் தெரிந்தான்.

ஸ்ரீஜாவும் மகேஷும் வந்து கொண்டிருந்தார்கள். அருகில் வந்ததும் “ஹேய், லக்கி கை” என நரேனைப் பார்த்து சிரித்தாள் ஸ்ரீஜா.

“என்னோட ரூம் மேட் ஸ்ரீஜா. புக்ஸ் நிறைய படிப்பா. கவிதை எழுதுவா. அவன் மகேஷ். அவளோட பாய் ஃபிரண்ட்” அறிமுகம் செய்து வைத்தாள். மெல்லிய புன்னகையோடு பரஸ்பரம் கை கொடுத்து அமைதியாக இருந்தான் மகேஷ். அலையரசனும் வந்து சேர்ந்து கொண்டான்.

“வாங்க உள்ளே போகலாம்.” ஸ்ரீஜா அழைக்க எல்லோரும் நடந்தார்கள். பேச்சும் சிரிப்புமாய் ஒரு மணி நேரத்துக்கும் மேலே டின்னர் முடிந்தது. நரேன் அவர்களோடு கலந்து விட்டிருந்தான்.

எல்லோரும் கிளம்பினார்கள். பூங்குழலி நரேன் அருகில் சென்று, “ரியலி இட்ஸ் எ க்ரேட் டே. தேங்க் யூ” கை கொடுத்தாள்.

“ஆமா... நைஸ் மீட்டிங். ஸ்ரீஜா இஸ் எக்ஸைட்டிங். தேங்க்ஸ் என்னையும் அழைச்சதுக்கு” புன்னகைத்து நரேனும் கை கொடுத்தான்.

# 25

# 11 ஏப்ரல், 2016 - திங்கள்

கொஞ்ச நாட்களாக அம்மா தினமும் போனில் பேசுவதில்லை என்பது நரேனுக்கு புரிந்திருந்தது.

"என்ன சாப்பிட்டே", "ஆபிஸ் வேலை எப்படிப் போகுது", "அங்க மழையா?', "ரொம்ப வெயிலா?', " ராத்திரி ரொம்ப நேரம் கண் முழிக்காத" , "இன்னிக்கு எறால் குழம்பு, உன் ஞாபகம் வந்துச்சு" என்னும் டெம்ப்ளேட் விசாரிப்புகள் இருக்கும். மூர்த்தியின் பள்ளியில் நடந்த சம்பவம், தாத்தா பார்க்கும் சீரியல், பவித்ரா வீட்டு பூனைகள், தெருவில் புதுசா வந்திருக்கும் காய்கறிக்கடை என பேசுவதற்கு வற்றாமல் எதாவது இருந்து கொண்டே இருக்கும். அவைகளில் முக்கியம் இருக்காது என்பது நரேனுக்குத் தெரியும். எங்கோ இருந்து கொண்டு மூச்செல்லாம் தன் பெயரை உச்சரிக்கும் அன்பை மட்டுமே காண்பான். பொறுமையாக அதற்கென நேரம் ஒதுக்கி கேட்பான்.

போன தடவை ஊருக்குப் போயிருக்கும் போது பேச்சு வாக்கில் மூர்த்தி, "எங்கிருந்தாலும் புரிஞ்சுக்கிட்டு நல்ல சுகத்தோட நம்மப் புள்ளைங்க இருந்தா போதும். டெய்லி பேசித்தான் உன்னோட அன்பைக் காட்டணும்னு அவசியம் இல்ல. எல்லாத்தையும் கேட்டுத்தான் அவங்க மரியாதை கொடுக்கணும்னு தேவையும் இல்ல. அத மொதல்ல புரிஞ்சுக்க." சந்திராவிடம் கூறினார். எதுவும் பேசாமல் கேட்டுக்கொண்டு அமைதியாய் இருந்தார்.

அவனும் தன்னைப் பாதித்த சின்ன சின்ன விஷயங்களைக் கூட அம்மாவிடம் பகிர்ந்து கொண்டிருந்தான். இப்போது அதுவும் குறைந்து போயிருந்தது. முக்கியமாக பூங்குழலி பற்றி எதையும் சொல்ல வேண்டாம் என்று இருந்தான். திருமணம் வேண்டாம் என முடிவு செய்த மார்ச் 18க்குப் பிறகு இந்த

இருபத்தைந்து நாட்களில் பூங்குழலியை இரண்டு முறை பார்த்துப் பேசியிருக்கிறான். கேள்விப்பட்டால் சந்திராவுக்கும் மூர்த்திக்கும் ஒரு மாதிரி இருக்கும். புரிந்து கொள்ளவும் மாட்டார்கள். பூங்குழலி மீது இருவருக்கும் கோபம் இருப்பது தெரியும். ‘திமிர் பிடிச்சவ’, ‘பெரியவங்கள மதிக்கத் தெரியாதவ’, ‘பொறுமையில்லாதவ’ என்னும் அபிப்பிராயங்கள் அழுத்தமாக பதிந்து விட்டன. அவளால் மொத்தக் குடும்பத்திற்கும் அவமானம் நேர்ந்து விட்டதாகவும் வெறுப்பில் இருந்தார்கள்.

நிதானமாகப் பேச முடிந்த இரண்டு முறையும் பூங்குழலியின் கண்களிலும், அசைவுகளிலும் நெருக்கத்தை உணர்ந்தான். புதுசாகத் தெரிந்தாள். அவளது பிறந்த நாள் டின்னருக்கு சென்று வந்த பிறகு இந்த ஆறு நாட்களில் பல தடவை பூங்குழலியின் ஞாபகம் வந்து கொண்டிருந்தது. கூர்ந்து கேட்கிற, ஊடுருவி விடுகிற இயல்பு அவளிடம் இருந்தது. அவளிடம் தன்னைக் கொட்டிக் காண்பித்து விட வைக்கிறது. பவித்ரா, ஆஷா பற்றி எவ்வளவு பேசிவிட்டான்! மந்திரம் போலிருந்தது. தானும் தன் வீடும் நினைத்துக் கொண்டிருப்பது போல் அவள் இல்லை என்பது தெரிந்தது.

நேற்று பவித்ராவின் வீட்டுக்குச் சென்றிருந்த போது பூங்குழலியைப் பற்றிச் சொல்ல வேண்டும் போலிருந்தது. தன்னைப் பார்க்க வந்து, நண்பர்களாய்ப் பிரிவோமே என்று சொல்லி கைகொடுத்துச் சென்றதை மட்டும் சொன்னான். பவித்ரா ரசித்தாள். அவன் கண்களை உற்றுப் பார்த்தாள். ஒளிந்திருந்த ஒரு புன்னகை சிறு வெட்கத்தோடு வெளிப்பட்டது.

“பிரிஞ்சிட்டியா?”

“பிரியாம என்ன செய்ய?” கண்களை தாழ்த்தினான்.

“சரி சரி உடனே மூஞ்சைத் தொங்கப் போடாத” சிரித்தாள். தான் கலகலப்பானவனாக இல்லையோ, தொட்டால் சுருங்கிப் போலாகி இருக்கிறோமோ என்ற கலக்கம் எழுந்தது.

“அம்மா எப்படியிருக்காங்க? இப்போல்லாம் அவ்வளவா போன் பண்றதில்லையே”

“ஆமாக்கா, அம்மாவால இன்னும் தாங்க முடியல. தன்னாலத்தான் கல்யாணம் நின்னுப் போச்சுன்னு ஒரு கில்டி கான்சியஸ் இருக்கு.”

“அவங்க பேசலன்னா நீ பேசு. அப்பத்தான் சரியாகும்”

“சரிக்கா”

நேற்று இரவும் அம்மாவிடமிருந்து போன் வரவில்லை. இன்று காலையில் ஆபிஸ் புறப்படுவதற்கு முன்பு போன் செய்தான். காத்துக் கிடந்தவள் போல சட்டென்று எடுத்தார் சந்திரா. “நரேன், எப்படிப்பா இருக்கே. நேத்திலயிருந்து உன் நினைப்பாவே இருக்கு.”

“போன் பண்ணியிருக்கலாம்ல?”

“நினைச்சேன். சும்மா சும்மா போன் பண்ற மாதிரி இருக்கும். எங்க இருந்தாலும் நல்லாயிருக்கணும்னு சாமிய வேண்டிக்கிட்டு பேசாம இருந்துருவேன்.”

“நீங்க போன் பண்ணாம இருந்தாத்தான் ஏதோ மாதிரி இருக்கு. சும்மா போன் பண்ணுங்கம்மா”

“எந்தங்கமே... கூட்டாம்புளில இருந்து ஒரு வரன் வந்துருக்கு. பொண்ணு இப்ப கொச்சியில வேல பாக்குறாளாம். சீக்கிரம் சென்னைக்கு வந்துருவாளாம். ஜாதகம், போட்டோ எல்லாம் வாங்கிட்டுப் போயிருக்காங்க. இரண்டு நாள்ள சொல்றேன்னு சொல்லியிருக்காங்க. அத தெரிஞ்ச பிறகு போன் பண்ணலாமேன்னு நினைச்சேன்.”

“எதுக்கும்மா திரும்பவும் கல்யாணம், கில்யாணம்னு. இப்போ வேண்டாம்மா.”

“நிச்சயம் பண்ண கல்யாணம் நின்னு போச்சுன்னு ஊருக்குள்ள ஆயிரம் பேர் ஆயிரம் விதமா பேசுவாங்க. உடனே கல்யாணம் முடிஞ்சாதான் அந்தப் பேச்சு நிக்கும்னு அப்பா சொல்றாங்க.”

“வேண்டாம்மா. கொஞ்ச நாள் ஆகட்டும். நா அப்பாக்கிட்ட பேசிக்கிறேன்.”

“என்னய்யா செய்ய. நினைச்சு நினைச்சுக் கஷ்டமாயிருக்குல்ல. எல்லாம் நல்லபடி நடந்துருச்சுன்னா, இதே நாள்ள உனக்கு

கல்யாணம் நடந்து முடிஞ்சிருக்கும்.'' விம்ம ஆரம்பித்தார். அப்போதுதான் நரேனுக்கு இன்று ஏப்ரல் 11 என்பது உறைத்தது. இந்த நாளை எதிர்பார்த்து, சீக்கிரம் வந்து விடாதா என ஆசையோடு காத்திருந்த நாட்களும், உணர்வுகளும் காணாமல் போயிருந்தன. எல்லாவற்றையும் கடந்து வேறெங்கோ போய்விட்ட மாதிரி இருந்தது.

"சரிம்மா... போனை வச்சிர்றேன். ஆபிஸ் புறப்படணும்''

சென்னையின் அவசரமான சாலையில் இடைவிடாத இரைச்சல்களுக்கு இடையில் பைக்கில் பயணித்து எந்த சத்தமும் இல்லாத ஏசி அறைக்குள் ஆபிஸில் தன் இருக்கையில் வந்து அமரும் வரை அனிச்சையாகவே நரேன் இருந்தான். பிப்ரவரி 7ம் தேதி பூங்குழலியை திருவேற்காடு கோவிலில் சந்தித்ததிலிருந்து, நினைவுகள் ஆக்கிரமித்துக் கொண்டன. சோர்வாகவும், எதையோ இழந்த மாதிரியும் ஆகிப் போனான்.

சிஸ்டத்தின் முன்பு உட்கார்ந்ததும் அவையெல்லாம் உடனடியாக காணாமல் போயின. பாஸ்வேர்டு கொடுத்து அவனது மூளை செலுத்தப்பட்டது. அப்போதைய பிராஜக்ட் அவனை உள்ளிழுத்துக் கொண்டது.

ஒரு பிராஜக்ட் முடிந்தது இன்னொரு பிராஜக்ட் வேலை ஆரம்பித்ததும், பழைய பிராஜக்டின் போது மண்டை உடைத்துக் கிடந்த தருணங்களும் உலகமே அதுதான் என மூழ்கிப் போன நாட்களும் காணாமல் போய்விடும். பிராஜக்ட் மேல் பிராஜக்டாய் வருடங்கள் ஓடும். கல்யாணம் காதல் கூடவா பிராஜக்ட்களாகி விடும்?

மாலை நான்கு மணி வாக்கில் எழுந்து ஆபிஸ் விட்டு காபி குடிக்க கீழே சென்றான். அன்றைக்கு பூங்குழலியோடு உட்கார்ந்திருந்த டேபிள் காலியாக இருந்தது. அதில் உட்கார்ந்து போனை ஆன் செய்து பார்த்தான். பூங்குழலியின் மிஸ்டு கால் இருந்தது! மதியம் ஒன்று முப்பத்தைந்துக்கு அழைத்திருந்தாள். அவளது மதிய உணவுக்கான நேரம் அது. அவளது பேரைப் பார்த்ததும் சட்டென ஒரு உற்சாகம் தொற்றியது. அனேகமாய் அவளுக்கும் இப்போது டீ நேரமாக இருக்கலாம். அழைத்தான். உடனே எடுத்தாள்

"ஹாய்... ".

"ஹாய்.."

"கூப்பிட்டிருந்தே.."

"ஆமா.... இன்னிக்கு என்ன நாள் தெரியுமா?"

"தெரியும்"

"அதாங் கூப்பிட்டேன். ஜஸ்ட் டு ரிமைண்ட் அண்ட் ரிமெம்பர். எதையும் மறக்க வேண்டியதில்லயே."

"ம்.... சரிதான்."

"உங்களுக்கு வருத்தமா, இல்ல சந்தோஷமா?" சிரித்தாள்.

லேசாய் சிரித்துக்கொண்டே, "ஸ்ரீஜா எப்படியிருக்காங்க. கேட்டதாய் சொல்லுங்க"

"இதப் பார்ரா... ஸ்ரீஜாவாம்ல ஸ்ரீஜா. அவளப்பத்தி என்ன தெரியும் உங்களுக்கு?"

"ஜாலியான.... இண்டலிஜெண்ட்டான.... உன்னை ரொம்ப லவ் பண்ற பொண்ணு"

"அடேயப்பா. கில்லாடிதான் நீங்க. ஜாலியா இருக்குற எல்லாருக்கும் இன்னொரு பக்கம் ஒன்னு இருக்கும் நரேன். பவித்ரா மாதிரி, ஆஷா மாதிரி அவளுக்கு ஒரு கதை உண்டு.." என ஆரம்பித்தவள் ஸ்ரீஜாவை சொல்ல ஆரம்பித்தாள். பெற்றவர்களைப் பற்றியும், பாட்டியிடமே அவள் வளர்ந்ததைப் பற்றியும் 'கடவுளிடம் பேசுறத விட கடலிடம் பேசலாம்' என்னும் அவளது அழுகையையும் சொன்னாள். மகேஷைத் திருமணம் செய்து கொள்ளப் போவதை சொன்னாள். பூங்குழலியும் எல்லாவற்றையும் தன்னிடம் சொல்லிக் கொண்டிருப்பதாக உணர்ந்தான்.

"நாம யாரையெல்லாம் நேசிக்கிறோமோ அவங்களப் பத்தி மனம் விட்டுப் பேசும் போது நாம யார்னும் தெரியுது இல்ல..."

"உண்மைதான். நாங்க தங்கியிருக்கிற ஹவுஸ் ஓனர் நாச்சியப்பனும் இதத்தான் சொல்வாரு. மனம் விட்டு பேச முடியலன்னா மூச்சு முட்டும் என்பார்."

நாச்சியப்பனைப் பற்றி, அவருக்கு இருக்கும் வெறுமையைப் பற்றி நரேன் சொன்னான். கலைச்செல்வனைப் பற்றி அவனுக்கு இருக்கும் நிதானத்தைப் பற்றி பூங்குழலி சொன்னாள். பேசிக்கொண்டே இருக்கும்போது பூங்குழலி சட்டென்று "நரேன்! ரெஸ்டாரண்ட்லயா இருக்கீங்க. பின்னால கேக்குதே பாட்டு.... ரொம்ப பிடிக்கும்" துடித்தாள்.

நரேனும் அமைதியாகி பாட்டைக் கேட்க ஆரம்பித்தான்.

***"நீயும் நானும் சேர்ந்து செல்லும் நேரமே***
***நீலம் கூட வானில் இல்லை எங்கும் மேகமே***
***போகப் போக ஏனோ நீளும் தூரமே***
***மேகம் வந்து போகும் போக்கில் தூறல் கொஞ்சம் தூறுமே"***

"நரேன்..."

"ம்"

"கல்கத்தாவில மெட்ரோ டிரெயின்ல போகும் போது ஒரு இயர் போனின் ஒரு முனையை ஒரு பெண்ணும், இன்னொரு முனையை ஒரு ஆணும் காதுல வச்சு ஏதோ ஒரு பாட்டைக் கேட்டுட்டு வந்தாங்க. அப்படி ஒரு ஃபீல் எனக்கு...." ரகசியம் போல பேசினாள். அவள் குரல் வசியம் செய்தது.

"நரேன்..."

"ம்"

"காதலும் கடந்து போகும் அந்த தியேட்டர்ல இன்னும் ஓடுதா?" கேட்டாள்.

"ஆமா.." என்றான் .

"படம் பாக்க இன்னிக்குப் போலாமா?"

"போலாம்." மாயம் போலிருந்தது.

"ஆறரை மணிக்கு தியேட்டர்ல இருப்பேன். வாங்க."

அழைப்பு முடிந்த பிறகும் அப்படியே நின்றிருந்தான். அவனால் எதையும் நம்ப முடியவில்லை. அப்படியே ஜிவ்வென்று

பெரும் அலையொன்று தூக்கிச் செல்வது போல இருந்தது. தங்களைப் பற்றி பேசிக்கொள்ளவில்லை என்றாலும், தங்களைத்தான் இருவரும் பேசி வந்திருக்கிறோம் என்பது புரிந்தது. பத்மாவதி, பூசைப்பழம், முருகேசனோடு தெரிந்த பூங்குழலியை விட பிரகாஷ், அலையரசன், ஸ்ரீஜா, கலைச்செல்வனோடு தெரிந்த பூங்குழலி பிடித்தமானவளாய் இருந்தாள். அவளிடம் பகிர்ந்து கொள்ள எவ்வளவோ இருப்பதாக தாகம் எடுத்தது.

தியேட்டர் வாசலில் பூங்குழலி இருந்தாள். “டிக்கெட் எடுத்துட்டேன். வா நரேன்.” ஸ்கிரீன் 2ஐ நோக்கி நடந்தாள். முதன் முதலாக ‘வா’ என அவள் ஒருமையில் அழைத்தது பிடித்திருந்தது.

கதவைத் திறந்ததும் ஒரே இருட்டு. பூங்குழலி பழகியவள் போல அவன் கையைப் பிடித்து நிதானமாக தங்கள் இருக்கைகளை நோக்கி நடந்தாள்.

ஸ்கூலில் இருந்து போன அந்த மேஜிக் ஷோ அப்போது அவளுக்கு நினைவில் வந்தது.

# க்ளிக் நாவல் - வாசகர் பார்வை 1

**- சுமதி, சூலக்கரை**

“இப்படியா இருப்பா ஒரு பெண்?” இந்த கேள்வியோடுதான் தொடங்குகிறது நாவல்.

மனித இனத்தின் சரிபாதி, சகமனுஷியான பெண் எப்படி இருக்க வேண்டும் ? எல்லா பெண்களும் ஒரே போல் இருக்க முடியுமா? இருக்க வேண்டுமா ? பெண்ணின் படிப்பு, உடை, வேலை, நண்பர்கள், திருமணம், பேசும் வார்த்தைகள் வரை எல்லோராலும் கேள்விக்குள்ளாக்கபடுவது ஏன்? பெண்ணின் செயலில் குறைகளையும், உள்ளீடுகளையும் செய்யத் தோன்றுகிறது ஏன்? பெண்ணுக்கு என விருப்பு, வெறுப்பு, தனித்தன்மை, இயல்பாக இருப்பது தவறா? அவ்வாறான பெண்களை குடும்பமும், சமூகமும் ஏற்க மறுப்பது ஏன்? பெண் புரியாத புதிரா? அல்லது புரிந்து கொள்வதில் ஆண்களுக்கு உணர்வுத்திறன் குறைபாடா? திருமணம் எதற்காக குடும்பத்தால் நடத்தி வைக்கப்படுகிறது? திருமண அவசியம் தானா? தன்விருப்ப திருமணமோ, குடும்ப விருப்ப திருமணமோ இணையும் ஆண், பெண் இருவருக்குள் அன்பு, நட்பு, புரிதல், மதித்தல், சகிப்புத்தன்மை உருவாக்குகிறதா? உருவாகாத திருமணமோ, உறவோ எதற்கு ?

பல கேள்விகளோடு உள்ள இன்றைய இளைஞர்கள், இளம்பெண்கள் மனநிலையை வாசிப்போர் மனதிலும் எழச்செய்வதே நாவலின் சிறப்பு !

தென் தமிழகத்தில் கணவனை இழந்து தாய் வீட்டில் தன் (ஆண், பெண் என) இரு குழந்தைகளுடன் பிழைத்து வரும் பெண். இளமை பருவம் அடைந்த தன் மகனின் சுயசாதி மறுப்பு விருப்ப திருமணம் அதனால் உருவாக்கப்படும் நெருக்கடிகள், கல்லூரி படிப்பு, வேலை என தன்விருப்பத்தை முன்னெடுக்கும் மகளின் போராட்டம், கணவன் இல்லாது வாழ்வின் தேவைகளுக்கு அல்லாது பாதுகாப்பிற்காக சுயமரியாதை சுயசிந்தனையற்று தன்

அம்மா, அப்பா, சகோதரர்கள், உறவினர்கள் கட்டுபாட்டை மீற இயலாது தவிக்கும் தாயின் தவிப்பையும், இறுதியில் அவளின் வீராவேஷத்தையும் நம்முள்ளும் ஏற்படுத்துகிறது நாவல்.

ஐ.டி துறை குறித்த மாயைகளை, உருட்டுகளை, உடைத்து அதில் பணிபுரிவோர், எந்த பணிப்பாதுகாப்பும் அற்ற அத்துகூலிகள் தான் என்றும்.. அவர்களின் இயந்திர வாழ்வு, நெருக்கடி, உளவியல் பாதிப்பு, குடும்பம், குழந்தை வளர்ப்பு என புதிய கோணத்தில் கூடுதலாக பெண்களின் நிலையிலிருந்து பிரச்சனைகளின் உண்மையை வாசிப்போருக்கு உறைக்க பதிவு செய்துள்ளார்.

கணணித் துறையின் வளர்ச்சி, பாலின தடைகளை கடந்து பணிக்கு செல்லும் இளம்பெண்களின் பொருளாதார சார்பற்ற சுயசிந்தனையான வாழ்வு அதில் ஏற்படும் வளர்ச்சி, வீழ்ச்சி, நுகர்வு கலாச்சாரத்தின் அகோரபசிக்கு இரையாகும் குடும்பங்கள், தன்விருப்பு வெறுப்புகளை உரக்கப் பேசிட, நடைமுறைபடுத்த தடையாக உள்ள சமூக ஒழுக்க நடைமுறை விதிகள் மீறிடவும், மீறிடாதும் போராடும் இளம்பெண்களின் போராட்டத்திற்கு ஆதரவு குரல் எழுப்புகிறது நாவல்.

குடும்ப விருப்ப திருமணத்தை எதிர்நோக்கி ஐ.டியில் பணிபுரியும் ஆண், பெண்ணின் கதையாக நாவல் விரிகிறது. எதையும் சுயமாக யோசித்து, தீர்க்கமாக முடிவு எடுக்கும் பெண்ணுக்கும், அம்மா பிள்ளையாக வளர்ந்த ஆணுக்கும் குடும்பத்தினரால் திருமணம் நிச்சயிக்கப்படுகிறது. அவர்களுக்கிடையே ஏற்படும் கருத்து முரண்பாடு, பிரிவு என அவர்களின் உளவியலையும், குடும்பத்தாரின் மனநிலையையும் இயல்பாய் பேசியிருக்கிறது நாவல்.

காதல், காமம், நட்பு, அரவணைப்பு, பொறாமை, கோபம், இயலாமை, குடும்ப வன்முறை, சாதியம், என நடைமுறை வாழ்வின் சிக்கல்களையும், இளம் தலைமுறையின் மனநிலையையும், எதிர்பார்பையும் காதலோடு கலந்து அழகிய சித்திரமாக தீட்டியிருக்கிறார் எழுத்தாளர்.

அவசரகதியில் சுழலும் நம்மை எதார்த்த மனநிலைக்கு கொண்டுவந்து ஆசுவாசப்படுதும் அற்புத ஔடதம் இந்த நாவல்.

# க்ளிக் நாவல் - வாசகர் பார்வை 2

- ராஜேஷ் (Rajesh luciddreamer), கோயம்புத்தூர்

வில்லா வீடு, எக்கச்சக்க சம்பளம் , கார் , நவநாகரீக வாழ்க்கையின் அனைத்து சொகுசுகளும் கொண்ட வாழ்க்கை வேண்டுமா என்று கேட்டால் யாராவது மறுப்பார்களா? இவையனைத்தும் ஒரு தீப்பெட்டிக்குள் அடைந்து கிடந்தால் கிடைக்கும் என்பது எதார்த்தமான உண்மையாக இருக்கிறது. அந்த “தீப்பெட்டியாபிஸ்” எப்படி ஐ.டி வாழ்வியலில் பொருந்தக்கூடிய சாத்தியம் என்பதை சொல்ல வந்த நாவல் “க்ளிக்”.

ஐ.டி பின்புலம் என்றாலும் இந்த நாவல் பேசுவது மனித மனத்தைப் பற்றி. மனித உறவுகளைப் பற்றி. பெண் சந்திக்கும் பிரச்சனைகள், ஆணாதிக்க மனோபாவம், குடும்ப அமைப்பின் வன்முறை பற்றி. அந்த அதிகாரத்தின் மையத்தில் இருக்கும் பெண் மனங்கள் பற்றியும் நாவல் பேசுகிறது. அதற்காக துன்பியல் நாவல் என்று முடிவுக்கு வந்து விடக்கூடாது. மெல்லிய மயிலிறகின் வருடலாக ஒரு ஃபீல் குட் நாவல், மௌஸின் லெஃப்ட் க்ளிக் போல உடனே நாவலில் நுழைந்துவிட விடலாம்.

அடுத்தது என்ன அடுத்தது என்ன என்று வாசகனை படிக்கத் தூண்டும் சாத்தியம் துப்பறியும் நாவல்களில் மட்டும் இருக்கிறது. அதே சுவாரசியத்தை - மனித மனங்களை பற்றி, உறவுகளைப் பற்றி சொல்லும் நாவலிலும் சாத்தியம் என்பதை நிரூபித்து இருக்கிறார் நாவலாசிரியர்.

மனித மனம் மேலிருந்து குதி என்று சொல்லும். பிறகு ஏன் குதித்தாய் என்ற கேள்வியும் கேட்கும். இரட்டைத்தன்மை கொண்ட இந்த மனது, உறவுகளில் நிகழ்த்தும் மாறுதல்களை சம்பவங்களோடு கோர்த்து நாவலாக தந்திருக்கிறார். எந்த இடத்திலும் பிரச்சாரமோ இலக்கிய மேதைமையோ இல்லை. எளிமையான நடையில் நாவல் செல்கிறது.

தமிழ் நாவலுக்கு எதுக்கு ஆங்கில தலைப்பு என்று யோசிக்கலாம். அதற்கு ஏற்ற ஒரு அருமையான விளக்கத்தை நூலில் ஆசிரியர் வைத்துள்ளார். நாவலில் வரும் கவிதைகளும், திரைப்பாடல்களும் ரசிக்க தக்கவை. ரொமான்ஸ் காட்சிகள் அழகானவை. நாவலாசிரியரின் எழுத்து நடை காட்சியை வாசகருக்குள்ளும் கடத்தும் திறமையான நடை

“பைக்கில் பயணித்தார்கள்” என எழுதாமல் உணர்வுகளோடு எழுதும் மேஜிக்கை கதைமாந்தரும் பைக் பயணமாக மனக்கண்ணில் உணர்வார்கள். பஸ் பயணத்தில் நாம் தினமும் பார்க்கும் ஒரு சாதாரணமான விஷயம் ஒரு கோவிலோ, குளமோ, ஊரோ இருக்கும். ஒரு நாள் அந்த நிறுத்தத்தில் இறங்கி நாமும் உள்ளே சென்று பார்க்க வேண்டும் என்ற ஆவல் மனிதருக்கு உண்டு. இதே ஆவல் நமக்கும் ஏற்பட்டு நாவலுக்குள் ஈர்த்துவிடுகிறது.

கணத்துக்கு கணம் மாறும் மனித மனத்தை போல ஒரே காட்சியில் அழுகை அடுத்து சிரிப்பு என நமது மனமும் நாவலோடு இணைந்து மாறும் ரசவாதம் நிகழ்கிறது. க்ளிக், என்று தலைப்பிற்கு ஏற்றபடி ஒன்றிலிருந்து ஒன்றாக நாமும் கதையோடு பயணிக்கிறோம். நாவல் ஒரு சார்பாக எழுதப்படவில்லை. நாவலின் கதாபாத்திரங்கள் மூலமாக எதிரெதிர் நிலைகளைப் பற்றி கேள்விகளும் வருகிறது.

“ஆற்றை கேள்” என்ற சித்தார்த்தனின் நீட்சியாக கடலிடம் கவலைகளைச் சொல்லிவிடும் கதாபாத்திரம் எதார்த்தமானது. யாருமற்ற மனித மனம் கடலிடம் தன்னை ஆற்றுப்படுத்திக் கொள்கிறது. ஆனால் இப்பொழுது இந்த நாவலே கடலாக இருந்து புரிதல் தந்து நம்மை ஆற்றுப்படுத்துகிறது.

கதையின் எழுத்து மேஜிக்கில் யாரும் தாராளமாக தலையை தரலாம் .. பரிசாக நமக்கு கிடைப்பது புரிதல் மகிழ்ச்சி எனும் பூமாலைகள்.

www.ingramcontent.com/pod-product-compliance
Lightning Source LLC
LaVergne TN
LVHW090319051026
849518LV00005B/1815

* 9 7 8 8 1 9 6 0 6 8 7 0 7 *